உயிர்த் தேன்

தி. ஜானகிராமனின்
பிற காலச்சுவடு வெளியீடுகள்

நாவல்
- மரப்பசு
- அமிர்தம்
- மலர்மஞ்சம்
- மோக முள் (கிளாசிக் வரிசை)
- அம்மா வந்தாள் (கிளாசிக் வரிசை)
- செம்பருத்தி
- நளபாகம்
- அன்பே ஆரமுதே

குறுநாவல்
- அடி
- தி. ஜானகிராமன் குறுநாவல்கள் (முழுத் தொகுப்பு)

வாழ்வியல் சித்திரம்
- அபூர்வ மனிதர்கள்

சிறுகதை
- கொட்டு மேளம் (முதல் சிறுகதைத் தொகுப்பு வரிசை)
- சிவப்பு ரிக்ஷா
- கச்சேரி
- தி. ஜானகிராமன் சிறுகதைகள் (முழுத் தொகுப்பு)
- சிலிர்ப்பு: தமிழ் கிளாசிக் சிறுகதை வரிசை

கட்டுரைகள்
- தி. ஜானகிராமன் கட்டுரைகள்

பயண நூல்
- நடந்தாய் வாழி காவேரி (சிட்டியுடன்)
- கருங்கடலும் கலைக்கடலும் (கிளாசிக் வரிசை)
- உதய சூரியன் (கிளாசிக் வரிசை)
- அடுத்த வீடு ஐம்பது மைல்

உயிர்த் தேன்

தி. ஜானகிராமன் (1921–1982)

தி. ஜானகிராமன் தஞ்சை மாவட்டம் மன்னார்குடியை அடுத்த தேவங்குடியில் பிறந்தவர். பத்து வருடங்கள் பள்ளியாசிரியராகப் பணியாற்றியவர். பின்பு அகில இந்திய வானொலியில் பணியாற்றி ஓய்வுபெற்றார். கர்நாடக இசை அறிவும் வடமொழிப் புலமையும் பெற்றிருந்தவர்.

1943இல் எழுதத் தொடங்கிய தி.ஜானகிராமன், 'மோக முள்', 'அம்மா வந்தாள்', 'மரப்பசு' உள்ளிட்ட ஒன்பது நாவல்கள், நூற்றுக்கும் மேற்பட்ட சிறுகதைகள், மூன்று நாடகங்கள், பயண நூல்கள் ஆகியவற்றை எழுதினார். சிட்டியுடன் இணைந்து எழுதிய 'நடந்தாய் வாழி காவேரி' பயண இலக்கிய வகையில் முக்கியமான நூலாகக் கருதப்படுகிறது.

'மோக முள்', 'நாலு வேலி நிலம்' ஆகியன திரைப்படமாக்கப் பட்டுள்ளன. 'மோக முள்', 'மரப்பசு', 'அம்மா வந்தாள்' ஆகிய நாவல்களும் பல சிறுகதைகளும் இந்திய, ஐரோப்பிய மொழிகளில் மொழிபெயர்க்கப்பட்டிருக்கின்றன.

1979இல் 'சக்தி வைத்தியம்' சிறுகதைத் தொகுப்பிற்கு சாகித்திய அக்காதெமி விருது வழங்கப்பட்டது.

● அன்பார்ந்த வாசகருக்கு,

வணக்கம்.

காலச்சுவடு நூலை வாங்கியமைக்கு நன்றி.

நூலின் உள்ளடக்கம், உருவாக்கம், அட்டைப்படம் இன்ன பிற அம்சங்கள் பற்றிய உங்கள் கருத்துகளையும் ஆலோசனைகளையும் காலச்சுவடு வரவேற்கிறது. தகவல், எழுத்து, வாக்கியப் பிழைகள் தென்பட்டால் அவசியம் தெரிவித்து உதவுங்கள். நூல் தயாரிப்பில் கடும் குறைபாடு இருப்பின் மாற்றுப் பிரதி உங்களுக்குக் கிடைக்கக் காலச்சுவடு ஏற்பாடு செய்யும்.

மின்னஞ்சல்: **publisher@kalachuvadu.com**

காலச்சுவடு நாகர்கோவில் அலுவலகத்திற்குக் கடிதம் அனுப்பலாம்.

தங்கள்
எஸ்.ஆர். சுந்தரம் (கண்ணன்)
பதிப்பாளர் — நிர்வாக இயக்குநர்

Unauthorised use of the contents of this published book, whether in e-book or hardcopy format, for any type of Artificial Intelligence (AI) training — including but not limited to Machine Learning, Deep Learning, Natural Language Processing, Computer Vision, Chatbot Training, Image Recognition Systems, Recommendation Engines, and Language Models — is strictly prohibited without prior licensing from the publisher. Any such unauthorised use may result in legal action.

தி. ஜானகிராமன்

உயிர்த் தேன்

காலச்சுவடு பதிப்பகம்

உயிர்த் தேன் ❖ நாவல் ❖ ஆசிரியர்: தி.ஜானகிராமன் ❖ © உமா சங்கரி ❖ முதல் பதிப்பு: மார்ச் 1967 ❖ காலச்சுவடு முதல் பதிப்பு: ஜனவரி 2016, பதின்மூன்றாம் பதிப்பு: ஆகஸ்ட் 2025 ❖ வெளியீடு: காலச்சுவடு பப்ளிகேஷன்ஸ் (பி) லிட்., 669, கே.பி. சாலை, நாகர்கோவில் 629001

uyirt teen ❖ Novel ❖ Author: Thi. Janakiraman ❖ © Uma Shankari ❖ Language: Tamil ❖ First Edition: March 1967 ❖ Kalachuvadu First Edition: January 2016, Thirteenth Edition: August 2025 ❖ Size: Demy 1 x 8 ❖ Paper: 18.6 kg maplitho ❖ Pages: 272

Published by Kalachuvadu Publications Pvt. Ltd., 669 K.P. Road, Nagercoil 629001, India ❖ Phone: 91-4652-278525 ❖ e-mail: publications@kalachuvadu.com ❖ Printed at Clicto Print, Jaleel Towers, 42 KB Dasan Road, Teynampet Chennai 600018

ISBN: 978-93-5244-011-5

08/2025/S.No. 687, kcp 5921, 18.6 (13) rss

சீலமும் புத்தியும் தர்மமும் காட்டினன்
சொர்ணத் தீவினன் செவ்வடி பொலிக.
ஞாலமும் அன்பும் ஒன்றெனக் கண்டஎம்
சந்திரப் பிறையின் செந்நகை பொலிக.

'உயிர்த் தேன்' 1966ஆம் ஆண்டு ஆனந்த விகடனில் தொடராக வெளிவந்தது.

1

எல்லாம் தயாராகிவிட்டது.

வீடு முழுவதும் வெள்ளை அடித்தாகிவிட்டது. வெள்ளைக்கு மேல் நீலப் பூச்சும் பூசியாகிவிட்டது. சுட்டி சுட்டியாக வீடு முழுவதும் விழுந்திருந்த சுண்ணாம்பை, நீரைக் கொட்டித் தேய்த்து அலம்பியாகிவிட்டது.

அவ்வளவு பெரிய முற்றத்துக்கு மேல் கம்பி போட்டாகிவிட்டது. அதற்கு மேல் தெற்குக் காற்றை வாங்குகிறாற்போல் கோடைப் பந்தலும் போட்டாகிவிட்டது.

கூடத்தைக் கழுவின நீரை உள்ளங்காலால் திலாவித் திலாவி நடந்து பார்த்தான் நரசிம்மன். அந்த வெயில் வேளைக்கு, கூடத்தின் சிமெண்டு வழவழப்பும் ஈரமும் காலுக்கு ஜில்லென்று இதமா யிருந்தது. மனசே குளிர்கிறாற் போலிருந்தது.

முற்றத்தில் இறங்கி அங்கே வாசலைப் பார்க்க, தெற்கே பார்க்கப் போட்டிருந்த கித்தான் நாற்காலியில் உட்கார்ந்து பார்த்தான். உண்மைதான்! காற்று கொட்டத்தான் கொட்டுகிறது. வாசல் வழியாக மட்டுமில்லை; மேலே பந்தலில் தெற்குத் திறப்பு வழியாகவும் வந்து கொட்டிற்று. மேலே பந்தலை நிமிர்ந்து பார்த்துவிட்டு, மீண்டும் வாசலைப் பார்த்தான் நரசிம்மன். கண்ணுக்குத் தெரியாத காற்று 'ஜிலுஜிலு'வென்று வந்தது.

"என்ன, ஜிலுஜிலுன்னு நீயும் வந்திட்டே" என்று கேட்டான். காற்றைக் கேட்கவில்லை அவன்: வாசலி லிருந்து வந்த அவன் மனைவியைக் கேட்டான்.

"அப்படீன்னா?" என்று உள்ளே வந்த அந்த அம்மாள், கூடம் முற்றத்தை எல்லாம் ஒரு நோட்டம் விட்டாள்.

"காத்து மாதிரியே ஜிலுஜிலுன்னு வறியேன்னு கேட்டேன்" என்று அவளை ஒரு நாலு விநாடி பார்த்தான் அவன். "வீடு ரெடியாயிருக்கு. இனிமே பூவராகன் வந்து கிரகப்பிரவேசம் பண்ண வேண்டியதுதான் பாக்கின்னு நெனைச்சேன். நீ வந்து விட்டே, இதோ லட்சுமி வந்துவிட்டேனேன்னு."

"ஆமாம். உங்க வேலை முடிஞ்சு போச்சு. இனிமே நான் தானே சாமான் சஜ்ஜாவெல்லாம் எடுத்து, அங்கங்கே வச்சு பங்கிடு பண்ணியாகணும்? உங்க அத்தை மகனும் சம்சாரமும் உடனே குடித்தனம் பண்ண ஆரம்பிக்கணுமே" என்று கூடத்தின் ஒட்டில் நின்றபடியே குனிந்து தலையை உயர்த்தி பந்தலை ஒரு முறை பார்த்தாள் லட்சுமி. பிறகு கூடத்தில் நடந்தாள். முன் அறையைத் திறந்துபார்த்தாள்.

"வீடு முழுக்கப் பெருக்கி அலம்பிவிட்டாச்சா?" என்று கேட்டாள். "போய்ப் பாரேன்" என்று நரசிம்மன் எழுந்தான். அவளைப் பின்தொடர்ந்து போனான். கூடத்துக்கும் சாப்பிடுகிற ஹாலுக்கும் நடுவே உள்ள அறை, பிறகு சாப்பிடுகிற இடம், பிறகு சமையலறை, அப்பாலுள்ள உக்கிராண அறை—ஒவ்வொன்றாகப் பார்த்துக்கொண்டே போனாள் அவள்.

"செங்கம்மா வேலை வேலைதான். புது வீடு மாதிரியல்ல இருக்கு பார்த்தா. கும்கும்னு பேசறதுகூட எதிரொலிக்கிறது, புது வீடு மாதிரி" என்று சொல்லிக்கொண்டே கொல்லைத் தாழ்வாரம், முற்றம், கிணறு—பிறகு நிலையைக் கடந்து அங்கேயிருந்த பெரிய மாட்டுக் கொட்டில் எல்லாவற்றையும் ஒவ்வொரு கதவாகத் திறந்து பார்த்துக்கொண்டே கொல்லையில் இறங்கினாள் லட்சுமி. "கண்ணைப்பறிக்குது வீடு அத்தை மகன்னா அத்தனை கருசனை! இந்த மாதிரி ஒரு நாளைக்கு நம்ப வீட்டையும் கவனிச்சிருந்தா? இப்படி அறுபது நாழியும் தாசில்தாரு, ரெவின்யூ இன்ஸ்பெக்டரு, சப்—இன்ஸ்பெக்டர், சப்—ரிஜிஸ்தார், டெமான்ஸ்டரேட்டர்னு ஊரானையெல்லாம் கட்டிக்கிட்டு மாரடிக்கிறதுக்குப் பதிலா—"

"சொந்த வேலையைக் கவனிச்சிருந்தா அத்தை மகன் மாதிரி ஆகியிருக்கலாம். இல்லியா?"

"அப்படித்தான் சொல்ல நினைச்சேன்."

"தலைகீழே நின்னாலும் அவன் மாதிரி ஆக முடியாதுன்னேன். அவன் என்ன வெறும் கடுதாசி, ஆணி விக்கறவன்னு நினைச்சியா? அந்தக் காலத்து எம்.ஏ.,ன்னேன். அவன் நினைச்சிருந்தா கலெக்டர், ரெவின்யூ மெம்பர், மந்திரியாக்கூட ஆயிருப்பான். என்ன படிப்பு! என்ன சூட்சமம்! கைக்கட்டி சேவகம் பண்ணப்படாதுன்னு ஒரு பிடிவாதம். கடுதாசியையும் இரும்பையும் வச்சிட்டு கடை

பரப்பினான். பணத்தை அரிச்சுக் கொட்டினான். அங்கேயும் அந்த ஆபீசர் இந்த ஆபீசர்னு வந்து பிடுங்க ஆரம்பிச்சதனாலே, அதையும் மூட்டைக் கட்டி தொலைச்சுவிட்டு இங்க வரான். அவன் மாதிரி இருக்க முடியுமா எல்லாராலேயும்?"

"என்னமோ..! அத்தை மகன்தான் வந்து இருக்கப் போறாரு. அவரைப் பார்த்தாவது கொஞ்சம் மாமன் மகனுக்கும் சமர்த்து வரட்டுமே... அவரு இருக்கட்டும். அவர் பெண்டாட்டி இத்தனை பெரிய வீட்டிலே எப்படி கால் விட்டுப் போகாம நடமாடப் போறான்னுதான் கவலையாய் இருக்கு. இன்னிக்குச் சனிக்கிழமை. வாசல்லே கோவிந்தா, வெங்கட்ராமா, மகாலக்ஷ்மியே, ஈச்வரி யேன்னு ஆயிரம் பிச்சை. சமையல் உள்ளுக்கும் வாசலுக்கும் பிடிபிடியா அரிசியை எடுத்துக்கிட்டு ஆயிரம் நடை நடந் திருப்பேன். இடுப்பு, முழங்கால் எல்லாம் இத்துப் போயிட்டுது, நம்ம வீட்டிலேயே இப்படின்னா, இங்கே எப்படி நடக்கப் போறா உங்க அத்தான் சம்சாரம்! நினைக்கிறபோதே என் கால் துவளுது."

"பிச்சை போட்டாத்தானே?"

"இது பட்டணம் இல்லே... போடாட்டா காதைக் கிழிச்சிடும் இங்கே மொய்க்கிற பிச்சை" என்று வீட்டை மறுபடியும் மேலும் கீழும் பக்கத்தில் நோட்டம் விட்டாள் லட்சுமி.

மிகப் பெரிய வீடுதான். பெரிய கூடம், பெரிய தாழ்வாரம். ஒவ்வொன்றுக்கும் நேராக முன் பக்கம் திண்ணையைப் பார்க்கும் பெரிய அறைகள் இரண்டு. கூடம், நடை அறை, எங்கும் சிமெண்ட்பால் தேய்த்து வழவழவென்றிருந்தது. மேலே ஓட்டுக்குக் கீழே, ஓடு முழுவதையும் மறைக்கிறாற்போல் தேக்குப் பலகையாகத் தைத்திருந்தது. சாப்பாட்டு அறையில் ஐம்பது பேருக்கு விட்டுவிட்டு இலை போடலாம். கொட்டிலில் இருபது மாடு கட்டலாம். கொல்லையும் வால்வீச்சு. அதிலும் நடந்து நடந்து போனால் கடைசியில் ஒரு வேலி. அதன் படலைத் திறந்தால் வாய்க்கால். வாய்க்காலில் இறங்கி ஏறினால் பஸ் போகிற சாலை. லட்சுமியும் நரசிம்மனும் படலைத் திறக்கவில்லை. திரும்பி நடந்தார்கள்.

"வாய்க்காலுக்கும் வாசல் கொட்டகைக்கும் நூல் பிடிச்சுப் பார்த்தா ஒரு பர்லாங் இருக்கும்போலிருக்கு. உங்க அத்தான் பெண்டாட்டிக்கு கால் ஓயாம என்ன பண்ணும்..?" என்று தென்னை, பன்னீர் மரங்கள் நாரத்தை மரங்களுக்கிடையே முழுவதும் கொத்தியிருந்த கொல்லையையும் நடுவே முழங்கால் உயரத்துக்கு சுவர் வட்டம் கட்டியிருந்த கிணற்றையும் எட்டிப்

பார்த்துக்கொண்டே "கொல்லை முதற்கொண்டு கொத்தி வைச்சிருக்கு. நாலு நாளிலே காய்க்கும்படியா, பூக்கும்படியா, கறிகாய்ச் செடி பூச்செடி ஏதாவது போட்டு வைக்கப்படாதா, அத்தான் வந்தவுடனேயே பறிச்சு சாப்பிட வாகா?" என்று தூர் எடுத்து, சற்று லேசாகப் பழுப்பு ஏறின கிணற்று நீரைப் பார்த்துக்கொண்டே கேட்டாள் லட்சுமி.

"அத்தான் டேஸ்டு எப்படியோ. பட்டணத்திலேயே ஊறினவன். அவன் வந்து பார்த்துக்கட்டுமே" என்று தற்செயலாக வாசலைப் பார்த்த நரசிம்மன் "வா, யாரோ வந்திருக்கான்" என்று வேகமாக நடந்தான். ஒவ்வொரு கதவாகச் சாத்தித் தாழிட்டுக்கொண்டு இருவரும் உள்ளே வந்தார்கள்.

"என்ன வீரு!"

"உச்சி கடந்து வரச் சொன்னீங்களே. வந்திருக்கோம்" என்றான் மூன்று ஆட்களில் ஒருவன்.

"இன்னும் லாரி வரலியே. வந்தா வாய்க்கால் பாலத்திலே வரமுடியாது. சாமான் எல்லாம் ரோட்டிலே நிறுத்தித்தான் கொண்டு வரனும், நீங்க போய் சத்திரத்து வாசல்லே இருங்களேன். நானும் காலமேருந்து பார்த்துக்கிட்டிருக்கேன். இன்னும் வரலே..! நீங்க போங்களேன், நானும் வந்திடரேன்."

மூவரும் கிளம்பினார்கள்.

"வீரு! இப்படி வா..." என்று முன் அறைக்குள் சென்று அங்கு ஜன்னலில் வைத்திருந்த பலகையை எடுத்துக் கொண்டு கொடுத்தான் நரசிம்மன். "இதை வாசல்லே மாட்டு சொல்றேன். அதே அலமாரியிலே சுத்தி இருக்கு. ஆணியிருக்கு எடுத்துக்க."

"என்னங்க இது! நாமம் சங்கு சக்கரம் எல்லாம்?"

"எங்க ஒண்ணுவிட்ட அத்தை மகனாச்சேய்யா. பெருமாள்தானே அவருக்கும் சாமி. சட்டுப்புட்டுன்னு மாட்டு. சாமான்லாம் வந்து ஏர்றதுக்கு முன்னாடியே பெருமாள்தான் உள்ளே அழைக்கணும் எல்லாத்தையும்."

"இருங்க தூசியாயிருக்கு, தட்டிக் கொடுக்கிறேன்" என்று லட்சுமி பலகையை வாங்கி முந்தானையால் தட்டித் துடைத்துக் கொடுத்தாள். முற்றத்து ஓரமாக இருந்த ஈரத்தில் விரலை வைத்துப் பலகையைத் தடவினாள். நடுவே உள்ள நாமம், இரண்டு பக்கமும் சங்கம், சக்கரம், கருடன், அனுமார் எல்லாம் மெருகேறித் துலங்கின.

ஆணியை அடித்து வாசல் நிலைக்குமேல் மாட்டினான் வீரு. கூட இருந்தவன் எதிர்க் கொல்லையில் இருந்து மாவிலைக் கொத்து ஒடித்து வந்தான். அதையும் நடுவிலும் ஓரத்திலும் வைத்தான் வீரு.

"இன்னிக்கு சனிக்கிழமையாச்சே. முதல்லெ வக்யறதுதான் வைக்கிறோம். ஒரு சூடம் கொளுத்திக் காமிப்போமே."

லட்சுமி குறட்டில் இறங்கி தன் வீட்டிற்கு ஓடினாள். அதற்குள் தெருவிலிருந்து ஒவ்வொருவராக வேடிக்கை பார்க்க வந்துவிட்டார்கள். குழந்தைகள் படையும் வந்துவிட்டது.

"வந்தாச்சாடா?" என்று மெதுவாக ஒரு பையன் இன்னொரு வனைக் கேட்டான்.

"இனிமேதாண்டா வருவாங்க. அதுக்குத்தான் முன்னாடியே அளகு பண்ணி வைச்சிருக்காங்க."

"எதுக்கு நாமம் சங்கு சக்கரம் எல்லாம் போட்டிருக்கு?"

"அவரும் பெருமாள் சாதி. நம்ம சடகோபன் அப்பாருக்கு ஒண்ணுவிட்ட அத்தை மகன்டா."

"இங்கியே இருக்கப்போறாங்களா?"

"பின்னே எங்கே இருப்பாங்க? இவன் ஒரு மக்குப்பயடா. பங்கு வாங்கிருக்காருடா அவரு. அக்கரையிலே பதினஞ்சு வேலி, இங்கே ஒரு பத்து வேலி. மாத்தூர்லே ஆறு வேலி வாங்கி இருக்காரு –"

லட்சுமி தேங்காய் பழம் வெற்றிலை சூடம் எல்லாம் கொண்டுவர ஐந்து நிமிடம் பிடித்தது. வீரு தேங்காயை உடைத்துச் சூடத்தைக் கொளுத்தி நாமத்துக்கும் சங்கு சக்கரத்துக்கும் காட்டினான். சிறுவர்களும் ஆட்களும் கன்னத்தில் போட்டுக்கொண்டார்கள்.

"நாமம் கட்டின முகூர்த்தம் வளர்ந்துக்கிட்டே போகணும் ஆண்டவனே – பெருமா கோயில், சிவன் கோயில், பிடாரி கோயில்னு ஊரிலே எல்லா சாமியும் பட்டினி, எல்லா சாமிக்கும் வீடு ரிப்பேரு. ஐயா வந்தாவது விடியட்டும் எல்லாத்துக்கும்" என்று வீரு குறடை விட்டுக் கீழே இறங்கினான்.

"ஐயா வந்தவுடனேதான் சொர்க்க வாசல்லே நுழையறாப்பல சங்கு சக்கரம் எல்லாம் கட்டி வச்சிருக்கியே. அப்புறம் என்ன!" என்றாள் லட்சுமி.

"எத்தைப் பண்ணினாலும் நம்ம வீடெல்லாம் சொர்க்க மாயிடுமா? சாமி குந்தற வீடுல்ல சொர்க்கம்! அவர் குடியை நல்லாப் பண்ணினாத்தானே நம்ம குடியும் சரியாய் இருக்கும்— அப்ப நாங்க வரட்டுங்களா?"

"சரி போ. நானும் இதோ வரேன்" என்றான் நரசிம்மன்.

"என்ன சொர்க்கப் பேச்சா இருக்கு?" என்று குரல் கேட்டு அவன் திரும்பினான். "வாய்யா வேதாந்த சாயபு?"

வேதாந்த சாயபு தலையில் வெற்றிலை மூட்டையுடன் வந்து நின்றார். அரையில் கைலி. மோவாயில் கூராக தாடி. "வந்திட்டாஹளா?" என்றார் சாயபு, நிலையில் தொங்கின பலகையைப் பார்த்து.

"இன்னக்கி ராவுக்கா வந்திருவாங்க."

"இன்னிக்கு ராவுக்கு...? நல்லது... நல்லது... வீடு இப்பவே லச்சுமிகரமா இருக்கு—ஐயா வரத்துக்கு முன்னாடியே. வந்தப்புறம் மஜாண்டு இருக்கும்."

"உமக்கு மஜாத்தான். அவருக்கு வெத்தலைன்னா உசிரு."

"ஆண்டவனே."

"தினம் ரண்டு மூணு கவுளி வாடிக்கை."

"ஆண்டவனே... ஐயா ரொம்ப பக்திமான் போலிருக்கு——"

"பக்திமான், புத்திமான், சக்திமான்—நீயே பார்த்துக்கவேன், வந்தப்புறம்..."

"புத்தி, சக்தி எல்லாம் ரண்டாஞ் சேதில்ல! முதல்லே சொன்னதுதான் முக்கியம். நீதாண்டா எல்லாண்டு அவன் கால்லெ எல்லாத்தையும் கொட்டிரணும். அப்புறம் அவனே பார்த்துப்பான். சக்தி, புத்தி, சாமர்த்தியம், அடாவடி எல்லாம் அப்புறம்தான்."

"நீ நினைக்கிறபடிதான் இருப்பாங்க, கவலைப்படாதே."

"ஆண்டவனே ... அப்ப, நாளைக்கு வந்து ஒரு குரல் கொடுக்கிறேன்."

"நிச்சியமா!"

"ஐயா வூட்லெ நேத்து அரைக்கவுளி போட்டேன். இன்னிக்கு?"

"அவங்களுக்கு இன்னிக்கு நம்ம ஊட்லெதான்யா சாப்பாடு. போயி ரண்டு கவுளி போட்டுட்டுப் போ."

"அதுதான் நினச்சேன். சாயபு தானா கேக்கட்டுமேண்டு இருந்தீளாக்கும்."

"மறந்துபோச்சு. நீதான் வேதாந்த சாயபு இருக்கியே ஞாபகம் படுத்த."

"ஆண்டவனே."

சாயபு திரும்பி மேற்கே பார்க்க நடந்தார்.

வீட்டைப் பூட்டிக்கொண்டு, நரசிம்மன் கிழக்கே நடந்து சாலைக்குப் போகிற பாதையில் திரும்பினான்.

சாலையையும் பாதையையும் இணைக்கிற வாய்க்கால் பாலத்தை அடைந்ததும் இரண்டு மூன்று தடவை காலால் உதைத்துப் பார்த்தான். ஆறேழு தென்னை மரங்கள் பக்கத்தில் பக்கத்தில் அடுக்கி அவற்றின் மேல் ஓடு, சரளைகளையும், மண்ணையும் கொட்டிப் பரப்பி இருந்தது. பாரவண்டி வரும், வில் வண்டி வரும், ஆள் உட்காருகிற கார் வந்துவிடும். லாரிச் சுமையை இந்தத் தென்னங்கட்டை எப்படித் தாங்கும்? ஐந்தாறு ஆண்டுகளுக்கு முன் ஆற்றில் பெரிய வெள்ளமாக வந்தது. ஊர் நிலம் எல்லாம் முழுகிற்று, வாய்க்கால் உயர்ந்து உயர்ந்து சாலை, கொல்லை யெல்லாம் வழிந்தது. வாய்க்கால் மதகின் கணை, சீசாவாய் மாதிரி குறுகல். அடுத்த ஊர்க்காரர்கள் ஐந்தாறுபேர் ஓடி வந்தார்கள். இந்த மதகுதான் அத்தனை வெள்ளமும் கொள்ளாமல் கழுத்தைப் பிடிக்கிறது என்று கடப்பாறையைப் போட்டு பாலத்தையை இடித்துத் தள்ளிவிட்டுப் போனார்கள். இரவோடு இரவாக இது நடந்துவிட்டது. அப்புறம் ஒரு மாதத்திற்கு வண்டிகூட வரமுடியாமல் ஊர் தனித்துக் கிடந்தது. குழந்தைகள் பள்ளிக்கூடம் போக முடியாமல் திணறினார்கள். ஆற்றங்கரைக்குப் போக முடியாமல் பெண்கள் திகைத்தார்கள். கீழண்டை ஊர்க்காரர்கள் சிரித்தார்கள். ஊர் ஆண்பிள்ளைகளுக்கு ஒருவாறாக சுரணை பிறந்தது. வெள்ளம் அரித்து விழுந்த இரண்டு தென்னைகளை அறுத்துப்போட்டுச் செப்பம் செய்தார்கள். அதையும் செய்து ஐந்து ஆண்டுகள் ஆகிவிட்டன. இப்போது பாலத்தின் மேல் பல காயங்கள், குழிகள், வடுக்கள்! ஏதோ அம்மை வடுவை மூட முடியுமோ என்பதுபோல் ஊரார்கள் சிவனே என்றிருந்தார்கள்.

"என்ன சிங்கம்? உதைச்சு உதைச்சுப் பார்க்கறே நரசிம்மன் தூணை உதைச்சாப்பல?" என்று குரல் கேட்டது. நரசிம்மன் திரும்பி எங்கெங்கோ பார்த்தான்.

"இதோ, இங்கே இருக்குறேன்" என்று மீண்டும் குரல் வரவே, வாய்க்காலுக்கு இக்கரையிலேயே நாற்பது ஐம்பது

அடி தூரம் தள்ளி இருந்த ஓங்காளி சத்திரத்தைப் பார்த்தான். இளம் தென்னங்கன்றுக் கீற்றின் வழியாகச் சத்திரத்தின் குள்ளத் திண்ணை மீது உட்கார்ந்திருந்தது ஆதிமூலத்தின் கரிய உருவம். தொந்தி, வெள்ளை வேட்டி, தலை வழுக்கையைச் சுற்றிப் பாவாடை கட்டி வளர்ந்திருந்த வெளுப்பு மயிர் – – எல்லாம் தெரிவது போலிருந்தது – சாலை வழியாக நடந்து வாய்க்கால் மீது போட்டிருந்த இரட்டைத் தென்னங் கட்டைகள் மீது நடந்து, சத்திரத்து சார்ப்புக்குள் நுழைந்து திண்ணையில் உட்கார்ந்தான் நரசிம்மன்.

“என்ன அப்படி உதைச்சே!”

“லாரியைத் தாங்குமா இல்லியான்னு பார்த்தேன் – பூவராகன் லாரியிலே சாமானையெல்லாம் ஏத்தியனுப்பிச்சிட்டானாம். அவனும் குடும்பமும் காரிலே இன்னிக்குக் காலமே புறப்பட்டு வராங்களாம்.”

“லாரி எப்படி வரும்? பேசாம சாமானை இறக்கி வாய்க்காலுக்கு அந்தாண்டை வண்டியை நிறுத்தி ஏத்திட்டுப் போ. ஏதாவது இசைகேடா ஆகப்படாது பாரு. முத முத வர்றப்போவே நெரடிக்கிட்டே வரப்படாது.”

“அதான் நானும் யோசனை பண்ணியிருக்கேன்.”

ஆதிமூலமும் யோசனையில் இறங்கிவிட்டார், சற்றுக் கழித்து ஆரம்பித்தார். “என்னா இந்தப் புள்ளே இப்படி? எல்லாரும் பட்டணம் பட்டணம்னு பறக்கிறாங்க. இந்தப் பிள்ளையானாத் தலை கீழ்ப்பாடம் படிக்கிறான், என்னத்தைக் கண்டு இங்க வந்து பங்கு வாங்கி, வீட்டை வாங்கி...”

எத்தைக் கண்டானோ? எல்லாம் முடிஞ்சு போச்சு. புறப்படவும் செய்திட்டான். நீங்க ஏன் கவலைப்படறீங்க? அவன் பட்டணத்திலேயேயும் இந்த ஊர்லே இருக்கிறாப்பலே இருப்பான். இந்த ஊர்லியும் பட்டணத்திலே இருக்கிறாப்பல இருப்பான்!”

“இருக்கட்டும். இருக்க வேண்டியதுதானே? யார் வேண்டாம்கறாங்க?”

நரசிம்மன் அவரோடு வாய்கொடுக்க மனமில்லாமல் சாலையில் மேற்கே பார்த்துக் கொண்டிருந்தான். “கொஞ்சம் கண்ணை மூடுறேன். லாரி வந்தாச் சொல்லு” என்று திண்ணை ஓரத்திலிருந்த கருங்கல் குளிர்ச்சி மீது துண்டை விரித்து ஒருக்களித்து தூண் மீதே தலையை லேசாகப் பொருத்திக்கொண்டு கண்ணை மூடினார்.

"உனக்கு எதுக்காகச் சொல்லணும்?" என்று நினைத்துக் கொண்டே பதில் சொல்லாமல் மேற்கேயே பார்த்துக் கொண் டிருந்தான் நரசிம்மன். 'உம் உம்'மென்று சம்போத்து ஜோடி, நெல் குத்துவது போல எங்கோ மரக்கிளையில் முக்கிக்கொண்டிருந்தது. காற்றில் சலசலப்போடு காக்கைகள் இரண்டு பெரிதாகக் கத்தாமல் சேர்ந்து கரைந்தன.

புர்ரென்று எங்கோ தொலைவில் லேசாக ஓசை வருவதைக் கேட்டு, நரசிம்மன் காதைத் தீட்டிக்கொண்டான். எழுந்து தென்னம் பாலத்தைக் கடந்து சாலைக்கு வந்தான்.

"வராப்பலிருக்கே" என்று சாலை டீக்கடைச் சார்பில் குந்தியிருந்த வீருவும் மற்ற ஆட்களும் எழுந்து நின்றார்கள்.

"சத்தத்தைப் பார்த்தா லாரி மாதிரி இருக்கு."

"நீங்க சத்திரத்திலே குந்தியிருங்களேன். வந்தாக் கூப்பிடறோம்."

"கம்பளிப் பூச்சி படுத்திருக்குடா அங்கே" என்று மெதுவாக அவனைப் பார்க்காமலேயே சொன்னான், நரசிம்மன்.

சத்தம் ஓங்கிக்கொண்டே வந்தது. நெருங்கி நெருங்கி வந்தது. "இதான் போலிருக்கு."

சாலை வளையில் மூங்கில் கொத்தின் ஓங்கிய வளைவுக்குக்கீழ் ஒரு பெரிய லாரி திரும்பி வந்தது. ஒன்று இல்லை, இரண்டாவது ஒன்றும் அதன் பின்பு வந்தது.

நெருங்கி வந்ததும் கையை உயர்த்தினான் நரசிம்மன்.

"பூவராகன் அனுப்பிச்சாரா?"

"ஆமாங்க!"

"அப்ப இப்படி மதவோரமா நிறுத்துங்க."

"இதான் ஆறுகட்டியா?"

"இதேதான்."

"ஏ.ஆர். நரசிம்மன்னிட்டு ..."

"அதுவும் நான்தான். நான்தான் சாமான்லாம் வாங்கி வைக்கப்போறேன். அதோ மதகுக்கு அப்பாலே இறக்கி வைக்கணும். அப்புறம் வண்டியிலே ஏத்திக்கிட்டு போகணும், லாரி போகாது.

புர் புர் புர்ரென்று விம்மிக்கொண்டிருந்த இரண்டு என்ஜின்களும் நின்றன.

❍ ❍ ❍

ஒரு லாரி சாமான்களை இறக்கி; இரண்டாவது லாரியை மதகோரமாகக் கொண்டு வரும்போது மேற்கே ஹார்ன் கேட்டது.

"ஐயா வந்தாச்சுபோல்ருக்கே" என்று நரசிம்மனோடு நின்று மேற்பார்வை பார்த்துக்கொண்டிருந்த கணேசபிள்ளை, மேற்கே பார்த்தார். "தள்ளி நிறுத்துங்க, கார் உள்ளே போகட்டும்" என்றான் நரசிம்மன்.

பளபளவென்று பெரிய கறுப்பு டாட்ஜ் ஒன்று வந்து நின்றது.

"வரணும் வரணும்" என்று கதவைத் திறந்தான் நரசிம்மன். "வாங்க வாங்க" என்று குனிந்து உள்ளே இருக்கிற பெண்டுகளையும் வரவேற்றான்.

"குட் மார்னிங் மாமா."

"குட் மார்னிங் மாமா."

"குட் மார்னிங்டா, வாடா ராசாத்திங்களா!"

"நானும் குட் மார்னிங் மாமா!"

"அட நீயும் இருக்கியா? எங்கடா பதுங்கியிருந்தே...

பூவராகன் இறங்கி நின்றான். "இறங்குங்களேன்."

"யப்பாயப்பா – காலெல்லாம் மரத்துப் போச்சு. ஒரு காலே இல்லை போலிருக்கே" என்று அந்தப் பெண்ணும் இறங்கினாள். இன்னொரு பெண்ணும் இறங்கிக் குதிக்கிறாற்போல் நின்றாள். அந்தண்டைக் கதவைத் திறந்து பத்து வயசுப் பையன் இறங்கினான். கடைசியாக பூவராகனின் மனைவி 'ஸீட்'டில் கையை ஊன்றி ஊன்றி எழுந்தாள்.

"வாங்க, வாங்க" என்று சாலைக் கடைகளிலிருந்து ஆட்கள் வந்து மரியாதையாக நின்றார்கள்.

"வரணும் வரணும்" என்று சத்திரத்துத் தென்னம்பாலத்தில் குடுகுடுவென்று ஆதிமூலம் சிறு ஓட்டமாக ஓடி வந்தார்.

பூவராகனுக்கு நெடிய வடிவம். கீழே மயில்கண் வேட்டி. மேலே நீராவி போல மெல்லிய மல் சட்டை. அடர்ந்து வளர்ந்து கிடந்த கிராப்பில் காதண்டை நரை கண்டிருந்தது. பச்சைக் கண்ணாடி அணிந்திருந்தான். நெற்றியில் சிந்தூரக் கோடு, சட்டைக்குமேல் ஒரு ஜரிகைச் சீர்போட்ட துணுக்கு. இடது கையில் வெற்றிலைப் பெட்டி. அதன் மேல் ஒரு புஸ்தகம். ஆதிமூலம் அவரைப் பார்த்து வியந்துகொண்டே நின்றார்.

தி. ஜானகிராமன்

பெண்களும் நல்ல உயரம். கிட்டத்தட்ட ஒரே ஜாடைதான். இரண்டு பேரும் ஒரே நிறத்தில் பட்டுப்பாவாடையும் தாவணியும் அணிந்து நின்றார்கள். இருவருக்கும் தலைமயிர் சிற்றலை படர்ந்திருந்தது. மூத்தவளுக்குப் பதினேழு, பதினெட்டு வயதிருக்கும். இளையவளுக்குப் பதினைந்து இருக்கலாம். இருவருக்கும் முறுக்கி இழுத்துக் கட்டினாற்போல் வெடவெடவென்ற உடற்கட்டு. பூவராகன் சம்சாரம் பழைய முறைப்படி புடவை மடிப்பை இடுப்பில் பின் பக்கம் விட்டு உடுத்தியிருந்தாள். அவளுக்கு உடல் சற்றுப் பருமன். அதனால் கழுத்துக்கூட சரியாகத் தெரியவில்லை. வைர அட்டிகை, தாம்புச் சங்கிலி, காப்பிக் கொட்டைச் சங்கிலி என்று ஏழெட்டு அணிந்திருந்தாள். கையிரண்டிலும் அப்படியே ஏழெட்டு ஜோடி பளிச்சிட்டன. முகம் முற்றாமல் இளந்தோலாகத்தானிருந்தது. நீளக் கழுத்தும் உயரமும் இறுக்கின அடக்கமுமாக நின்ற அவள் பெண்களுக்கும் அவளுக்கும், தோற்றத்தில் ஒற்றுமை அவ்வளவாக இல்லை. பெண்கள் அப்படியே தகப்பனைக் கொண்டிருந்தார்கள்.

“என்னடாது! கால்சட்டை, பூட்ஸ், ஸ்டாக்கிங்கெல்லாம் காணும்? என்ன இப்படி?” என்று மண்ணில் புரளப் புரள அரையில் ஜரிகை வேட்டியும் கை மடித்த முழுக் கை வெள்ளைச் சட்டையும் மொழுமொழுவென்ற தொப்பையும் சதையுமாக நின்ற பயலைப் பார்த்துக் கேட்டான் நரசிம்மன.

“கிராமத்துக்கு வந்தாச்சாம், இன்னமே இப்படித்தான் ட்ரெஸ் பண்ணிப்பானாம்” என்றான் பூவராகன்.

“போடு ராசா! மண்ணை மிதிக்கிறதுக்கு முன்னாடியே மைனராயிட்டானே.” பையன் நாணிக்கொண்டு சிரித்தான். அம்மா சிரிப்பது மாதிரியே இருந்தது. முகச்சாயல் உடல்வாகு – எல்லாம் ஏறக்குறைய அம்மாவேதான் அவன்.

“ஆதிவராகன் பூமியைக் கிளப்பிப் பாதாளத்திலேருந்து கொண்டாந்து காப்பாத்திச்சு. இந்த பூவராகன் வந்ததும் அந்த மாதிரியே இந்த ஆறுகட்டியையும் தூக்கி நிறுத்தணும். ஊரு அவ்வளவு மோசமாப்பூட்டு” என்றார் ஆதிமூலம்.

“என்ன வர்றதுக்கு முன்னாலே குறைப்பாட்டு பாட ஆரமிச்சிட்டீங்க” என்றான் நரசிம்மன்.

“இருக்கிறதைச் சொன்னேம்பா. வந்தவுடனே பண்டம்பாடியோட நேர ஊருக்குள்ள நுழைய வேண்டியதுதானே. எங்கே முடிஞ்சுது, லாரியை ரோட்லே நிறுத்தித்தானே சாமான்களைத் தூக்கிட்டுப் போக வேண்டிருக்கு. வாசல்படியே இந்த மாதிரி

யிருக்கு பார்த்துக்குங்கன்று சொல்றதிலே என்ன தப்பு! நான் என்ன அப்படி இங்கிதம் தெரியாத பேசிருவேன்னு நெனச்சியா?"

பூவராகன் சிரித்தான். "அதெல்லாம் ஜமாச்சுப்பிடலாம் போங்க!" என்றான்.

காற்றாடிக்கு வால் கட்டினாற்போல் நீள வாலை விசிறிக் கொண்டு மூங்கில் கொல்லைக்குள் மறையும் ஒரு பறவையை அக்காளிடம் காட்டிக்கொண்டே நின்றான் பையன்.

"நெசவாலுதாண்டா, ஒட்டவச்சதில்லை" என்றான் நரசிம்மன். "கார்லே ஏறுங்களேன். கார் உள்ளே போகும்."

"பரவாயில்லே நடந்துதான் போவமே."

"ரொம்ப நல்லாயிருக்கு. ஏறுங்க சொல்றேன்."

"அப்ப நீயும் ஏறிக்க. கார்வாரையா – நீங்களும் ஏறிங்களேன்" என்றான் பூவராகன்.

"சாமான்லாம் இறங்கியாகணுமே. நான் ஏத்திட்டு வரலாம்னு பார்க்கிறேன்" என்று குழைந்தார் கணேசபிள்ளை.

"சரி, பார்த்து ஏத்துங்க – நாற்காலி மேஜையெல்லாம் காலைக் கீலை ஒடிக்காம ஏந்தச் சொல்லுங்க."

"சரி."

"அப்ப வரேன்" என்று எல்லோரிடமும் சொல்லிக்கொண்டான் பூவராகன்.

கார் வாய்க்கால் பாலத்தில் தூக்கித் தூக்கிப் போட்டுக் கொண்டே ஊருக்குள் நுழைந்தது.

தெரு திரும்பி நாலைந்து வீடு தாண்டியதும், "இதுதான் நம்ம வீடு, பார்த்துக்குங்க" என்று காரை நிறுத்தச் சொன்னான் நரசிம்மன்.

உள்ளுக்குள் இருந்தபடியே பார்த்தார்கள் எல்லோரும். வாசலில் கொட்டகை, கீழே ஒரு அடி கனத்திற்கு மணல், வீட்டின் அகலம் எல்லாவற்றையும் பார்த்தான் பையன்.

"இதுதான் நம்ம வீடாப்பா?" என்று எட்டிப் பார்த்தான்.

"இறங்கிப் பார்க்கிறயா?"

"போய் காப்பி கீப்பி சாப்பிட்டுவிட்டு வந்து, பார்க்கலாம்" என்று நரசிம்மன் சொல்லிவிட்டான்.

“குளிச்சிப்பிட்டு ராமம்லாம் போட்டிருக்கே வீடு” என்றான் பையன்.

எல்லோரும் சிரித்தார்கள்.

வண்டி நகர்ந்தது.

“இந்த ஊர்ப் பள்ளிக்கூடத்திலே நாமம் போட்டுக்கிட்டா வாணாம்னு சொல்ல மாட்டாங்கள்ள?”

“போக்கிரிப் பயலெ! என்ன பார்த்தீல்ல! எனக்காக நாமம் போட்டுக்கிட்டுப் பள்ளிக்கூடத்து வாசல் வந்ததும் அழிச்சிக்கிட்டுப் போற பய ஒண்ணும் தெரியாதது மாதிரி பேசறான் பாரேன்.”

“அதாம்பா. பையங்களுக்காக அழிச்சுப் போடுவேன். இந்த ஊர்ப் பையங்க கேலி பண்ணாம இருப்பாங்களான்னு கேக்கறேன்.”

“யாரு கேலி பண்ணினா நமக்கென்னடா?”

“இங்க யாரும் சொல்ல மாட்டாங்கடா. பயப்படாதே பட்டை நாமமாச் சாத்திட்டுப் போகலாம். வீடு வந்தாச்சு, இறங்கு” என்று நரசிம்மன் கதவைத் திறந்தான்.

2

நரசிம்மனின் வீடு அது. நடுத்தரமான வீடு. லக்ஷ்மி எல்லோரையும் வரவேற்று உள்ளே அழைத்துப் போனாள்.

ஜமக்காளத்தில் எல்லாரும் உட்கார்ந்தார்கள். பூவராகனின் சம்சாரம் உள்ளே லக்ஷ்மியோடு சமையலறைக்குப் போனாள்.

பலகாரம் தட்டுத் தட்டாக வந்தது.

"இது யாரு தெரியலியே?" என்றான் பூவராகன், தட்டுகளைக் கொண்டு வைத்த பெண்ணைப் பார்த்து, "நான் பார்த்ததில்லை போலிருக்கே" என்று அவளைப் பார்த்ததும் பார்க்காததுமாக நரசிம்மன் பக்கம் திரும்பினான்.

அந்தப் பெண் நல்ல உயரம். தலை மயிரை முடிந்து வலது பக்கம் கொண்டை மாதிரி செருகி யிருந்தாள். சற்று உருண்டை வாகான முகம். நெற்றி நடுவில் வகிடு, அதன் முனையிலும் நெற்றியிலும் சின்னதும் பெரிதுமாக இரண்டு குங்குமப் பொட்டு. நீளமாக ஒரு ரவிக்கை. அதன் கைகளுக்கு வெளியே பிரப்பங் கழியாக இரண்டு கைகள் வெளிப்பட்டு நீள வந்து குழைந்திருந்தன. உருண்ட பிரப்பங் கழியின் நினைவு வந்தது பூவராகனுக்கு. இடுப்பில் லேசான சிந்தூர வர்ணத்தில் பின்னால் கொசவம் விட்ட கிராமக் கட்டு. கையில் இரண்டு கறுப்புக் கண்ணாடி வளையல் ஜோடி. அவள் உயரமாக இருந்ததாலோ என்னவோ, புடவை கணுக்காலுக்குக் கீழ் வரட்டுமா வேண்டாமா என்று தயங்கிக் கொண்டேயிருந்தது. அதனால்தான் அவள் பாதத்தின் சீரையும் கணுக்காலின் சரிவையும் பார்க்கத் தோன்றிற்று அங்கிருந்த எல்லாருக்கும்.

"நம்ம கார்வார் கணேசபிள்ளை சம்சாரம், நீங்கள்ளாம் வரீங்கன்னவுடனே, டிபன் பண்ண வந்திட்டாங்க" என்றான் நரசிம்மன்.

"கை முழுக்க அப்படியே மணம். குழம்பா, பொறியலா, லட்டா, பூந்தியா — எது செய்யட்டும் ராஜா தலையை நெரடும்."

மஞ்சள் சற்று அதிகமாகவே பூசின கன்னம் சிவக்கிறாற்போல நாணி முறுவலித்துவிட்டு உள்ளே நடந்தாள் அவள். அந்த நீளக்கால் நேராக நூல் பிடித்தாற் போல் நடப்பதைப் பாராமல் பூவராகனுக்கு இருக்க முடியவில்லை. சற்றுப் பிரயத்தனத்துடன் கண்ணை எடுத்து, நரசிம்மனின் பக்கம் திரும்பினான்.

"நூறு ஆளுக்கு சமைக்கணுமா? ஒண்டியா நின்று சமாளிக்கும். அப்படி ஒரு நிதானம், ஒரு கணக்கு, அப்படி ஒரு உரம்."

மைசூர்பாகை வாயில் போட்டுக்கொண்ட பூவராகனுக்கு நரசிம்மன் மிகைப்படுத்தவில்லை என்று தெரிந்தது.

"கணேசபிள்ளையின் சம்சாரமா?" என்று தோரணையாகச் சொல்லிவைத்தான்.

"முத சம்சாரம் இறந்து போயி பத்து வருஷமாச்சு. ரண்டு வருஷம் தனியாப் பொங்கித் தின்னு பார்த்தாரு. முடியாமே கடசியிலே சிவகங்கையிலே உறவுக்காரங்க இருந்தாங்க. முப்பது ஏக்கரா இருக்காம். மானம் பார்த்த சீமை. மூணு வருஷத்துக்கு ஒரு தடவைதான் விளையும். கஷ்டப்பட்டுக்கிட்டிருந்தாரு. கணேசபிள்ளை போய் கட்டிக்கிட்டு வந்திட்டாரு. நல்ல பதவிசு. ரொம்பக் கூச்சம். ரொம்ப உபகார குணம். இது வந்தப்பறம் ஊரிலே ஒரு நல்லது செட்டது — எது நடந்தாலும் சரி, இது இல்லாம எதுவும் நடக்கிறதில்லே. ஒரு நரை, ஒரு குறை, ஒரு மூளி இராது செங்கம்மா போனா."

காபி வந்தது. லக்ஷ்மியும் செங்கம்மாவும் கொண்டுவைத்தார்கள்.

"பலகாரம் எல்லாம் தேனா இருக்கு" என்றான் பூவராகன்.

"தேன் இந்தக் கையிலே இல்லை, அந்தக் கையிலே. இது சாமான்களை மொத்து மொத்துன்னு எடுத்துக் கொடுக்கும். அதுதான் தேனா மாத்தும்" என்று லக்ஷ்மி செங்கம்மாவைக் கண்ணால் காண்பித்தாள்.

"பொய் கொஞ்சமா சொன்னாத்தானக்கா நம்புவாங்க" என்று குனிந்துகொண்டே சொல்லிவிட்டு நகர்ந்தாள் செங்கம்மா.

பூவராகன் விளையாட்டு வியப்புடன் நரசிம்மனைப் பார்த்துப் புருவத்தை உயர்த்தினான்.

"பேச்சும் அப்படித்தான்னு தெரியுதுல்ல?" என்று லக்ஷ்மி சொல்லிக்கொண்டே உள்ளே போனாள்.

பூவராகனுக்கு இந்த நேரம், இந்த சூழ்நிலையே ஒரு தனி நிம்மதியை, இதத்தைத் தந்தது. இன்று விடுமுறை என்று காலையில்

கண்ணைப் பிட்டுக்கொள்ளும்போது நினைத்துக்கொள்ளும் பையன் மனம் மாதிரி, பாரம் இறங்கிய நிம்மதியாக இருந்தது.

நரசிம்மன் அவனுக்கு மாமன் மகன். சின்னக் குழந்தையிலிருந்தே அத்தை மகன் மாமன் மகன் என்று சொல்லிக்கொண்டு நினைத்தபோதெல்லாம் கூடிக் கூடிக் குலாவிய உறவு அது. நவராத்திரி, கிறிஸ்மஸ் என்றால் நரசிம்மன் சென்னைக்கு ஓடி வருவான்; அல்லது பூவராகன் ஆறுகட்டிக்கு ஓடி வருவான். பூவராகனுக்கு நாலு தமக்கை தங்கைகள். அத்தனை பேருக்கும் கலியாணம் கார்த்திகை, பிறகு குழந்தைகளுக்குக் காது குத்தல், ஆண்டு நிறைவு வகையறா—இப்படி ஏதாவது சாக்குச் சொல்லிக் கொண்டு பந்துக்கள் கூடிக்கொண்டேயிருப்பார்கள். பொதுவாகப் பந்துப் பிரியம் ஒரு விரதமாக இருந்த காலம் அது. நல்லது கெட்டது எதற்கும் கூடிக் கூடி அந்த உறவு மதாளித்துக்கொண்டே இருந்த காலம். அந்தக் காலத்தில் வளர்ந்த பாலியம் இருவருக்கும். குழந்தைப் பருவம் என்று நினைக்கும்போது இவனும் அவனும் பரஸ்பரம் நெஞ்சில் கோயில் கட்டிக்கொண்டிருந்தார்கள். இப்போது ஒருவரையொருவர் முதலில் பார்த்துக் கொள்ளும் போதே அந்தப் பரவசம் முகத்தில் தெரியும். பெண்டு பிள்ளைகளுக்குக்கூடக் கிடைக்காத பரவசம் அது. அவர்கள் நேற்று வந்தவர்கள்.

நரசிம்மன் வீடு அவரைப் பந்தலாயிருந்தால்கூட, அதை சொர்க்கமாகத்தான் நினைத்துத் திளைத்திருப்பான் பூவராகன். ஆனால் வீடு அவரைப் பந்தல் இல்லை. நடுத்தர அளவு அதைப் பளிச்சென்று தேய்த்துவிட்டாற்போல் வைத்திருந்தார்கள், நரசிம்மனும் லக்ஷ்மியும். கிராமாந்தர வீடுதான். சாக்கு இருந்தது, மூட்டையிருந்தது. தென்னங்கீற்றுக் கமுகு இருந்தது. தூணை அணைத்து நிற்கும் இரட்டை மூங்கில் பரண் இருந்தது. குதிர் இருந்தது. அரிவாள், கடப்பாறை, உரிபாறை, கலப்பை, குந்தாணிகள் இருந்தன. ஆனால் இத்தனையும் கண்ணை உறுத்தாமல், 'இது பட்டிக்காடு வீடு, நாங்கள்தான் இங்கு எஜமானர்கள். கோபுரத்துப் பொம்மைகள்' என்று இடித்துக் காட்டாமல் அங்கங்கே கை கட்டி வாய் புதைத்தாற்போல அடங்கியிருந்தன. அப்படிக் கருகருவென்று வீட்டை வைத்திருந்தார்கள் இருவரும். வெள்ளை வெயில் கண்ணைக் குத்தி நெருடாமல் முற்றுத்துச் சுவருக்கு இளம் பாக்கு வர்ணம் அடித்து, முற்றத்துக் கம்பி முழுவதும் முல்லை படரவிட்டிருந்தது. பூஜை அலமாரி, ஆணியில் தொங்கிய பஞ்சாங்கம், கண்ணாடி, நாமக்கட்டிப்பறை, குத்துவிளக்கு, அகல் விளக்குகள் வைக்கிற மாடம்—எல்லாம் வீட்டோடு பிறந்தாற் போல் அமைந்து கிடந்தன. இந்தக் குளிர்ச்சி, இனிமை, நறுவிசு எல்லாவற்றையும் கண்டு, நட்பு, உறவு, குழந்தைப் பருவ நினைவு எல்லாம் ஒரு மடியாக உருவாகி, அதில் தான் தலை வைத்து எந்தக்

கவலையுமின்றி உரிமையோடு இளைப்பாறுவது போலிருந்தது பூவராகனுக்கு. இந்த இரண்டு பெண்டுகளின் இனிமையும் மரியாதையும், போலிக் கூச்சம் நாணமில்லாமல் சாதாரணமாக நடந்துகொண்ட கலகலப்பும் அந்த இளைப்பாறலுக்கு மேல்ல மெல்ல விசிறி போடுவது போலிருந்தது.

வெற்றிலைத் தட்டைக் கொண்டுவைத்த லக்ஷ்மி சொன்னாள்: "கிரகப் பிரவேசத்துக்கு நாளானிக்கு சமையல்காரங்களைக் கூட்டிவர அலையவாண்டாம். நாங்க பாத்துக்கிறோம். செங்கம்மாவே போதும்."

"வரவங்களைக் கவனிப்பீங்களா? சமையல் பண்ணிகிட்டு நிப்பீங்களா?"

"அதுக்கு அத்தங்கா இருக்கிறாங்க, குழந்தைங்க இருக்கு. எல்லாம் பார்த்துக்கலாம். அழுக்குக் காலும் கரி வேட்டியுமா சமையக்காரன் வந்து நிக்கவாணாம் முதமுதல்லே. பெரிய கலியாணம் கார்த்தின்னாத்தான் இருக்கவே இருக்கு. இப்ப எதுக்கு?"

"ஆமாப்பா – நாங்களே பார்த்துக்கறோம்பா" என்றாள் உட்கார்ந்திருந்த கிருஷ்ணவேணி; பூவராகனின் மூத்த பெண்.

"அப்பாடா, வாயைத் தொறந்தாடாப்பா என்றான் நரசிம்மன்.

"இத்தனை நேரம் சாப்பிட்டுக்கிட்டிருந்தோம் – அதுதான் பேசல்லே."

"அவ மெடிக்கல் காலேஜ்லே சேர்ந்திருக்கா" என்றான் பூவராகன்.

"நீ எந்தக் காலேஜ்லே சேர்ந்தா என்ன? இந்த ஊர்லே சாப்பிடறப்ப பேசித்தான் ஆகணும் பொம்பளீங்க."

"மாமா, அப்படி சுலபமா உத்தரவு கொடுக்க வேண்டாம். பேச ஆரம்பிச்சமோ, நிறுத்தவே மாட்டோம்!" என்று பயமுறுத்தினாள் சின்னவள் கோதை.

"என்ன நிறுத்தவே மாட்டாளாம்?" என்று கேட்டுக்கொண்டே வந்தாள் பூவராகன் மனைவி உள்ளேயிருந்து. கூடவே லக்ஷ்மியும் செங்கம்மாவும் வந்தார்கள். சமையலறை வேலை முடிந்துவிட்டது. எல்லோரும் உட்கார்ந்துகொண்டார்கள். குழந்தைகளிலிருந்து ஆரம்பித்த பேச்சு, பழைய நாட்கள், பந்துக்கள் கலியாணங்கள் – இப்படி சிரிப்பும் இரைச்சலுமாக வளர்ந்துகொண்டேயிருந்தது. எல்லாப் பேச்சையும் மௌனமாகக் கேட்டுக்கொண்டிருந்த செங்கம்மா இடையில் எழுந்து ஒரு பித்தளைக் கெட்டிலில்

நீரும் இரண்டு டம்ளரும் கொண்டுவந்து வைத்துவிட்டு மீண்டும் உட்கார்ந்துகொண்டாள்.

"என்ன செங்கம்மா இது?" என்றாள் லக்ஷ்மி.

"எனக்கே தண்ணி குடிக்கணும் போலிருந்தது. குடிச்சிட்டு உங்களுக்கும் கொண்டாந்தேன்."

"எத்தினி இரக்கமடி உனக்கு? தொண்டை உலர உலரக் கத்துதுவளே எல்லாம், பாவம்னு கொண்டாந்தியா? உன் கைக்கு என்னாத்தெடி பண்ணிப் போடறது?" என்று உருண்டு திரண்ட அந்த மஞ்சள் பிரம்பை எடுத்துத் தடவினாள் லக்ஷ்மி.

சட்டென்று கையை இழுத்துக்கொண்டு, செங்கம்மா எழுந்து நாணத்துடன் நின்றாள்.

காரியஸ்தர் கணேசபிள்ளை வந்து நின்றார். "சாமான் எல்லாம் இறக்கிக் கூடத்திலே வச்சாச்சு" என்று பூவராகனையும் நரசிம்மனையும் பார்த்தார்.

"வச்சாச்சில்ல? நீங்க போய் டிபன் சாப்பிடுங்க" என்றான் நரசிம்மன். லக்ஷ்மி எழுந்து உள்ளே விரைந்தாள்.

"பரவாயில்லை."

"நீங்க போய்ச் சாப்பிடுங்கய்யா. அப்புறமா பிகு பண்ணிக்க லாம், லக்ஷ்மி! நீ ஏன் உள்ளே போய் கரடிவிடறே! போடறவங்க போடட்டுமே. அப்பத்தான் அவருக்கும் இறங்கும்!"

"ஆமாம், எனக்கும் சடார் சடார்னு மூளை மழுங்கிடுது" என்று உள்ளேயிருந்து லக்ஷ்மி வந்து உட்கார்ந்துவிட்டாள். மறு பேச்சுப் பேசாமல் செங்கம்மா எழுந்து உதட்டை முறுக்கி லக்ஷ்மிக்கு அழகு காட்டிவிட்டு உள்ளே போனாள்.

"போங்களேன்" என்று காரியஸ்தரை முடுக்கினாள் லக்ஷ்மி.

கணேசபிள்ளை லஜ்ஜைப்பட்டுக் கொண்டே கூனிக்குறுகி உள்ளே போனார்.

"மாப்பிள்ளை மாதிரி போங்களேன். என்னமோ மூஞ்சுறு போறாப்பல சுவரோரமாப் போறீங்களே" என்று பொய்யதட்டல் அதட்டின நரசிம்மன், அவர் உள்ளே போனதும், "ரண்டும் பசும் தங்கம். பிறத்தியாருக்கு உழைக்கணுங்கறதுக்கே ஜன்மம் எடுத்திருக்கு" என்று மெதுவாகச் சொன்னான்.

அதற்குள் இடைக்கட்டு நிலையில் இரண்டு மூன்று முகங்கள் எட்டிப் பார்த்தன.

"சிங்கு" என்று ஒரு முகம் கூப்பிட்டது.

"கடாட்சமா! வாங்க!" என்றான் நரசிம்மன்.

"நான் மாத்திரம் வல்லேப்பா, எல்லாரும் வந்திருக்கிறோம். கோபாலு, ராசு, ஐயாறு –"

"வாங்களேன்."

பெண்கள் எழுந்து உள்ளே போனார்கள்.

"வணக்கம் – வணக்கம்" என்று ஒருவர் பின் ஒருவராக எட்டு ஒன்பது பேர்கள் நுழைந்தார்கள்.

"உங்க அத்தானை பார்க்கணும்னுதாம்பா வந்தோம்."

"வணக்கம். எப்ப வந்தீங்க?"

நரசிம்மன் ஒவ்வொருவராக அறிமுகம் செய்து வைத்தான். "இவரு அம்பாகடாட்சம், இவர் கோபாலு, ரங்கநாதன், அப்பூதி, ஐயாறப்ப முதலியார், திருநாவு, சக்கரபாணி, வேதபுரி, ராசு, சுவேதாரண்யம் –"

"வணக்கம்" என்று கும்பிட்டான் பூவராகன்.

அவன் முடிக்கும்போது ஆதிமூலமும் நுழைந்தார்.

"ஆதிமூலம்."

"வரப்பவே பார்த்தேனே."

"எப்ப வந்தீங்க" என்று பேச்சு தொடங்கிற்று.

"காரிலேயே வந்திட்டீங்க! பேஷ் பேஷ்... பெட்ரோல் எக்கச்சக்கமா ஆகி இருக்குமே! குழந்தைகள் எல்லாம் படிக்குதா! மெட்ராஸ்லேருந்து நேரே லாரியிலேயெ வந்திருக்கு சாமானுங்க... ம்! வியாபாரம்லாம் நிறுத்தியாச்சா? அதென்ன அப்படி! இப்ப இங்கெருந்தெல்லாம் பணத்தைக் கட்டிக்கிட்டுப் போயி மதராஸிலே கம்பெனி ஆரம்பிச்சிருக்காங்க... அது சரி, நிம்மதியா இருக்கணும்னா இங்க வர்ரதுதான். சரி... எல்லோரும் மெட்ராஸிலே போயி அடஞ்சிப்பிட்டா அப்புறம் எங்க கதி என்ன? குழந்தைகளை ஆஸ்டல்லே விட்டாக்கா அது என்ன... வசதியா இருக்குமா! பிரிஞ்சிருக்க முடியுமா?" என்று ஆளுக்கொன்றாக கேட்டுக் கொண்டிருந்தார்கள்.

ஆதிமூலம் முத்தாய்ப்பு வைத்தார்.

"அம்பாகடாட்சம், ஐயா வந்து காரை நிறுத்தி நம்ப ஊர் மண்ணிலே காலை வைச்சதை நான் பார்த்துகிட்டிருந்தேன், ஓங்காளி சத்திரத்திலேருந்து. வச்ச முகூர்த்தம் என்னாங்கறே? ரொம்ப ஆரோகணம். ஊரு எப்படி இருக்கப் போவுது

பாரு. இந்தப் பைத்தியக்காரப் பய ஊருக்கு விடி மோட்சம் வந்திரிச்சிடாய்யான்னு தென்னம்பாலத்திலே ஓடியாந்தேன். ஆதிவராகம் பூலோகத்தையே தூக்கிட்டு வந்து காப்பாத்திச்சு, பூவராகம் இந்த ஊரு, இந்த வட்டாரத்தையே கலகலக்க அடிக்கப்போவுதுன்னு சொல்லிட்டேன். சிங்கு! நீதான் கேட்டுக்கிட்டிருந்தியே நான் சொன்னதை."

அப்படின்னா. ஊருக்கு நல்லது பண்றதுன்னு யாராவது கிளம்பினாங்கன்னா, நீங்க இனிமே கட்சி கட்டிக்கிட்டு குறுக்கே நிக்கப் போறதில்லேன்னு சொல்லுங்க" என்றான் அப்பூதி.

"நான் என்னிக்கிடா குறுக்கே நின்னேன்? பெரியவங்களுக்கு ஒரு மரியாதை மட்டு வைக்கிறது, போத்திக்கிட்டுப் போறது – எல்லாம் தான் காத்தோட போயிரிச்சேடா."

"பெரியவங்க எப்ப பார்த்தாலும் வயசை நினைச்சுக்கிட்டு மாரைப் பார்த்துக்கிட்டிருந்தா? நான் யாருக்கும் தளைஞ்சுக் கொடுக்க மாட்டேன். ஆண்டவன் ஆறு கழுதை வயசுக்கு எங்களை வளத்துப்புட்டான்னு விளைச்சிக்கிட்டே இருந்தா சின்னவங்க என்னாத்தைச் செய்ய முடியும்?" – இது திருநாவு.

"பெரியவங்க சின்னவங்க பேச்செல்லாம் விடுங்க. ஊரு நம்ப சொத்து. நம்ப சொத்து மாத்திரம் நம்மதில்லை. ஊரும் நம்மதுதான்னு நினைக்கணும். நான் தனியாத்தான் நிப்பேன்னா –" இது வேதபுரி சொன்னது.

"நானா தனியா நின்னேன்? என்னைவிட ஒத்துப்போனவங்க யாரு இருங்காங்க?"

"சொல்லாதே. ஊரிலே பொது மான்யம் மூணரை வேலி தரிசா கிடக்கு ஒன்பது வருஷமா. எல்லாம் நீ பண்ணின ஏடாகோடம்தானேடா . . . தேசம் முழுக்க சோத்துக்கில்லே, சோத்துக்கில்லேன்னு பறக்குது. நம்ப ஊரிலே ஒம்பது வருஷமா இருபத்தஞ்சு ஏக்கரா கோரை மண்டிக்கிடக்குது. டேய், பார்க்கறப்பெல்லாம் கண்ணிலே ரத்தம் வருதுடா. எல்லாத்துக்கும் யாரு காரணம்? நீதானே. பெரியவங்க வயசை நினைச்சுக்கிட்டு மாரைப் பார்த்துக்கிட்டு நிக்கிறாங்கிறியே. நீ சிறுசு, மகா மேதாவின்னு நினைச்சுக்கிறவன். ஊர்லே இத்தினி தரிசு கிடக்கிறதுக்கு அடிபாரம் போட்டியே. இப்ப என்னவோ ரொம்ப இவன் மாதிரி பேசக் கிளம்பிட்டியே."

"சரி – நான் என் பங்கைப் பிரிச்சுக்கிட்டுப் போனேன். வெட்டியான் மான்யம் கொடுக்கவாண்டான்னு சொன்னேனா? குருக்களையாவுக்கு நெல்லு கொடுக்கவாண்டாம்னு நான் சொன்னேனா! பெருமா கோயிலை இளுத்து மூடணும்னு

சொன்னேனா! ஊர்லெ நாலு குளமும் தயிர்க்காரி கொட்டாச்சி மாதிரி ஆழம் தூந்துகிடக்கு, நான் வெட்ட வாணாம்னு சொன்னேனா? ஆபீசருக்கு அல்வா காராபூந்தி கொடுத்துப்பிட்டு கடுக்காயையும் பச்சை நெல்லையும் விரை நெல்லுன்னு நானா அளந்துவிட்டேன்!"

"திருநாவு! நீ ரொம்ப பேசிக்கிட்டே போறே. நிறுத்திப்பிடு! நிறுத்திப்பிடு இத்தோடே. மேலே இனிமே ஒரு வார்த்தை சொன்னே ..."

"என்ன செஞ்சிருவீங்க? அம்மாகடாட்சம் அவுங்க புருவம் நெத்திக்கண்ணா ஆயிடுமோ?"

"என்ன சொன்னே? டேய் நாசகாரப் பயலே –"

சத்தம் வலுத்துவிட்டது – இரைச்சலாக ஓங்கிற்று. பூவராகன் மலைத்துப்போய் உட்கார்ந்து கிடந்தான். உள்ளே இருந்த பெண்கள் எட்டிப் பார்த்தார்கள். கணேசபிள்ளை டிபன் காபியைச் சாப்பிட்டுவிட்டுத் தலைப்பில் கையைத் துடைத்துக்கொண்டே கொல்லையிலிருந்து நேராக வரும் நடைவழியாக முற்றத்துக்கு வந்தார்.

"என்னாது! மனுசங்க சண்டை போடறாப்போல இல்லியே. ஊரிலேருந்து அவங்க வந்திருக்காங்க. நாலு வார்த்தை கலகலன்னு பேசி, 'வாங்க வந்தீங்களா, சொகமா'ன்னு கேக்க வந்தோம். அது மறந்து போயிட்டாப்பல இருக்கே ... நல்லால்லியே" என்று இடுக்கில் மெதுவாக தணிந்த குரலில் நுழைந்தார் ஆதிமூலம்.

பூவராகனுக்கு என்ன செய்வதென்றே தெரியவில்லை. நரசிம்மனைப் பார்த்து விழித்தான். நரசிம்மனின் உதட்டில் புன்முறுவல் வெகு நேரமாகத் தங்கிக் கிடந்தது.

"வழக்கம் போல நடந்திட்டுது. எதாவது செய்யணும்னு நாலுபேராக் கிளம்பறது. கடைசியிலே சண்டையா முத்தி, எதுக்காகக் கிளம்னோம் என்கிறதே மறந்துபோய் கூச்சப் போட்டுக்கிட்டேயிருக்கறது. அந்த மாதிரித்தான் இப்பவும் ஆயிருக்கு" என்று ஆரம்பித்தார் ஐயாறப்ப முதலியார்.

"பின்னே குத்தல் பேச்சு, கிண்டல் பேச்செல்லாம் பேசினா? இன்னிக்கு இல்லை, ஐயாறு! நான் ஆபீசருக்கு அல்வா கொடுத்தேன், ஈர நெல்லை விரை நெல்லுன்னு அளந்து விட்டேன்னு மூணு வருஷமா சொல்லிகிட்டிருக்கான்யா இந்தப் பய. நான் என்ன மனுஷனா, மாடா? விரை நெல்லுக்கும் பச்சை நெல்லுக்கும் வித்தியாசம் தெரியாமலா என் கண்ணு அவிஞ்சுப் போச்சு –?"

"கண்ணை யாரும் சொல்லலியே. மனசைத்தானே சொல்றேன்."

“பாத்தியா பாத்தியா? எப்படிப் பேசறான் பாரு? டேய் டேய் திருநாவு, இப்படியெல்லாம் பேசாதடா, உன் நாக்கு அப்படியே ஏ ஏ – டேய் நீ நல்லா இருக்கமாட்டே!” என்று தொண்டை நடுங்கக் கத்தினார் அம்பாகடாட்சம். கத்த முடியாமல் அந்தக் குரல் அழுகையாகக் கொளகொளத்தது. அவர் முகம் கோணி இழுத்துக்கொண்டது. “டேய் – உனக்கும் எனக்கும் இருபது வயசு வித்தியாசம்டா. டேய், டேய்” என்று கோப அழுகை வார்த்தையைக் கட்டிவிட்டது.

“அம்பூ – சும்மா இரேன். அவன்தான் சிறுசு – சொல்றான். நீ அல்வா கொடுத்தேன்னு இவன் சொன்னா ஆயிடுமா? இல்லே, இவன் சொல்லிட்டதனாலே பச்சை நெல்லு விரை நெல்லா ஆயிடுமா – டேய் திருநா, வயசானவங்களை இப்படிப் புண்படுத்தப்படாதுப்பா . . . அதுவும் ஐயாறு சொல்றாப்பல, எதுக்கு வந்தோம்கறதே மறந்து போயி . . . சேச்சே . . . பார்த்துக் கிடூங்கள்ள, ஊர் சத்தத்தை. ராமச்சந்திர மூர்த்தி மாதிரி நீங்க உட்கார்ந்திருப்பவே இப்படி நடக்குதுன்னா! நீங்க கொஞ்சம் சொரூபத்தைக் காட்டினாத்தான் ஊர் உருப்படும். அவ்வளவுதான் நான் சொல்றது” என்று எழுந்தார் ஆதிமூலம்.

அந்தச் சமயத்துக்கு உள்ளேயிருந்து ஒரு பெரிய எவர்சில்வர் டபராவும் டம்ளர்களுமாக செங்கம்மா அடுக்களையிலிருந்து வெளிப்பட்டாள்.

“இதைச் சாப்பிட்டுப் போங்க” என்று ஆதிமூலத்தை நிறுத்தினார் நரசிம்மன்.

“என்னாது!”

“வரட்டும், தெரியலியே.”

செங்கம்மா எலுமிச்சம் பழரசத்தை ஊற்றி ஒரு டம்ளர் ஆதிமூலத்திற்கு முன்னால் வைத்துவிட்டு, மற்றவர்களுக்கும் வைத்தாள். பெரிய உடம்பை மீண்டும் கீழே உட்காரவைத்து, “எலுமிச்சம் பள சர்பத்தா! கொடு கொடு. பித்தம் தலைக்கேறித் கிடக்கு. இதுதான் நல்ல மருந்து” என்று “யப்பா, ஏலக்காய் வேறுபோட்டு! பேஷ் பேஷ்... மகா ஜனங்களுக்கு ஒரு விண்ணப்பம். இத்தைச் சாப்பிட்டுப்பிட்டு, எல்லாரும் ஊட்டுக்குப் போவோம். வந்த பிள்ளையோட நாகரிகமா ஒரு நிமிஷம் வார்த்தையாட முடியலே . . . ஏந்திர்றா திருநா” என்று ஆதிமூலம் முடுக்கினார்.

“அப்ப . . .”

“சரி” என்று இழுத்தார் ஆதிமூலம். இருவரும் வெளியே நடந்தார்கள்.

3

நரசிம்மன் புன்னகையை மறைத்துவிடாமல் பேசாமல் இருந்தான். பூவராகனுக்கு இன்னும் மலைப்பு முழுவதும் தெளியவில்லை.

"இதை ஒண்ணும் மனசிலே வச்சுக்காதிங்க, ஊர் இப்படி இருக்கேன்னு சொல்ல வந்தாங்க. வாதி பிரதிவாதிங்க ரண்டு பேருமே ஒரே சமயத்தில் உங்ககிட்ட பிராது கொடுக்க ஆரம்பிச்சிட்டாங்க. கோர்ட்டார் முன்னிலையிலேயே சண்டை. அதிலே வந்த வினை. ஆதிமூலம் போயாச்சுன்னாலே மழை விட்டாப் போல" என்று பூவராகனுக்கு சமாதானம் சொன்னான் அப்பூதி.

"தூவானம்?" என்றான் நரசிம்மன்.

"இதோ" என்று சிரித்துக்கொண்டு எழுந்த அப்பூதி, "அப்ப நாளைக்குப் பார்க்கிறேன், வர்றேன்" என்று பூவராகனிடம் குழைந்து விடைபெற்றுக்கொண்டே நகர்ந்தான்.

"ஒரு வாதி, ஒரு பிரதிவாதியா? ஊரிலே எல்லாரும் எல்லோருக்கும் பிரதிவாதி. குப்பை" என்றார் ஐயாறு.

சர்பத் தீர்ந்துவிட்டது. சுவேதாரண்யம் எழுந்தார். "நீங்க ஊரை ஒரு தடவை சுத்திட்டு வாங்க சொல்றேன். இவங்க எல்லாம் எதுக்கு வந்தாங்களோ! நான் வந்தது தெய்வ காரியம். நிலம் தரிசாகக் கிடக்கு, பார்த்தா ரத்தக் கண்ணீர் வருதுங்கறானே இந்த வேதபுரி! நீங்க ஒரு தடவை கிழக்காலேயும் மேக்காலேயும் போயி கோலிட்டு வாங்க தெரியும், திரிமூர்த்திகளும் சோத்துக்குத் தவிக்கிறதும் சூரியசந்திரங்க அவங்க வீட்டிலே வாசம் பண்றதும்... நானே உங்களை அழைச்சிக்கிட்டுப் போய் காமிக்கணும்னு நினைச்சேன் –"

"என்ன புதுசாப் பேசறீங்க பங்கு வாங்குறபோதெல்லாம் இங்கதானே இருந்தாரு அத்தான். அவரு பார்க்காததா?"

"தெரியும்மா... இருந்தாலும் சொல்றேன்... நான் எதுக்கு வந்தேன்னா ... உங்களுக்கு மெட்ராசிலே எத்தனையோ கோடீச்வரன்லாம் பழக்கமிருக்கும். அவங்களுக்கு இதெல்லாம் ஒரு வெத்திலைப் பாக்குக் காசு. நீங்க ஒரு வார்த்தை சொன்னீங்கன்னா ஒவ்வொருத்தர் ஒரு கோயிலா நிமிர்த்திட்டுப் போயிருவாங்க –"

"நம்ம ஊர்க் கோயிலுக்குப் பட்டணத்திலே இருக்கிறவங்க என்ன செய்வாங்க –"

"அது சரி சிங்கு... நம்ம ஊர் கோயிலு நம்ம பிணைதான். தெரியுது. ஆனா, இங்கேதான் தலையிலிருந்து பாதம் வரைக்கும் நொண்டுதே. அதான் சொன்னேன்."

"நம்ம முடத்தை நாமதான் தீர்த்துக்கணும். பட்டணத்திலே இருக்கிறவங்க என்ன பண்ணுவாங்க? கை கால் முடமாயிருந்தா பட்டணத்து ஆஸ்பத்திரி ஏதாவது செய்யும். இந்த முடத்துக்கு என்ன செய்ய முடியும்?"

சுவேதாரண்யம் சுற்றிச்சுற்றி தன் பேச்சையே பேசிக் கொண்டிருந்தார்.

எல்லோரும் ஒவ்வொருவராக எழுந்து போக ஐந்து நிமிஷம் பிடித்தது. கடைசி ஆள் எழுந்து போனதும் போகாததுமாக, அடுக்களை நிலைப் பக்கம் ஒரு பெரிய சிரிப்பாகக் கேட்டது. கிருஷ்ணவேணி நிலையைப் பிடித்து விழுந்து விழுந்து சிரித்துக்கொண்டிருந்தாள். அவள் தங்கையும் சேர்ந்துகொண்டாள்.

"என்ன பாப்பா?" என்றான் பூவராகன்.

"என்னத்துக்குப்பா இப்படிக் கிடந்து குதிச்சாங்க எல்லாரும்? வந்து ஒரு நிமிஷம் ஆகலே. படபடன்னு வெடிச்சுதே பார்ப்பம்" என்று வயிற்றைப் பிடித்துக்கொண்டு சிரித்தாள் கிருஷ்ணவேணி.

"சும்மா உட்கார்ந்துக்கிட்டிருந்தவங்களைக் கிளப்பி உள்ளே போகச் சொன்னாங்களே. ஏதோ முக்கியமாப் பேச வந்திருக்கிறாங்களோன்னு பார்த்தா –" என்று கோதை சிரித்தாள்.

"இதுக்கே இப்படிச் சிரிக்க ஆரம்பிச்சுட்டீங்களே, இன்னும் பாருங்க தெரியும்" என்றார் கணேசபிள்ளை.

"அப்ப பழகிப் போயிடும். சிரிப்பு வராது... சரி வா பூவு. அவங்க சொன்னாப்போலவே ஒரு தடவை சுத்திட்டு வந்திடுவோம்" என்று எழுந்தான் நரசிம்மன்.

தி. ஜானகிராமன்

அவர்கள் எழுந்து வேட்டியை உதறி சரிப்படுத்திக் கொள்ளும் போது, இன்னொரு சிரிப்புச் சத்தம் இடைகட்டு நிலையண்டை கேட்டது. நரசிம்மனின் பிள்ளை சடகோபன் நிசாரும் வேர்த்து வடியும் வெற்று உடம்புமாகச் சிரித்துக்கொண்டு நின்றான். கூச்சத்தினால் பூவராகன் குடும்பம் வந்ததுமே, வெளியே ஓடிவிட்டான் அவன்.

இத்தனை நாழி கழித்து இப்போது சிரித்துக்கொண்டே வந்து நின்றான் அவன். எதையோ நினைத்து நினைத்து அவன் சிரிப்பு பழைய அரிக்கன் விளக்கு மாதிரி புக்புக்கென்று குதித்தது. ஏழு வயதிருக்கும். சற்று அப்பாவி மாதிரி தோற்றமளிக்கிற முகம் அது. எனவே அந்தச் சிரிப்பு பிறரையும் தொற்றும்.

"என்னடாது... சொல்லிட்டுச் சிரியேன்."

அவன் கூட வந்த இன்னோரு பயலும் சிரித்துக் கொண்டிருந்தான்.

"சொல்லேண்டா."

"ஒண்ணுமில்லே..." என்று மீண்டும் சிரிப்புக் கிளம்பிற்று.

"பின்னே பைத்தியமா நீ..."

"இல்லேப்பா. அவங்க சாமான்லாம் இறக்கினாங்கள்ள... அங்கே வந்து" என்று மீண்டும் சிரிக்க ஆரம்பித்தான் அவன்.

"என்னடா வந்து வந்துங்கறே – சிரிக்கிறே! பைத்தியம்!"

"இல்லேப்பா..." என்று அப்பாவின் காதருகே வந்து ரகசியமாகச் சொன்னான் குழந்தை, "சாமான் எல்லாம் வச்சாங்கள்ள? அதிலே ரண்டு மூணு பொம்மை வந்திருக்குப்பா. பெரிய பெரிய பொம்மை. என் உசரம்கூட இருக்குப்பா. எல்லாம் மேலே ஒண்ணுமே இல்லாமே அம்மணம் அம்மணமா இருக்கு. ஆம்பிளை பொம்மை, பொம்பளை பொம்மை எல்லாம்" என்று குனிந்து காலிடுக்கில் கையைக் கொடுத்துச் சிரித்தான்.

"என்ன சொல்றான் பய?"

"ஏதோ பொம்மையெல்லாம் கொண்டு வச்சிருக்காம்."

அதைக் கேட்டதும் பூவராகனுக்குக் குலுங்கிக் குலுங்கிச் சிரிப்பு வந்தது.

"நீ பார்த்தாச்சா – அதுக்குள்ளியும்! ஏண்டா பயலே. சாமான்லாம் வந்து இறங்கறதுக்குள்ளே எல்லாம் பட்டியல் எடுத்தாச்சா?"

உயிர்த் தேன்

"சரி சரி, போடா – உள்ளே போய் பலகாரம் சாப்பிடு போ. உன் சிநேகிதனுக்கும் வாங்கிக் கொடு" என்று நரசிம்மன் பையன்களை உள்ளே அனுப்பினான்.

பூவராகனின் சிரிப்பு புன் சிரிப்பாகக் குறைந்திருந்தது.

வெளியே வந்தார்கள் இருவரும்.

"என்ன சிரிச்சுக்கிட்டே வரே?"

"உன் பிள்ளை சொன்னானே அதை நினைச்சுத்தான். பிறந்த மேனியாப் பார்த்தா குழந்தைகள்ளாம் சிரிக்குது. நாம என்ன செய்யறோம்னு நினைச்சுப் பார்த்தேன். குழந்தைகள் ஒரு ஜாதி, நாம ஒரு ஜாதியோன்னு தோணுது. ஆனா, அதே குழந்தைகளாகத்தானே நாமும் இருந்திருக்கோம்."

"நாமதானே அதுகளுக்குச் சிரிக்கச் சொல்லிக் கொடுத்திருக்கோம். நீ அதுகளையும் கொண்டாந்திருக்கியா இங்கே? எங்க வைப்பே எல்லாத்தையும்? அங்க மாதிரி பார்வையா இடம்கூட இருக்காதே இங்கே?"

"அது இருக்கிற இடம்தான் பார்வை."

"அது சரி" என்று நரசிம்மன் சிரித்தான்.

இருவரும் தெருவோடு நடந்தார்கள். நரசிம்மன் கடைக் கண்ணாலும் நேராகவும் பூவராகனைப் பக்கத்திலும் பின்னாலும் பார்த்துக்கொண்டான். பூவராகன் நல்ல உயரம். அவனைவிட ஒரு சாணுக்கு மேல் உயரம், கையும காலும் நீள நீளமாக வீசி வீசி ஆடி நடந்தன. இந்த நாற்பத்திரண்டு வயதில் குழந்தைக் களை ஒன்று அந்த முகத்தில் படர்ந்திருந்தது. அவன் சிரிக்கிறபோதுகூட, புன்னகை செய்யும்போதுகூட குழந்தை மாதிரி இருக்கும். தோலிலும் அந்த மாதிரி ஒரு பளபளப்பு. இத்தனை சம்பாதித்தவன் இப்படிக் குழந்தை மாதிரி முற்றாமல் முதிராமல் எப்படித் தளிராக இருக்கிறான் என்று கேட்டுக்கொண்டான் நரசிம்மன். தலை மயிர்கூட கருகருவென்றிருந்தது. காதிறக்கத்தில் மட்டும் நாலைந்து நரை. அவன் டிபன் சாப்பிடும்போது பார்த்த முழுங்கை ஞாபகம் வந்தது. 'எத்தனை அழகான கை! எத்தனை வைரமான மணிக்கட்டு! இத்தனை படிப்பு படித்துவிட்டு, இத்தனை சம்பாதித்துவிட்டு ஏன் இப்படி இந்தப் பட்டிக்காட்டில் வந்து ஒதுங்க நினைத்தான். அவன் – வேலையை விட்டு ஓய்வுபெற்ற சோர்ந்த கிழவன் போல? கிழட்டு மனசைத்தான் இந்த இளந்தோல் போர்த்தி நம்மை ஏமாற்றுகிறதா? அது எப்படி சாத்தியமாகும்? ஆசை நரைக்க எத்தனையோ காலம் முன்னால் மீசை நரைத்துவிடுமே! இல்லை, இவனுக்குத்தான் அந்த அன்றாட விதி தலைகீழாக மாறிவிட்டதா!'

தெரு முனை திரும்பி இருவரும் சிறிது நடந்து பெரிய குட்டையின் படிக்கட்டுக்கு மேல் இருந்த கட்டைச் சுவரில் உட்கார்ந்துகொண்டார்கள். சூரியன் சாய்ந்து மறைய இன்னும் ஒரு நாழிகைதான் இருந்தது. ஆனால் குட்டையின் நீரில் விழாதபடி மஞ்சள் வெயிலை எதிர்க்கரை மரங்கள் தடுத்திருந்தன. கண்ணுக்கெட்டிய வரையில் மண்ணின் நரைப் பழுப்புத்தான் தெரிந்தது. அறுவடையாகி வயல் வெளி எங்கும் பழுப்புத் தாள்கள் அணி அணியாகத் தெரிந்தன. புல் பூண்டுகள்கூட காய்ந்து கருகி, புழுதி மண்டினாற்போலிருந்தது. காற்றில் லேசாக தூசி பாடையும் வைக்கோல் மணமும் கலந்து வீசின. பளிச்சென்ற வெள்ளை வேட்டியும் மல் சட்டையும் இழைத்து வாரின தலையும் வழவழவென்ற தோலுமாக பூவராகன் உட்கார்ந்திருந்ததைப் பார்த்தபோது, இந்தச் சூழ்நிலைக்கு அவன் ஒவ்வாத மாதிரி தோன்றிற்று நரசிம்மனுக்கு.

படித்துறைக்கு இரு பக்கங்களிலும் இரண்டு அரச மரங்கள் தாமிரவர்ணப் பட்டு போல தளிர் விட்டுச் சலசலத்தன. முற்றாத தளிராக இருந்ததால், சலசலப்புக்கூட அடங்கினாற்போல் ஒலித்தது. பூவராகன் அந்தத் தளிர்களையும் வெயிலையும் குட்டை நீரையும் குட்டையைச் சுற்றி மேட்டில் பரந்து வளர்ந்திருந்த புளிய மரத்தையும், தூங்கு மூஞ்சிகளையும் பார்த்து ஆழ்ந்து கிடந்தான்.

"என்ன பூவு! என்ன சும்மாவே உட்கார்ந்திருக்கே?"

"ஜோரான ஊருடா" என்றான் பூவு.

"இதுவா?"

"பாரேன்! இப்படி ஒரு குளம். சுத்தி அரசு, புளி, தூங்குமூஞ்சி, சமுத்திரம் மாதிரி வயல் வெளி, காஞ்ச புல் வாசனை, கற்பூர வாசனைகூட வருது."

"அதோ குட்டை மூலையிலே வெங்காயப் பூண்டு படர்ந் திருக்கு – நீலமாப் பூத்திருக்கு பாரு – அந்த வாசனைதான்."

"என்னமா இருக்கு பார்க்க!"

"பார்க்க அழகாகத்தான் இருக்கு. இன்னும் பத்து நாள் கழிச்சுப் பார்த்தா குட்டை முழுக்க தண்ணியே தெரியாம மூடிக்கும். ஒரே நீலமா ஜமக்காளம் போல பூத்திருக்கும். இந்த மாதிரி விட்டு விட்டுத்தான் குட்டை தூர்ந்து கிடக்கு. யாரும் காலாகாலத்தில் கவனிக்கிறதில்லே... இதைப் போய் ஜோரான ஊருங்றியே. இருக்கிறது முப்பது வீடு. ஒவ்வொருத்தனும் ஒரு மூலையைப் பார்த்துக்கிட்டு முப்பது கட்சி கிளப்பி விட்டிருக்கான்.

கொஞ்சம் இப்படி எழுந்து வாயேன். வா சொல்றேன்...” என்று நரசிம்மன் எழுந்து நடப்பதைப் பார்த்து பூவராகனும் எழுந்து தொடர்ந்தான். பின்னால் இருந்த பெருமாள் கோயிலில் இருவரும் நுழைந்தார்கள். பெரிய மதில் சுவர் அப்படியே பெயர்ந்து கீழே விழுந்து கிடந்தது. செருப்பைக் கழற்றிவிட்டு உள்ளே போனார்கள். உள்ளே போகும் கதவு பூட்டியிருந்தாலும் இடிந்த சுவர்களைக் கடந்து உள்ளே போய்விடலாம். பிராகாரத்தில் நடக்க முடிய வில்லை. நறுக் நறுக்கென்று நெருஞ்சி உள்ளங்கால் முழுவதும் குத்தி அப்பிக்கொண்டது. இரண்டு பேரும் ஒருவர் தோளை ஒருவராகப் பிடித்துக்கொண்டு முள்ளை எடுக்க இரண்டு நிமிஷ நேரம் பிடித்தது. போதும் என்று நடைக்கு வந்துவிட்டார்கள். திரும்பி வருவது இன்னும் பெரிய பாடாகிவிட்டது.

“இதனாலேதான் கடவுளை யாரும் நெருங்க முடியாதுன்னு சொல்றாங்க போலிருக்கு” என்று சிரித்தான் பூவராகன்.

“ஜோரான ஊருன்னு பெரிசா குளிர்ந்து போனியே!”

“நான் மனுஷங்களையா சொன்னேன்?”

“பின்னே ஊருன்னா எது?”

“சிங்கு! எனக்கு இப்ப குளம், வயல், மரம், புல்லு, மண்ணு – இதெல்லாம்தான் ஊராப் படுது. எங்க அப்பாவும் அம்மாவும் வளர்ந்த ஊரு இது. நான் பள்ளிக்கூடத்திலே படிக்கறப்ப தினமும் ராத்திரி சாப்பாடு முடிஞ்சவுடனே அப்பாவைச் சுத்தி உட்கார்ந்திருப்போம் – அக்கா, நான், தங்கை எல்லோரும். ஒரு நாளைக்காவது இந்த ஊரைப் பத்தி சொல்லாம இருக்கமாட்டாங்க அப்பா. இந்தக் கோயில்லேதான் ஆசாரியன் வந்து அவருக்கு உபதேசம் பண்ணி சமாச்ரயணம் பண்ணி வைச்சாராம். அதைச் சொல்றப்பல்லாம் அப்பா ஒரு நாலு விநாடி பேச முடியாம நிறுத்திடுவாங்க. இந்தக் குளம், ஆத்தங்கரை, ஓங்காளி சத்திரம், உறவுக்காரங்க – எல்லாத்தையும் பத்தி ஒரு பத்து நிமிஷம் பேசாத போனா, அவருக்குத் தூக்கம்தான் வராதோ – சபதம்தான் எடுத்துக்குட்டாரோ – அப்படி வாய் ஓயாம சொல்லியிருக்காங்க. கடைசி காலத்திலே ரிடையரானப்புரம் அவருக்கு இங்கு வந்து பெருமா கோயில்லே உட்கார்ந்துக்கணும், கைங்கர்யம் பண்ணணும், பாசுரம் ஓதிக்கிட்டே உசிரை விடணும்னு ஆசை. ரிடையர் ஆறதுக்கு முன்னாலே ஆறு மாசம் லீவு எடுத்துக்கிட்டாங்க. மறுநாளே கிளம்பணும்னு திட்டம் போட்டிருந்தாங்க. ஊருக்குப் போகப் போகிறோம்கற சந்தோஷத்திலேயே அவருக்கு இருதயம் வெடிச்சுப் போயிட்டாப் போல இருக்கு. மத்தியானம் சாப்பிட்டு வெத்திலைப் பெட்டியை

வச்சுக்கிட்டு உட்கார்ந்தவங்க திறக்கக்கூட இல்லை. சடக்குனு கண்ணை மூடிட்டாங்க."

பூவராகனிடம் இதை நாலைந்து தடவை கேட்டிருக்கிறான் நரசிம்மன். ஆனாலும் மறுபடியும் கேட்பதில் அவனுக்கு அலுப்பில்லை. அவ்வளவு உணர்ச்சியுடன் சொல்லிக் கொண் டிருந்தான் பூவராகன்.

"ஆறுகட்டியைப்பத்தி அப்புறம் யாரும் அந்த மாதிரி பேசல்லே. ஆனா ராத்திரி சாப்பிட்டு முடிஞ்சப்புறம் சின்ன வயசிலே அப்பாவைச் சுத்தி உட்கார்ற மாதிரி உட்கார்ந்து அதையெல்லாம் கேட்கணும் போலிருக்கும் எனக்கு. அப்பா வுக்கு பதிலா நானாவது ஒரு நாளைக்கு எல்லா வேலைகளை யும் முடிச்சிட்டு இங்கே வந்து உட்காரணும்னு நெனைச்சுக்கிட் டிருந்தேன். உத்தியோகத்திலே இருந்திருந்தா இத்தனை சுருக்க கை கூடியிருக்குமோ என்னவோ ..."

"எனக்கு எப்படி ஊரு நல்லா இல்லாம இருக்கும். மனுஷங்களைப்பத்தி நீ சொல்றே! ஆனா இவங்களையெல்லாம் பார்த்தா எனக்குக் குழந்தைகள்ளாம் அடிச்சிக்கிற மாதிரி இருக்கு. குழந்தைகளுக்கு என்ன தெரியும்? அதனாலேதான் இப்படி இது இடிஞ்சுக் கிடக்கிறதைப் பார்த்துக்கிட்டே உட்கார்ந்திருக்காங்க" என்று இடிபாடுகளை ஒருமுறை பார்த்தான் பூவராகன்.

நரசிம்மனுக்கு அவன் குரல் தழதழப்பதைப் பார்த்து ஆச்சரியமாக இருந்தது. அவனுடைய தகப்பனார் வீட்டை யாரோ இடித்துப் புறக்கணித்த மாதிரி இருந்தது. அவன் உதடு துடித்ததும் கண் லேசாகக் கலங்குவதும்.

கீரிப்பிள்ளை ஒன்று பிரகாரத்தின் வழியாக ஓடி கல் மூட்டிற்குள் நுழைந்தது.

"அத பாரு, இந்த மாதிரி அழகை நீ எப்பவாவது பார்த்திருக் கிறாயா?" என்று மேற்கே பார்த்தான் பூவராகன்.

நரசிம்மன் திரும்பி குட்டையைப் பார்த்தபோது, படிக்கட்டுக்குப் பக்கத்தில் உள்ள மண்துறையில் மேட்டிலிருந்து இறங்கிக்கொண்டிருந்தாள் செங்கம்மாள். மேல்நோக்கி மடக்கியிருந்த வலக்கையில் இரண்டு மூன்று பாத்திரங்கள். தொங்கும் இடக்கையில் ஒரு சிறு வெண்கலப் பானை. அதில் இரண்டு மூன்று கரண்டிகள். சரிவில் இறங்குவதற்காக காலைச் சற்று அழுந்த வைத்து உடலையும் சற்று நிமிர்த்திக்கொண்டே இறங்கிற்று அந்த உருவம்.

"இந்த மாதிரி நான் பார்த்ததேயில்லை" என்றான் சற்று கழித்து பூவராகன் அங்கே பார்த்துக்கொண்டு, பச்சை நீருக்கும் இலைகளூடே பாய்ந்த மஞ்சள் வெயில் கட்டிகளுக்கும் வெள்ளி ஓரம் கட்டியிருந்த அடிவான மேகத்திற்கும் முன்னால் சிந்தூரப் புடவையும் கொண்டையும் நீல ரவிக்கையும் மஞ்சள் மேனியுமாக அந்த உருவம் குனிந்து நின்றது.

"இப்படி ஒருத்தர் இருக்கிறபோது ஊரு எப்படி அழகில் லாமல் இருக்கும்? எல்லாருக்குமா சேர்ந்து இவங்க அழகாக இருக்காங்க. பிறத்தியாருக்கு உழைக்கவே ஜன்மம் எடுத்துதுன்னு சொன்னியே காபி சாப்பிடறப்போ, அப்படின்னா எல்லாருக்குமா சேர்ந்து நல்லவங்களாகவும் இருக்கணும்..." என்று பூவராகன் சொன்னதைக் கேட்டு, ஒன்றும் புரியாமல் அவனைப் பார்த்தான் நரசிம்மன். சற்றுமுன் கலங்கிய பூவராகனின் கண் இப்பொழுது அசல் குழந்தைக் கண் போலவே இருந்தது. வெறிப் பார்வை யாகப் பார்த்தது அது. ஆனால், வளர்ந்த வெறியாக இல்லை. விழுங்கிவிடுவதைப்போல் பார்க்கும் குழந்தையின் வியப்பு வெறியாக அந்தக் கறுப்பு விழி, மேலும் கீழும் அகன்ற வெள்ளைக்குள் ஒளிர்ந்தது.

"என்ன பூவு இது! உங்க பட்டணத்திலே இதைவிட அழகையெல்லாம் பார்த்திருக்கேனே நான்" என்றான் நரசிம்மன்.

"இதைவிட பார்த்திருப்பே. இந்த மாதிரி பார்த்திருக்க முடியாது."

"என்னது!"

"ஆமாம். நான் பார்த்தது கிடையாது. எத்தனை கோயில் இடிஞ்சாலும், எத்தனை பூசல் முளைச்சாலும், எத்தனை நிலம் தரிசானாலும், இது ஒண்ணு இருக்கிறதே போதும். எல்லாத்துக்கும் சரிக்கட்டிடும். நீங்க இவங்ககிட்டே எல்லாத்தை யும் ஒப்படைச்சிருந்தா இத்தனை நேரம் எல்லாம் சரியாப் போயிருக்கும்."

"எதை ஒப்படைச்சிருந்தா?"

"ஊர்க்காரியங்களைத்தான்."

"என்ன பூவு இது! என்னவோ ரொம்ப காலமா தெரிஞ்சாப்பல பேசறியே."

"எனக்குத் தெரியாது. நீதானே சொன்னே. பிறருக்கு உழைக்கிற ஜன்மம்னு."

"அதனாலெ?"

“அப்படின்னா நீ ஒப்புக்குச் சொன்னியா?” என்று பதில் சொல்லி அங்கேயே பார்த்துக்கொண்டிருந்தான் பூவராகன்.

நரசிம்மனுக்கு ஏதோ பயம் நமநமவென்றது. பூவராகனுக்கு இந்த மாதிரி திடீர் திடீர் என்று ஏதாவது பேசும் பழக்கம் உண்டு என்பது அவனுக்குத் தெரியும். புரியாவிட்டாலும் தேர்ந்த புத்திசாலி என்ற ஓர் அடக்கத்தில் கேட்டுக்கொண்டே பேசாமல் இருந்துவிடுவான். இப்போது என்னமோ பயமாக இருந்தது.

“பூவு! எங்கிட்ட சொன்னதோட இருக்கட்டும். வேற யார்கிட்டவும் சொல்லவாண்டாம். தடிப்பய ஊரு இது.”

“இவங்க அழகா இருக்கிறதுகூட கண்ணிலே படாத அளவுக்கா?”

நரசிம்மன் பதில் சொல்லவில்லை. பூவராகன் அங்கேயே பார்த்துக்கொண்டிருந்தான். சற்றுக் கழித்து “அவங்க அப்பா அம்மாவுக்கே படலியே. இல்லாத போனா இப்படி கமுக்கட்டிலே மூங்கில் குச்சியை இடுக்கிட்டு மாசம் நாலு கலத்துக்கு பண்ணைக் கார்வாரா வெயில்லியும் வரப்பிலும் தோல் உரிய, கால் சிராய்க்க, அலையற கணேசபிள்ளைகிட்ட கொண்டு தள்ளியிருப்பாங்களோ?” என்றான் நரசிம்மன்.

“அழகா இருந்தா பணக்காரன் கையிலேதான் தள்ளணு மாக்கும்?”

“வேற யாருக்கு அதைக் காப்பாத்த முடியும்?”

“டேய் சிங்கு, நீ ரொம்ப வேடிக்கையாப் பேசறடா. அழகைக் காப்பாத்தறதுக்கு பணம் வேணும்? வேற ஒண்ணுமே வாண்டாம்?”

“ஊட்டமா இருந்தாத்தானே அழகு நிக்கும்?”

அதைக் கேட்டு பூவராகன் விழுந்து விழுந்து சிரித்தான். சட்டென்று நிறுத்தி மீண்டும் குட்டையைப் பார்த்தான். செங்கம்மா நின்று குனிந்து தேய்த்த பாத்திரங்களைக் கழுவிக்கொண்டிருந்தாள்.

“சிங்கு, நீ சொல்றதிலேயும் கொஞ்சம் உண்மையிருக்கு. இந்தக் கோயில்கூட அதனாலெதான் இப்படிக் கிடக்கு. இதை நானே முழுக்க இடிச்சுக் கட்டிவிடலாம்னு பார்க்கறேன்” என்று கல் முட்டுகளையும் பொந்துகளையும் கலசம் விழுந்த கோபுரத்தையும் பார்த்தான் பூவராகன்.

“கோயிலைக் கட்டப் போறியா!”

“ஆமாம்!”

"நிசமாவா?"

"இது என்ன கேள்வி இது? ஒண்ணு சொன்னா நிசமாவான்னு கேட்டா அன்ன அர்த்தம்!"

"பார்த்தா சின்னதா இருக்கேன்னு நினைச்சிட்டியோன்னு கேட்டேன்... மேலாம்படியா ஒக்கப் பண்ணவே மேஸ்திரி வந்து பார்த்து, இருபதாயிரம் ஆகும்னு சொன்னான் அதைக் கேட்டு ஊரிலே எல்லாம் பயந்திடுத்து... முழுக்க இடிச்சுக் கட்டறதுன்னா லட்சக்கணக்கிலே ஆகுமேங்கறதுக்காக சொன்னேன்."

"ஆகட்டும். எங்கப்பா மனுஷாயுசுக்கு உசிரோட இருந்திருந்தா அத்தனை ரூபாய் செலவாகுமா இல்லியா?"

"என்ன பூவு இது?"

"கிரகப்பிரவேசம் ஆனவுடனே உங்க மேஸ்திரியையும் ஸ்தபதியையும் பார்த்துகிட்டு வரலாம்" என்றான் பூவராகன். செங்கம்மாள் பாத்திரங்களை எடுத்துக்கொண்டு மேட்டிலேறி மறைவது தெரிந்தது.

"அப்பா!" என்றான் பூவராகன்.

"என்ன இப்படி மாஞ்சு போறே!"

"சிங்கு! உங்களுக்கு தினமும் பார்த்துப் பார்த்துக் கண்ணு பூத்துப் போச்சு. அப்புறம் கார்வார்க்காரன் சம்சாரம்தானேன்னு வேறே ஒரு குருட்டுத்தனம்..."

"யப்பா – நீ அலமங்கறதைப் பார்த்தா இவளுக்கே ஒரு கோயிலைக் கட்டி உள்ளாற கொண்டு வச்சிருவே போலிருக்கே இவளை."

இருவரும் வெளியே நடந்து மீண்டும் படிக்கட்டின் சுவர்மீது வந்து உட்கார்ந்துகொண்டார்கள். சூரியன் மறைந்துவிட்டது. வானத்தில் பஞ்சுத் திட்டுகள் பொன் திட்டுகளாக மாறிக் கிடந்தன. பூவராகன் வானையும் மேற்கையும் பார்த்துக்கொண்டே உட்கார்ந்திருந்தான்.

"ஆமருவி வந்துல்ல பார்க்கணும் இந்த வர்ணத்தையெல்லாம்! கிடந்து குதிப்பான் அப்படியே."

"யாரு?"

"என் சினேகிதன். பட்டணத்திலே இருக்கான். நீகூட பாத்திருப்பியே. கச்சலா, சேப்பா மூக்கு நீளமா இருப்பானே! பச்சை சட்டைப் போட்டு வருவானே."

"நான் பார்த்ததில்லை போலிருக்கே. யாரு?"

"அட நீ பாத்திருப்பேப்பா. வாரத்துக்கு ஒரு நாளாவது வராம இருக்க மாட்டான் நம்ம வீட்டுக்கு. பள்ளிக்கூடத்திலே வாத்யார்ப்பா."

"வாத்தியாரா?"

"ஆமாம்பா. ட்ராயிங் மாஸ்டர். ஆமருவின்னு பேரு."

"பேரே புதுசா இருக்கே... நான் பார்த்த ஞாபகம் இல்லியே."

"கிரகப் பிரவேசத்துக்கு வரச்சொல்லி சொல்லியிருக்கேன். வந்தாலும் வருவான். நீ பாரு. இந்த வர்ணத்தையெல்லாம் அப்படியே எழுதிடுவான். படத்தைப் பார்த்தாலே நேரே இருக்காப்பல இருக்கும். வைக்கல் சத்தம் கேட்கும். மாடு நடந்துபோற சத்தம் கேட்கும். வயல் காட்டிலே யாரோ தூரக்க கூப்பிடறாப்பல கேட்கும். சிள் வண்டு கத்தற சத்தம் கேட்கும். அந்த மாதிரி மயக்க அடிச்சிடுவான்."

"நான் பார்த்ததில்லை... ரொம்பப் பேருக்குச் சொல்லி யிருக்கியா வரச்சொல்லி?"

"இல்லே. ரொம்ப வேணுங்கப்பட்டவங்களுக்கு மாத்திரம் – ஒரு நாலஞ்சு பேருக்குச் சொல்லியிருக்கேன். ரொம்ப சிநேகிதம். அதனாலே வராம இருந்தாலும் இருப்பாங்க. சொல்றதுக்கில்லே."

"என்னது! ரொம்ப சிநேகிதம்னா வராம எப்படி இருக்கிறது?"

"ஆமா. வராட்டாலும் நான் ஒண்ணும் நினைச்சுக்க மாட்டேன்னு அவங்களுக்குத் தெரியும்."

"நாலு பைத்தியமாப் பார்த்து பொறுக்கி சிநேகம் பண்ணி வச்சிருக்காண்டா ஆண்டவன்" என்று சொல்லிக்கொண்டே, நரசிம்மன் திரும்பிப் பார்த்தான். வலப்பக்கம் மண்துறையில் முண்டாசும் அக்குளில் குச்சியுமாக அம்பாகடாட்சம் உட்கார்ந்துகொண்டிருந்தார். நரசிம்மன் திரும்பியதைப் பார்த்து அவரும் முகத்தைத் திருப்பிக்கொண்டார். படித்துறைக்கு இடப்பக்கத்தில் மேட்டிலிருந்து ஒரு எருமை வேகமாக இறங்கித் தண்ணீருக்குள் உட்கார்ந்துகொண்டது. தலையை நீருக்குள் தாழ்த்தித் தாழ்த்தி இரண்டு முறை நனைத்துக்கொண்டு நுரை முத்திட பெருமூச்சு விட்டது.

4

இரண்டு மெல்லிய பெண் குரல்களும், ஒரு பெரிய தவளை ஆண் குரலும் சேர்ந்து கூடத்தில், கூட்டத்திற்கு நடுவில் ஒலித்துக் கொண்டிருந்தன.

பூங்கோதை ஆய்ச்சி கடை வெண்ணெய் புக்கு உண்ண
ஆங்கவள் ஆர்த்துப் புடைக்க புடையுண்டு
ஏங்கியிருந்து சிணுங்கி விளையாடும்
ஓங்கோத வண்ணனே சப்பாணி
ஒளி மணி வண்ணனே சப்பாணி.
தாயர் மனங்கள் தடிப்ப தயிர் நெய் உண்டு
ஏ யெம்பிராக்கள் இருநிலத்தெங்கள் தம்
ஆயர் அழக! அடிகள், அரவிந்த
வாயவனே கொட்டாய் சப்பாணி:
தாம் மோ உருட்டி தயிர் நெய் விழுங்கிட்டு
தாமோ தவழ்வரென் றாய்ச்சியர் தாம்பினால்
தாம் மோதரக் கையால் ஆர்க்க, தழும்பு இருந்த
தாமோதரா கொட்டாய சப்பாணி
தாமரைக் கண்ணனே சப்பாணி

பெற்றோர் தனை கழலப் போர்ந்தங்கு அயலிடத்து
உற்றார் ஒருவருமின்றி உலகினில்
மற்றாரும் அஞ்சப் போய் வஞ்சிப் பெண் நஞ் சுண்ட
கற்றாயனே கொட்டாய் சப்பாணி
கார்வண்ணனே கொட்டாய் சப்பாணி!

பூவராகனின் பெண்கள்தான் பாடிக்கொண்டிருந்தார்கள். கூடச் சேர்ந்து அவனுடைய ஆசாரியன் வரதராஜனும் பாடிக்கொண்டிருந்தார். அம்பா கடாட்சம், திருநாவு, ஐயாறு முதலியார், சுவேதாரண்யம், இன்னும் ஊர் ஆண்கள் பெண்கள் – எல்லோரும் கூடத்தில் உட்கார்ந்து கேட்டுக் கொண்டிருந்தார்கள். இடைகட்டு நிலைக்கு அப்பாற்பட்ட தாழ்வாரத்தில் நாயனக்காரர்களும் குடியானத் தெரு ஆட்களும் கேட்டவண்ணம் நின்றுகொண்டிருந்தனர். வரதராஜனுக்குப் பெரிய உடம்பு. கதவு போன்ற மார்பு. மார்பின் செம் பளபளப்பிலும் முகத்திலும் ஏழெட்டு நாள் நரை மயிர் குத்தி வளர்ந்திருந்தது. நெற்றி, மார்பு, புஜம் எல்லாம் அவர் சின்னதும்

பெரிதுமாக திருமண்ணும் சிந்தூரமுமாக நாமம் தரித்திருந்தார். இடையில் பஞ்சக்கச்சத்திற்கு மேல் ஒரு வெள்ளி அரை ஞாண். நாமத்தின் ஸ்ரீ சூர்ணம் தலையிலும் ஏறியிருந்தது. அதன் முடிவில் ஒரு குட்டி நாமம் வரைந்திருந்தது.

தூணோரமாக நின்ற நாலைந்து பையன்கள் அந்தக் குட்டி நாமத்தையே பார்த்துக் கொண்டிருந்தார்கள். அவருடைய காதில் பல கற்கள் பதித்த வெள்ளைக் கடுக்கன. ஒரு கடுக்கன் சங்கு உருவத்திலும் இன்னொரு கடுக்கன் சக்கர உருவத்திலும் செய்திருந்தது. யாரோ குழந்தை ஒன்று – மூன்று வயதிருக்கும் – தளர நடந்து அவருக்கு முன்னால் நின்று அவரையே பார்த்துக் கொண்டு நின்றது. புன் சிரிப்புடன் அதைப் பார்த்த அவர், அதன் கையை பிடித்து சப்பாணி கொட்டச் செய்தார். கையை இழுத்துக்கொண்டு பின் நகர்ந்தது அது. மீண்டும் வந்து அவர் பக்கம் நின்றது. காதுக் கடுக்கனைத் தடவிப் பார்த்து, தலை உச்சியிலிருந்த சின்ன நாமத்தை விரலால் தடவிப் பார்த்தது. அதைக் கண்டு சிரித்துக்கொண்டே பூவராகனின் பெண்களும் அவரும் பாடிக்கொண்டிருந்தார்கள். மந்தர ஸ்தாயியில் தவளைக் குரலில் பாடியவர் திடீரென்று பெண்களுக்குச் சரியாகக் குரலை உயர்த்துவார். கழுத்து நரம்பு புடைக்க அவர் கையை உயர்த்தி மேலே எட்ட முயலுவதைப் பார்த்துக் குழந்தைகள் சிரிப்பார்கள்.

பூவராகன் எப்பொழுதும் நெற்றியில் ஸ்ரீ சூர்ணம் மட்டும அணிபவன், இன்று திருமண்ணும் அணிந்திருந்தான். இடுப்பில் மூலக் கச்சமும் அதன் மேல் ஒரு வெண் பட்டும் சுற்றிக்கொண்டு, பாடும் பெண்களையும் வரதுவையும் பார்த்துக் கொண்டிருந்தான்.

காலையில் தொடங்கிய கிரகப்பிரவேச வைபவம் இன்னும் நிற்கவில்லை. கெட்டி மேளம் முழங்க, கைக்கு ஒரு ஹயக்ரீவர் படமும், நரசிங்கர் படமும் ஏந்தி மனைவி மக்களும் மாமன் மகன் குடும்பமும் தொடர வலது காலை வைத்துப் படி ஏறினான் பூவராகன். பட்டணத்திலிருந்து வந்திருந்த வரதராஜன் மந்திரங்கள் ஓதினார். மாவிலையால் மந்திர நீரை வாசலிலிருந்து கொல்லை வரை தெளித்துவிட்டு வந்தார். ஓமம் வளர்த்தார். ஆயிரம் பேரையும் சொல்லி அர்ச்சனை செய்தார். ஊருக்குச் சாப்பாடு போட்டு, ஆட்களுக்குச் சாப்பாடு போட்டு, கங்காளிகளுக்கும் போட்டு முடியும்போது உச்சிப் பொழுது கழிந்து வெகுநேரம் ஆகிவிட்டது. சாப்பாட்டு வேளையில் அக்கரைக் கோயிலுக்குப் போனார் வரதராஜன். ஆனால், திரும்பி வந்தவர் யாரையும் இளைப்பாற விடவில்லை. எல்லா உயிர்களும் சாப்பிட்ட பிறகு, ஆமருவியுடன் சாப்பிட்டுவிட்டு, வெற்றிலைப் பெட்டியுடன் அவனோடு சிறிது நேரம் பேசிக்கொண்டே சற்றுக் கண்ணும் அயரலாம் என்று

உட்கார்ந்திருந்தான் பூவராகன். அப்போதுதான் திரும்பி வந்தார் வரது.

"சாப்பிட்டாச்சோல்லியோ?... சரி – வேணியைக் கூப்பிடு, கோதையைக் கூப்பிடு, ...வீண் போது போவானேன்!" என்று கிடுக்கி போடத் தொடங்கிவிட்டார்.

இரண்டு பெண்களையும் உட்கார்த்தி வைத்து,

பொலிக! பொலிக! பொலிக!
    போயிற்று வல்லுயிர்ச் சாபம்:
நலியும் நரகமும் நைந்த;
    நமனுக் கிங்கியா தொன்றுமில்லை
கலியும் கெடும் கண்டு கொண்மின்
    கடல் வண்ணன் பூதங்கள் மண்மேல்
மலியப் புகுந்து இசை பாடி
    ஆடி உழி தரக் கண்டோம்
கண்டோம் கண்டோம் கண்டோம்
    கண்ணுக் கினியன கண்டோம்
தொய்டீர், எல்லீரும் வாரீர்
    தொழுது தொழுது நின்றார்த்தும்...

என்று விம்மும் குரலில் வீட்டையெல்லாம் நிரப்பத் தொடங்கி விட்டார். பூவராகன் அதைக் கேட்டு முதுகு உதற அப்படியே உட்கார்ந்து கண்ணை மூடிவிட்டான். வரதனின் குரல் அவன் தோல்மீது வந்து அதிர்ந்தது. உள்ளே புகுந்து அதிர்ந்தது. அவருக்கு சங்கீத ஞானமும் இல்லை, குரலினிமையும் இல்லை. ஆனால், அகக் கண்ணில் கண்ட திவ்யக் காட்சியின் வடிவமாக, சுவைத்துச் சுவைத்துத் தோய்ந்த அனுபவமாக ஒவ்வொரு சொல்லும் வந்து உள்ளே புகுந்து காட்சி காட்சியாக எழுப்பிற்று. கண்ணை மூடியிருந்த பூவராகன் அப்படி ஒன்றிக் கிடந்தான். நெஞ்சு நிரம்பிக் கிடந்தான். கடைசியில் தாங்க முடியாமல் தானே நெடுங்கிடையாக அந்தக் காட்சிக்கு முன் விழுந்ததைத் தன் அகக் கண்ணுக் குள்ளேயே கண்டான். வெகு நேரம் கிடந்துவிட்டு எழுந்தது அவனுடைய உள் வடிவம். திறந்த பொழுது கூடத்தில் கூட்டமாக இருந்தது. அம்பாகடாட்சம் முன்னால் உட்கார்ந்திருந்தார். ஆதிமூலம் உட்கார்ந்திருந்தார். ஊரிலுள்ள எல்லா ஆண்களுமே உட்கார்ந்திருப்பது போலிருந்தது. சமையலறையிலிருந்து பெண்கள் வெளிப்பட்டு, நிலையோரமாக உட்கார்ந்திருந்தார்கள். எல்லோருக்கும் முன்னால் உதட்டில் வெற்றிலைச் சிவப்பும் தலையில் கொண்டையுமாக செங்கம்மா உட்கார்ந்திருந்தாள். முற்றத்தில் வேளாளத் தெருப் பெண்கள் குழுமி நின்றிருந்தார்கள். இத்தனை பெண்களுக்குமிடையே செங்கம்மாவின் உருவம் மட்டும், என்னமோ ஒற்றைப் பூ பூத்தாற் போல தனியாகப் பளிச் சிட்டது. பூவராகன் அதைத் தான் மட்டும்தான் உணர்ந்ததாக

தி. ஜானகிராமன்

நினைத்துக்கொண்டான். அவன் நினைவு இடம்பெயர்ந்து கொண்டேயிருந்தது.

செங்கம்மாவே வீடு முழுவதையும் நிறைப்பது போலிருந்தது அவனுக்கு. காலையில் மனை புகுந்த கணம் முதல், அத்தனை கூட்டத்திற்கு நடுவில் அவளுடைய தண்டு வடிவம்தான் கூடத்திற்கும் முன் அறைக்கும் முற்றத்திற்குமாக ஆடிக்கொண்டிருந்தது.

கலியாணம் கார்த்திகைகளில் ஆளும் நடு வயது கடந்த பெரியவளைப் போல, செங்கம்மாவே எல்லா காரியங்களையும் நிர்வாகம் செய்துகொண்டிருந்தாள். முன் அறையிலிருந்து ஒரு பந்து பூவை எடுத்துப் போவாள். சற்றுக் கழித்து ஒரு படியில் எதையோ ஏந்திக்கொண்டு நடப்பாள். வாசலுக்குப்போய், அங்கு வந்திருந்த ஒரு செம்புப் பாலை வாங்கி வருவாள். அவளே வேலைக்காரி போலவும் இருந்தது, எஜமானி போலவும் இருந்தது.

பூவராகனின் பெண்கள் இருவரும் அவள் என்ன சொல்லப் போகிறாள் என்று காத்திருப்பது போல நின்றார்கள். சில சமயம் கூடவே போவார்கள். வீட்டில் அவள் நடப்பதைப் பார்த்தால் இவர்கள் வருவதற்கு முன் வெகு காலமாக அவள் ஆண்டது போலவும், இவர்கள்தான் ஏதோ விருந்தினர்கள் போலவும் இருந்தது. பூவராகனின் மனைவியோடும் பெண்களோடும் அவள் பழகினதும் பேசினதும் மிகப் பழைய உறவு போலிருந்தன. பூவராகன் சற்றைக்கொருதரம் இதைக் கவனித்துக்கொண்டுதானிருந்தான். திடீரென்று அவள் எதற்காவது அவனிடமே யோசனை கேட்க வருவாள். குரலைப் பாத்தால் வீட்டில் கூடவே பிறந்து வளர்ந்தவர்களின் குரலாக, தயக்கமில்லாத சங்கோசமில்லாத குரலாக ஒலிக்கும்.

எப்படி இவ்வாறு அவளால் ஒட்டிக்கொள்ள முடிந்தது? கணவன் இங்கு காரியஸ்தன் வேலை பார்க்கிறவன் என்ற உறவில் இவளும் அந்தத் தொண்டச்சி உணர்வோடு, நன்றியின் ஒட்டுதலோடு இப்படிப் பழகுகிறாளா?

பார்த்தால் அப்படியும் தோன்றவில்லை. எந்த வீட்டிற்குள் போனாலும் இப்படித்தானிருப்பாள் போலிருந்தது. வந்திருந்த ஊர்ப் பெண்டுகள் எல்லோருடனும் இதே உரிமையும் ஒட்டுதலுமாகத்தான் அவள் பேசிக்கொண்டிருந்தாள். ஓமம் நடந்த பொழுது வீட்டுக்குப் போக விடைபெற்றுக்கொண்ட ஒரு பெரியவளை "மங்களத்தம்மா! சாப்பிட வந்திரணும். இலை போட்டவுடனே நான் வந்து கூப்பிடறேன்" என்று அவள் கையைப் பிடித்துக்கொண்டே விடை கொடுத்தாள். எந்தப் பெண்களோடு பேசினாலும் தொடாமல், கையை ஒரு தடவையாவது பற்றாமல் அவள் பேசமாட்டாள் போலிருந்தது.

அனசூயாவின் நினைவு வந்தது அவனுக்கு.

யாரைப் பார்த்தாலும் தொட்டுத் தொட்டு, கையைப் பிடித்துப் பிடித்துப் பேசுகிற ஆத்மா அது ஒன்றுதான். மனிதர்களிடம், உயிர்களிடம் அன்பைக் கொட்டுவதையே ஒரு விரதமாகப் பயிற்சியாகக் கொண்ட ஆத்மா அது. பிரியத்தை எப்படியெல்லாம் காட்டலாம் என்று தவித்துத் திணறிக் கடைசியில் கையையாவது பிடித்துக்கொள்வோம் என்று ஒடுங்கி நிறைவது போலிக்கும் அனசூயாவைப் பார்த்தால். அந்த மாதிரி அசாதாரண வியக்தி வேறு இருக்க முடியாது என்று அவனுக்கு ஒரு தீர்மானம். இப்போது அதேபோல ஒன்றைக் காண அவனுக்கு வியப்பாகத்தானிருந்தது. பட்டணத்துப் பண்பில்தான் அப்படி ஒருவர் இருக்க முடியும் என்று நினைத்தது போக, இந்தக் குக்கிராமத்திலும் அதே போல ஒன்றா? இடம் மாறிவிட்டாயே, இங்கும் ஒன்று இருக்கட்டும் என பகவான்தான் படைத்துவிட்டானா!... ஆனால் அந்த அனசூயாவுக்கும் இவளுக்கும் எவ்வளவு வித்தியாசம்?

அன்பு செலுத்துவதை வேண்டும் என்று பிரக்ஞையோடு, சாதகம் எண்ணிக் கொண்டிருக்கிறவள் அனசூயா. இவள் நெஞ்சானால் எங்கும் தன்னறியாமலே பாயும் போலிருக்கிறது.

பூவராகனின் நினைவு அலைந்துகொண்டேயிருந்தது...

அவனுக்குப் பட்டண வாழ்க்கையில் பிடிப்பு இல்லை. தகப்பனார் இறந்து போனதிலிருந்து தளரத் தொடங்கிவிட்டது. திருநெல்வேலியிலும் திருச்சியிலும் பத்து வயது வரையில் வளர்ந்துவிட்டு, பிறகு அவருக்கு சென்னைக்கு மாற்றலானபோது அங்கே வந்தவன் அவன். அதற்குப் பிறகு பிராட்வே மண்ணடி வாசமே நெடும் வாசமாகிவிட்டது. பள்ளிக்கூடம், கல்லூரி எல்லாம் சென்னையிலேயே நிலைத்துவிட்டன. படித்து முடித்ததும் எந்த வேலைக்குப் போகலாம் என்று யோசிப்பதிலே மூன்று வருடம் கழிந்துவிட்டது.

திடீரென்று அவர் கண்ணை மூடவே, அவருக்கு வந்த பணத்தையே வைத்துக்கொண்டு, காகிதக் கடை ஆரம்பித்தான். இயந்திரங்கள் விற்கும் கடையாக வளர்ந்தது அது. யுத்தம் வந்தது. சின்ன முயற்சிக்கே தொழில் பெருகிற்று. பணம் வந்து குவிந்து, அவனறியாமல் குட்டி போட்டுக்கொண்டேயிருந்தது. அவனுக்கே வியப்பாக இருந்தது. மாஜிஸ்ட்ரேட்டாக இருந்த தகப்பனார் அல்லில்லை பகலில்லை கேஸ்கட்டில் ஆழ்ந்திருப்பார். தீர்ப்பு எழுதுவதும், குறிப்பு எடுப்பதும் பழைய வழக்குகளை நோண்டுவதுமாகக் கண் விழித்து விழித்துப் பூத்துப் போனவருக்கு,

தி. ஜானகிராமன்

மாசம் அறுநூறு எழுநூறுகூடத் தேறவில்லை. அவர் பணத்தை வைத்துக் கடை வைத்தவனுக்கு சுழலில் சிக்கும் பண்டம் போல பணம் நாலா பக்கத்திலிருந்தும் வந்து சிக்கிக்கொண்டேயிருந்தது. அவன் சும்மா இருக்கும்போதும், தூங்கும்போதும் அது இன விருத்தி செய்து செய்து நிரப்பிக்கொண்டேயிருந்தது.

அவன் தகப்பனாருக்குக் காலையில் ஒரு மணி நேரம் பூஜைக்கும் படிப்புக்கும், இரவு சாப்பிட்டுக் குழந்தைகளோடு அரை மணி பேசுவதற்கும், முக்கித் திணற வேண்டியிருந்தது. இவனுக்கு அப்படி இல்லை. இந்தப் பதினெட்டு வருடங்களில் முதல் ஆறு வருடம்தான் ஓகோ ஓகோ என்று தொழிலில் முனைப்பாகப் பறந்தான், கண் விழித்தான், கணக்கெழுதினான் முதல் நாலு வருடங்கள் முடியு முன்னரே யுத்தம் வந்துவிட்டது. அவனுக்கு அமைதி தந்து தொழிலைத் தானே பார்த்துக்கொண்டது. அவன் படிக்க ஆரம்பித்தான். நண்பர்களைச் சேர்த்துக்கொண்டான். பணத்தைச் செலவழிக்க வழி தெரியாதவர்கள் போல வாத்தியார் களைக் கூப்பிட்டுக் கொடுத்தான். எதைக் கற்று யாருக்குப் பணம் கொடுக்கலாம் என்று பறப்பது போல, ஒரு சித்திர வாத்தியாரைக்கூட வைத்துக்கொண்டான். ஒவ்வொரு படிப்புக்கும் நாலு பேராக நண்பர்கள் சேர்ந்துகொண்டார்கள். வேடிக்கையாக இருந்தது. இத்தனைக்கும் நடுவில் தகப்பனாரை மறக்க முடிய வில்லை. பெரிய திட்டமாகப் போட்டு ஆறுகட்டியில் போய்த் தங்கி, கோவிலில் உட்காரப் போகிறேன் என்று நீண்ட ரஜா எடுத்துக்கொண்டவர், கடைசி ரஜாவாக அதை மாற்றிக்கொண்டு மளுக்கென்று மறைந்து போன அதிர்ச்சி, நினைக்கும்பொழு தெல்லாம் அதிர்ச்சியாகவே வந்து அவனை உதறி நினைவைக் கட்டிவிடும். அந்த அதிர்ச்சி மெள்ள மெள்ள ஒரு அரிப்பாக, ஏக்கமாகத் தணிந்து அமைந்ததையும் அவன் உணர்ந்தான். சென்ற வருடம் பாங்கியில் இருப்பு எட்டு லட்சம் என்று பார்த்தபோது அவனுக்கு ஆச்சரியமாக இருந்தது. அதோடு தகப்பனாரின் கண் விழிப்புக்களை நினைத்தபொழுது குழப்பமாகவும் இருந்தது. மேலும் மேலும் அந்த இனப்பெருக்கைப் பார்க்கும்பொழுது அலுப்புத் தட்டிற்று. ஆண்டுக்கு ஒருமுறை சென்னை வரும் நரசிம்மன் சென்ற ஆவணியில் வந்தவன் ஊர்க் கட்சிகள், பூசல்களைப்பற்றி வழக்கத்திற்கு மாறாக சற்று அதிகமாகவே பிரலாபித்தான். பெருமாள் கோவில் இடிந்து கிடந்ததைச் சொன்னபொழுது, பூவராகனுக்குத் தகப்பனார் நினைவு வந்தது. ஊவா முள்ளாக உடல் உள்ளெல்லாம் லேசாகக் குத்திற்று. கருக முள் ஓர் இடத்தில் கடுக்கும். வேட்டியில் ஒட்டிக்கொண்ட ஊவா முள்ளுக்கோ கண்டுபிடிக்க முடியாமல் எதிர்பாராத இடங்களில் நின்று நின்று குத்துகிற சுபாவம்.

"சிங்கு, நான் ஊரோட வரப்போறேன்" என்றான் பூவராகன் திடீரென்று. அதாவது நரசிம்மனுக்கு அது திடீர்ப் பேச்சாகப் பட்டது.

"எந்த ஊரோட?"

"நம்ம ஊரோடதான், நானும் உம் மாதிரி மிராசுதாரா ஆகப்போறேன். பிசினெஸ்ஸை வித்துடப் போகிறேன்."

"என்னது!"

"எத்தினி நாள்தான் சம்பாதிக்கிறது? எல்லாம் நிம்மதியா இருக்கத்தானே!"

"அது சரி—அதுக்காக, தானா வர்ற பணத்தை நிறுத்தறதாவது!"

"அது தானா வரதுதான் எனக்குப் பிடிக்கலெ. அதுதான் முதல் காரணம். ரண்டாவது, தானா வருதுன்னு வரிக்காரன் நினைக்காததுதான். நாம என்னமோ தில்லு முல்லு பண்ணி, அதைக் கொல்லை வழியாகவும், புகை போக்கி வழியாகவும் உள்ளே இழுத்துவரோம்னு நினைக்கிறான் பாரு, அந்த மாலைக் கண்ணனுங்க. ஒருத்தனா ரண்டு பேரா, எத்தனை தண்டல்காரனுக! ஏ அப்பா! மானேஜர் கணக்கு எழுதறாரு. சுத்தமான ஆளு. எங்கப்பா ரிஷி மாதிரி இருந்தாங்க. நான் அந்த மாதிரி இல்லாட்டாலும் முடிச்சவுக்கலெ. அப்படி நினைக்கவும் இல்லே. ஆனா வரிக்காரன் கண்ணு கரிக் கண்ணாத்தானே இருக்கு. வரி கொடுக்கறது உத்தமமான காரியம், கௌரவம்கூட, பாஷன்கூட, ஆனா, இந்த கரிக்கண்ணுப் பூச்சிகளுக்குப் பயப்படறோம்னு என்னதுக்காகப் பேர் வாங்கணும்? மரியாதை பிறந்த ஊரிலேயே பிறக்காத ஜன்மங்க... இத பாரு... ஊருக்குப் போய் நாளைக்கே விலை பேசு இருபது முப்பது வேலி! உருப்படியா ஏதாவது பண்ணலாம்."

"நீ நல்லாத்தான் பண்ணுவே. நானும் வாங்கிப் போடறேன். எல்லாம் சரி. டாக்டருக்குப் படிக்க வச்சிருக்கே இந்த வேணியை... அடுத்ததுகளும் படிக்குது."

"ஹாஸ்டல்லெ விட்டுடறது."

"அதெப்படி? நம் கண் முன்னாலே இருக்கிறது எப்படி..?"

"டாக்டருக்குப் படிச்சா என்ன? முதலாயிரம் முழுக்க சொல்லி வச்சிருக்காரு ஸ்வாமி. தலைகீழாச் சொல்வாளுக ரண்டு பேரும். நல்ல வயசிலே ஏத்திருக்கு. எங்க போனாலும் இந்தப் பசை வத்தாது. அதுகளை யாரும் அசைக்கிறதுக்கில்லே!"

நரசிம்மன் தயங்கினான். பூவராகன் அடிமேல் அடி வைத்தான்.

விறுவிறுவென்று எல்லாம் நடந்துவிட்டது. ஆறு மாதம் அலையாக அலைந்து, நன்செயும் புன்செயுமாக உள்ளூரிலும் வெளியூரிலுமாக இரு நூறு ஏக்கர் நிலத்தை சாசனம் எழுதி விட்டான் நரசிம்மன். பாங்கியிலிருந்த அத்தனை ரெர்க்கமும் கைமாறிற்று. மதுரையோடு போய் குடியேறிவிட்டவரின் பெரிய வீடு, பல வருடங்களாகப் பூட்டிக் கிடந்தது. வீட்டுக்காரனின் தூரத்துப் பங்காளியான பழனிவேலு கொல்லை மரங்களை அனுபவித்துக்கொண்டு, வீட்டையும் கிட்டங்கியாகவும் இளைப்பாறுகிற பங்களா மாதிரியும் உபயோகப்படுத்திக் கொண்டிருந்தான். அவன் உபயோகப்படுத்துகிற முன் கூடத்தைத் தவிர, முன்னாலும் பின்னாலும் கூரை, வளை எல்லாம் தொய்ந்து தொங்கிற்று. மரநாயும் கீரிப்பிள்ளையும் உத்திரத்தில் ஓடின. அந்த வீட்டை வாங்கி அடியை பிடித்துப் பிரித்துக் கட்டினான் நரசிம்மன். இத்தனையும் முடிய எட்டு ஒன்பது மாதமாகிவிட்டது.

கடைகளை விற்று, பூவராகன் ஆறுகட்டிக்குப் புறப்படுவதற்கு முன்னால், ஒரு வார காலம் பட்டணத்திலேயே கழிந்தது. நண்பர்களைப் போய்ப் பார்த்துப் பேசிக்கொண்டிருந்தான். நாலாவது நாள் ஏதோ கணக்கு சந்தேகம் ஒன்றை விளக்கிக் கொடுப்பதற்காகக் கடைப்பக்கம் போனபோது, அது அவனுக்குப் பழகின இடமாகவே தோன்றவில்லை. அப்படிப் பந்தம் விட்டுப் போய்விட்டது. யாரோ அந்நியனின் இடத்தில் நுழைகிற மாதிரிதான் இருந்தது. புது முதலாளி அதற்கேற்ற மாதிரி வாசல் போர்டை மட்டுமின்றி குமாஸ்தாக்கள் உட்காருகிற இடங்களையும் மாற்றியிருந்தார். அவர் பூவராகனைத் தன்னுடைய முதலாளி மாதிரியே நினைப்பதுபோல் எழுந்து, தேவைக்கு மீறின பரபரப்புடன் உபசாரம் எல்லாம் செய்தார்.

ஓரிரண்டு புது ஆட்களைத் தவிர பழைய குமாஸ்தாக்கள், சிப்பந்திகள் எல்லோரும் அப்படியேதானிருந்தார்கள். ஆனால், பூவராகனுக்கு அயலிடம் போல் தானிருந்தது. புது இடத்தைப் பார்ப்பது போல்தான் பார்த்தான்.

நண்பர்களிடமெல்லாம் விடைபெற்றுக் கொள்வதில் நாலைந்து நாட்கள் கழிந்தன.

5

புறப்படுவதற்கு முதல் நாள் அனசூயாவிடம் விடைபெற்றுக் கொள்வதற்காகப் போனான் பூவராகன். சாப்பிட்டுவிட்டுப் பகல் வேளைக்குப் போனவன் இரவு ஒன்பது மணிக்குத்தான் எழுந்தான். அவனுக்காகவே அவள் நாளை ஒழித்து வைத்திருந்தாள் போலிருக்கிறது. யாரும் வரவில்லை. கூப்பிடு மணி அடிக்கவில்லை. டெலிபோன்கூட அடிக்கவில்லை. இருவரும் பேசினார்கள். பேசினார்கள், அப்படிப் பேசினார்கள், கூப்பிடு மணியை அடித்து, கதவு திறந்ததுமே அவனை வா என்று ஒரு கையால் அணைத்துக்கொண்டே உள்ளே அழைத்துப் போனாள் அனசூயா. வழக்கம் போல கீழே பாய் மீதே உட்கார்ந்து கையைப் பிடித்துக் கொண்டே பேசிக்கொண்டிருந்தாள் அவள். சற்று நெருங்கிய நண்பர்களாயிருந்தால் அவள் அப்படி அணைத்துக் கொண்டேதான் வரவேற்கிற வழக்கம். தொட்டுத் தொட்டுத்தான் பேசுகிற பழக்கம். ஏதாவது சாதுர்யமாகச் சொல்லிவிட்டால், சட்டென்று பாய்ந்து கையால் தழுவிக்கொண்டு சிரிப்பாள். சந்தோஷத்தை அதற்குக் குறைவாகக் காண்பிக்க முடியாது அவளால். தனியாக இருக்கிறபோது மட்டுமில்லை. எத்தனை பேர் இருந்தாலும் இப்படித்தான். ஏதாவது நினைத்துக்கொண்டுவிடப் போகிறார்களே என்று தயங்கத் தெரியாது. கையைப் பிடித்துக் கொண்டே அவள் பேசும்போது பெண்ணின் மெல்லிய கை என்ற ஓர் உணர்வைத் தவிர வேறு ஒன்றும் மனத்தில் தோன்றாமல் இருப்பது ஓர் ஆச்சரியம்.

"ஸோ, சுதந்திர மனிதனாகிவிட்டே!" என்று தான் அவள் பேச்சை ஆரம்பித்தாள். "பிஸினசை மூடிவிட்டியா!" என்று மற்றவர்களைப் போல அதிர்ந்துபோகவோ, வியக்கவோ இல்லை. பாதாளத் தில் குதிக்கக் கிளம்பிவிட்டாயே என்பது போல் பரிதாபப்படவில்லை.

தி. ஜானகிராமன்

“ஆமாம்!” என்றான் அவன்.

“பாரத்தை இறக்கினாப்பல இல்லை?”

“அப்படித்தான் இருக்கு. வேலை செஞ்சு நாமே பணத்தைத் தேடிப் போனா அப்படியிருக்காது. அது தானா வர்றபோது பாரமாத்தான் இருக்கு!” என்று சொன்னான் அவன்.

“ரொம்ப சரி. பணத்தை நாம் தேடிப் போகணும். ஸ்வாமி நம்மைத் தேடி வரணும். இந்த ரண்டும் தலைகீழா மாறிப் போகிறதினாலே, உசிரு பாரமாயிடறது” என்று சிரித்தாள் அவள். சட்டென்று சிரிப்பு நின்றது. சிறிதுநேரம் இருவரும் பேசவில்லை. சற்றுக் கழித்து அவள் தொடங்கினாள்: “அது சரி, அப்படி என்ன உனக்குப் பணம் வந்துவிட்டது இப்ப? ஒரு கோடி ரண்டு கோடி இருக்குமா?” என்று யதார்த்தமாகக் கேட்டாள்.

பூவராகன் சிரித்தான். “கிட்டத்தட்ட அதிலே பத்திலே ஒண்ணு இருக்கும்.”

“பூ... இதுதானா? கோடிக் கணக்கிலே பேசுமே முதலைகள் அப்படித்தான் ஆயிட்டியோன்னு பார்த்தேன். இதைக் கண்டா இப்படி ஓடறே! நம்ப மேத்தா பத்து கோடியைத் தாண்டிவிட்டான். இன்னும் வளைச்சு வளைச்சு இருபது முப்பது ஐம்பதுன்னு பாக்கணும்னு பறக்கிறான்.”

“பறக்கத்தானே பறக்கிறான். அதைச் சம்பாதிக்க இன்னும் இருபது கை வேணும். அப்பத்தான் உழைக்க முடியும்னு சாமியைப் பார்த்து கேட்கலியே.”

அதைக் கேட்டு அனசூயா சிரிக்கவில்லை. யோசிக்க ஆரம்பித்துவிட்டாள். “நீ சொல்றதுகூட சரியாத்தான் இருக்கு, சாமியைப் பார்த்து இன்னும் லட்சரூபாய் வேணும்னு கேட்காமல், இன்னும் லட்ச ரூபாய் சம்பாதிக்கணும் அதுக்கு இன்னும் ரண்டு கை கொடுன்னு கேட்கணும், அப்படி கேட்கறபடி சாமி கொடுத்தார்னா எப்படி இருக்கும்?”

இப்படியே பேச்சு வளர்ந்தது, பிற்பகல் மாலைப் பொழுது, அந்தி, இரவு வந்தும் வளர்ந்தது. விடைபெற்றுக்கொண்டு புறப்படும்போது ஒன்பது மணியாகிவிட்டது. வாசலுக்கு வந்த பிறகு மண்ணுலகத்துக்கு இறங்கி வந்துவிட்ட உணர்ச்சி அவனை உடம்பையெல்லாம் வந்து பிடித்துக்கொண்டது. அப்படி எல்லாவற்றையும் மறக்க அடிக்கிற தனி உலகம் அது. ஆனால் உலகத்துக்கெல்லாம் அன்பை வாரி வீசுகிற உலகம். கிரகப் பிரவேசத்துக்கு அவளையும் ஊருக்கு வருமாறு அழைத்துவிட்டுத்தான் வந்தான் அவன்.

அவளைப் பார்க்கிற மாதிரிதான் செங்கம்மாவைப் பார்க்கிற பொழுதும் இருக்கிறது. ஆனால் அனசூயா எத்தனையோ படித்தவள். சின்னவர்கள் பெரியவர்கள் என்று ஆயிரக்கணக்கான பேரோடு பழகுகிறவள். ஒன்றிக்கட்டை, இஷ்டப்படி இருக்கிறவள். கலியாணம் ஆகாதவள்.

பூவராகனின் நினைவு புரண்டு மறுபடியும் கூடத்திற்கு வந்தபொழுது, அங்கு செங்கம்மாளைக் காணவில்லை. அவன் மனைவியையும் லட்சுமியையும் காணவில்லை. வரதராஜன் மட்டும் அந்தக் கூட்டத்துக்கு நடுவில் "உண்ணும் சோறு பருகும் நீர் தின்னும் வெற்றிலையும் எல்லாம் கண்ணன் எம் பெருமான் என்றென்றே கண்கள் நீர் மல்கி –" என்று முழங்கிக் கொண் டிருந்தவர் மேலே சொல்லாமல் நிறுத்தினார். அடுத்த அடி மறந்துவிட்டாற்போல் இருந்தது. ஞாபகப்படுத்திப் பார்ப்பது போல் புருவத்தைச் சுளித்துக்கொண்டார். பூவராகனுக்கு நினைவு இருந்தது. "மண்ணினுள் அவன் சீர்வளம்" என்று எடுத்துக்கொடுத்தான்.

"நீயே சொல்லு" என்று சொல்லாமல் சமிக்ஞை செய்தார் வரதன். பூவராகனுக்கு வெட்கமாக இருந்தது. அந்தக் குரலுக்குப் பிறகு அவன் குரல் மெலிந்து பூஞ்சையாக ஒலித்தது. வரதுவுக்குப் பாட்டு மறந்து போகவில்லை என்று அப்போதுதான் தெரிந்தது. சோறு, நீர், வெற்றிலை எல்லாம் கண்ணனாக ஆகிவிட்ட ஒடுக்கத்தில் ஒரு கணம் தோய்ந்தது. அவர் நா தடுமாறி நெஞ்சு அடைத்துவிட்டது. இப்போது கண்ணிலும் குளமாகக் கட்டித் ததும்பி நின்றது. பூவராகன் அப்படியே நின்றுவிட்டான். வரதுவுக்கு சில பாட்டுகளைச் சொல்லும்போது இந்த மாதிரி தடுமாற்றம் வருவதுண்டு. அப்புறம் அவரால் பாட முடியாது. பேசாமல் உட்கார்ந்துவிடுவார்.

அவர் குரல் நின்றுவிட்டதையும் தொடர்ந்து பூவராகனின் குரல்கூட நின்றுவிட்டதையும் கேட்டோ என்னவோ செங்கம்மா வந்து அடுக்களை நிலையில் நின்றாள். கூடவே லட்சுமியும் பூவராகன் மனைவியும் வந்து நின்றார்கள்.

மூடியிருந்த வரதுவின் கண்கள் திறந்தன. உத்தரீயத்தால் துடைத்துக்கொண்டு, "போறுமே கற்பூர ஆரத்தி பண்ணிவிடலாம்னு நினைக்கிறேன்" என்று அவர் குரல் கம்மித் தழதழத்தது.

சூடத்தை ஏற்றி அவரே காண்பித்தார்.

"எல்லோரையும் கொஞ்சம் இருக்கச் சொல்லுங்க" என்று அருகே வந்து சொன்னாள் பூவராகன் மனைவி.

"எல்லோரும் அப்படியே உட்காரணுமாம்" என்றார் வரதன்.

லட்டுவும் காப்பியுமாக வந்துகொண்டிருந்தது. பூவராகன், குடும்பம், லட்சுமி, செங்கம்மா எல்லோருமாக சேர்ந்து வழங்கினார்கள். பூவராகன் பிறகு வரதுவின் காதண்டை ஏதோ சொல்லிவிட்டு வந்து உட்கார்ந்து தானும் லட்டுவைக் கொறிக்க ஆரம்பித்தான். திடீரென்று வரது ஆரம்பித்தார் – எல்லோரையும் பொதுவாகப் பார்த்துக்கொண்டு,

"பூவராகன் என்னோட சிஷ்யப் பிள்ளைன்னு சொல்லிக்கிற வழக்கம். நான் அவருக்கு ஆசார்யன்னு சொல்லிக்குவர். அதுக்கு எனக்கு என்ன தகுதி இருக்கோ தெரியலே, அவர் எத்தனையோ பேருக்கு ஆசார்யனாக இருக்கக்கூடியவர். ஆசார்யன் யாரு? யாரு நமக்கு பகவானைக் காட்டிக் கொடுக்கிறானோ அவன்தான் ஆசார்யன். இந்த ஊர்லே சுவேதாரண்யம்னு யாரோ இருக்காராமே –!" என்று சற்று நிறுத்தி வந்திருந்தவர்களைச் சுற்றிலும் ஒரு நோட்டம் விட்டார் வரதன்.

"நான்தான் ..." என்று சுவேதாரண்யம், என்னமோ ஏதோ என்று புரியாமல் முகத்தில் கேள்வியும் சங்கையுமாக விழித்தார்.

"நீங்கதானா? ரொம்ப சந்தோஷம். கோவில்லாம் பாழாக் கிடக்கிற கண்ராவியைப் பார்த்துவிட்டு வரணும்னு நீங்கதான் பூவராகன்கிட்ட சொன்னாப்பல இருக்கு!"

"நான் சாதாரணமாச் சொன்னேன்..." என்று பயந்தாற்போல் இழுத்தார் சுவேதாரண்யம்.

"ரொம்ப சரி பூவராகன் போய்ப் பார்த்தாராம். கோவில் இருக்கிற நிலைமையெல்லாம் அவருக்கும் மனசிலே ரொம்ப கஷ்டத்தைக் கொடுத்திருக்கு... அதனாலே இந்தப் பெருமாள் கோவிலை அடியிலேருந்து பழுது பார்த்து உத்தாரணம் பண்ணி ஸம்ப்ரோக்ஷணம் கும்பாபிஷேகம் பண்றதாக முடிவு செய்திருக்கார் அவர். அதைத்தான் உங்ககிட்ட சொல்லச் சொன்னார். பகவான் எங்கேயோ ஒளிஞ்சிண்டிருக்கான், அவனை ஊருக்கே காட்டிக் கொடுக்கறேன்னு அவர் இப்பச் சொல்றதனாலேதான், அவரே ஆசார்யனா இருக்கத் தகுதி யுடையவர்னு முதல்லே சொன்னேன்."

"ஆகா! ஆகா! யார் இப்படிச் சொல்லப்போறாங்க! யாரு யாரு!" என்று அழத் தொடங்கிவிட்டார் சுவேதாரண்யம்.

"ஸ்வாமிக்கில்லை!" என்று வரதுவைப் பார்த்து வலது கையை நீட்டினார் ஆதிமூலம்.

"என்ன?"

"ஐயா, முந்தாநத்து கார்லேருந்து இறங்கி சாலையிலே நின்னப்பவே நான் சொல்லிட்டேன். ஆதிவராகன் பூமியைத்

தூக்கி கொண்டாந்திச்சு, பூவராகன் இந்த ஊரையே நிமிர்த்தப் போவுதுன்னு."

"பேஷ் ... பேஷ்!"

"நாங்களும் முடிஞ்சதைச் செய்யறோம். கூட நிக்கிறோம். எல்லோருக்கும் பர்த்தியா நான் இதைச் சொல்லலாம்னு நினைக்கிறேன்" என்று ஒரு லேசான கோபத்துடனும் சிரிப்புடனும் அம்பாகடாட்சம் பின்னாலும் பக்கத்திலும் பார்த்தார்.

"நீங்க சொல்லாம யாரு சொல்றது?" என்றான் திருநாவு.

"ராமா, கிருஷ்ணா, சங்கரா, சம்போ" என்று ஆவேசக் குரல் வந்தது. ஆதிமூலம்தான். "ஐயா, இன்னமே இந்த ஊருக்கு விடிஞ்சுபோச்சு, யாரும் சிரிக்கமாட்டாங்க இதைப்பார்த்து" என்று வரதுவைப் பார்த்து முழங்கினார் அவர்.

சளபுள சளபுளவென்று பேச்சு கூடத்தை நிறைத்தது. லட்டுவையும் காப்பியையும் முதல், பாதி, கடைசி என்ற பல கட்டங்களில் சாப்பிட்டுக் கொண்டிருந்தவர்கள் உற்சாகமாகப் பேச ஆரம்பித்தார்கள். என்னென்ன உதவி செய்கிறோம், செய்யலாம் என்று ஆளுக்கு ஆள் சொல்ல ஆரம்பித்தார்கள், எலியும் பூனையும் ஆக இருக்கிறவர்களுக்குக்கூட பேசாமலிருக்க மறந்துபோய்விட்டது.

"எல்லாத்தையும் நீங்களே சாப்பிட்டா? எனக்குக் கொஞ்சம் கொடுங்களேன்" என்று திருநாவு அம்பாகடாட்சத்திடம் கையை நீட்டினான். "எடுத்துக்கவேன்" என்று அப்படியே பாதி லட்டுவைக் கவிழ்த்துவிட்டார் அம்பாகடாட்சம். அந்த மாதிரி செய்யும்போது அவருக்குச் சிறிது புல்லரிப்புக்கூட வந்தது; சண்டைக்காரனோடு சமாதானம் செய்துகொள்கிறது, பெண் ணோடு கூடுகிற மாதிரி. அப்படி ஒரு கிளுகிளுக்கிற உணர்வு அது. உடம்பிலேயே, தோலிலேயே தெரியும். அப்படி அவருக்கு மட்டும் வரவில்லை. கூடம் முழுவதிலும், அநேகமாக எல்லோருமே தங்கள் தங்கள் உள்ளுக்குள் உணர முடிந்தது. எல்லோருக்கும் தெரியும்படியாகச் சண்டை போடுபவர்களைத் தவிர, வெளிக்குச் சுமுகமாகவும் மனசில் முர்ரென்று முறைத்த கண்ணுமாகவும் இருக்கிறவர்களுக்குக்கூட கண் குளிர்ந்துவிட்டிருந்தது. கூடத் துக்குக் கண்ணும் நெஞ்சும் இருந்தால், இந்த நட்பையும் அன்பையும் பார்த்து அடைத்து மல்கியிருக்கும்.

அம்பாகடாட்சம் தம் வயதை நினைத்துக்கொண்டார். முந்தாநாள் மாலை போனதும் போகாததுமாக காச்சுமூச்சென்று நாகரிகம் இல்லாமல் வசமிழந்து கத்தியதை நினைத்துக் குன்றினார்.

அப்பூதிக்கும் அதே மாதிரி ஒரு நாணம் கவிந்துகொண்டது. பொதுவாக அசடு தட்டுகிற ஒரு நாணமும், அன்று பூவராகனைப் பார்க்கப் போய் மேலே விழுந்து பிடுங்கிக்கொண்ட நினைவும் அத்தனை பேரையும சற்றுக் குறுக்கத்தான் செய்தது. இந்தச் சிறுபிள்ளைத்தனம் ஊர் காதிலும் விழுந்திருக்குமோ என்ற ஒரு சந்தேகத்தில் அந்த வெட்கம் இன்னும் சற்று அதிகமாகத் தலையைக் குனியவைத்தது. அதைத் தங்களுக்கே தெரியாமல் அழுத்தி அமுக்க அவர்கள் கொஞ்சம் அதிகப்படியான சத்தத் துடனேயே சிரித்தும் வேடிக்கையும் கேலியுமாகப் பேசிக் கொண்டார்கள் போலிருக்கிறது. சளசளப்பு அப்படி சுருதியேறிக் கொண்டிருந்தது.

இடிபோல் ஒரு சத்தம்.

"டடடட்டடட்மட்டடட்" என்று எதையோ உலுக்குகிறார்போல் எங்கிருந்தோ பெரிய ஓசை வந்தது. அதைத் தொடர்ந்து ஒரு பெரிய கூச்சல் கேட்டது. சளசளப்பில் இன்னதென்று தெளிவாகக் கேட்கவில்லை. மீண்டும் தொடர்ந்து பெரிய கூச்சலாகக் கேட்டது. "நானும் ஒரு மனுசன்தான். எனக்கு வர்ற அவமானம் எல்லோருக்கும் உண்டு" என்று ஒரு ஆங்காரக் குமுறல் ஒன்று காதில் பாய்ந்தது. இடை நிலைக்கருகில் தாழ்வாரத்தில் உட்கார்ந்தவர்கள் இரண்டு மூன்று பேர் வாசலைப் பார்த்துவிட்டு சட்டென்று எழுந்து ஓடினார்கள். கூடத்தில் பூவராகனுக்கு எதிரே உட்கார்ந்திருந்த நரசிம்மன் "எல்லாரும் இருந்து மெதுவாச் சாப்பிடணும்" என்று சொல்லிக்கொண்டே எழுந்து வாசல் பக்கம் போனான்.

அவன் இடைக் கட்டை கடக்கும்போது பழனியின் உருவம் வெகுவேகமாக ஆளோடியிலிருந்து வாசலில் இறங்கிற்று. இறங்கினதும் வாசல் கொட்டகை மணலில் நின்று திரும்பிற்று. நரசிம்மன் அந்த முகத்தைக் கண்டு சற்று பயந்துவிட்டான். பழனியின் முகம் பளபளத்து கண்ணில் ரத்தச் சிவப்பாகக் கனிந்தது. உடம்பில் ஓர் ஆட்டம், நடுக்கம். இரண்டு கைகளையும் முன்னால் வீசி, "நானும் ஓர் ஆள்தான் இந்த ஊர்லே" என்று மார்பை டம் டம் டம் என்று மூன்று தடவை ஓங்கித் தட்டிக்கொண்டான் பழனி. "நான் இருந்த இடங்கறதாவது ஞாபகம் இருக்கட்டும். பட்டணத்திலே இருந்திட்டா ஆயிடாது" என்று கத்தினான். கத்த முடியவில்லை. உதடெல்லாம் கோணிக்கொண்டது. திரும்பி விர்ரென்று நடந்தான். நரசிம்மனுக்கு ஒன்றும் புரியவில்லை. ஒரு சிறு பயமும் அதிகரிக்க, சட்டென்று ஆளோடியில் பாய்ந்து இறங்கிப் பின்னால் ஓடினான். தொடர்ந்து விரைந்து பழனியின் கையைப் பிடித்து "என்ன பழனி?" என்றான்.

கையை உதறிக்கொண்டு கத்தினான் பழனி.

"என்னவா? என்னவா?" என்று சொல்லும்போது பழனிவேலு வின் குரல் உடைந்துவிட்டது. "நான் முப்பத்திரண்டு வேலி பங்கு வாங்கலே... எனக்கு அத்தனை தெம்பு கிடையாதுதான். ஆனால் நான் இந்த வீட்டிலே இருந்தவன். என் கால்லெ விளுந்துதெல்லாம் மறந்து போயிட்டாரு உங்க அத்தான். நேர வந்து ஒரு வார்த்தை சொல்லிக் கூப்பிடக்கூட லாயக்கில்லாத பழுதையாப் போயிட்டேன். என்னை என்ன தொடக் கெடக்கு?" என்று திமிறிக்கொண்டு நடந்தான்.

அதற்குள் வாசல் கொட்டகையில் நாலைந்து ஆட்கள் வந்துவிட்டார்கள். ஆளோடியில் மூன்று நாலுபேர் வந்தார்கள்.

நரசிம்மன் பழனியை மறுபடியும் தொடர்ந்து நடந்தான். "பழனி! இதைக் கேளு!"

"நான் ஒண்ணும் கேக்க வாணாம். நான் என்ன படிச்சவனா! பங்கு உள்ளவனா?"

"பழனி! இப்படி நடுத்தெருவிலே நின்னு கத்தாதே. பூவராகன் வந்து உன்னைக் கூப்பிட வந்தான். ரண்டு தடவை வந்தான். ரண்டு தடவையும் நீ இல்லையாம். அப்புறம் நான் வந்து கூப்பிட வந்தேன். உன் பொஞ்சாதி வாசலைப் பூட்டிக்கிட்டு குளத்தங்கரைக்குப் போயிட்டாப்பல இருக்கு. அப்புறம் செங்கம்மா வந்து உன் பொஞ்சாதியைக் கூப்பிட்டாளாம்..."

"செங்கம்மா உங்களுக்கு ரொம்ப உறவாயிருக்கலாம். அதெல்லாம் எங்கிட்ட என்னத்துக்குச் சொல்றே! என் கையை விடு" என்று திமிறிக்கொண்டு நடந்தான் பழனி.

நரசிம்மனுக்குப் பின்பு பேசத் தோன்றவில்லை. அப்படியே அவனைப் பார்த்துக்கொண்டு நடுத்தெருவில் சிலை மாதிரி நின்றான். இரண்டு கணம் நிற்பதற்குள் பூவராகனே! "என்ன சிங்கு!" என்று பரபரத்தான். ஆதிமூலமும் அம்பாகடாட்சமும் சற்று தள்ளி வந்துகொண்டிருந்தார்கள்.

"நீ போய் அவனை நேரக் கூப்பிடல்லியாம்!"

"நான்தான் ரண்டு தடவை போனேனே. அவர் வீட்டிலே இல்லை. அவர் சம்சாரத்துக்கிட்டே சொன்னேனே."

"என்ன! என்ன!" என்று வந்தார்கள் ஆதிமூலமும் அம்பாவும்.

அவர்களுக்கும் செய்தியைச் சொன்னான் நரசிம்மன்.

"ரண்டு தடவை கூப்பிட்டிருக்காரு இவரு. நான் வேறே கூப்பிட்டிருக்கேன். வீட்டிலேயே இல்லை. இப்ப வந்து நேர

கூப்பிடலியேன்னு வாசல்லே நின்னுகிட்டு சன்னதம் ஆடிட்டுப் போறான். என்ன சொன்னாலும் ஏறலெ. கையைக் கையைப் பிடுங்கிட்டு ஓடறான்" என்றான் நரசிம்மன்.

"நான் நேராப் போய் மறுபடியும் ஒரு தடவை கூப்பிட்டிருக்கலாம். ஒண்ணுமேலே ஒண்ணா வேலை வந்துகிட்டேயிருந்ததிலே மறந்துபோச்சு!" என்று சற்றுப் புரியாமல் நின்றான் பூவராகன்.

"அது சரி, இத்தனை கௌரவம் பார்க்கற பய, வீட்டோட முடங்கி இருந்திருக்கணும், என்னத்துக்கு இப்படி வாசல்லே வந்து சாமியாடினான்! கலியபெருமாள் ஆவேசம் வந்தாப்போல குதிச்சான்—" என்றார் அம்பாகடாட்சம்.

"முட்டாப் பய... இந்த வீட்டை ரொம்ப வருசமா ஆண்டுப்ட்டான், தம்பிடிக் காசுச் செலவில்லாம தேங்கா மாங்கா வேற. மான்யம் விட்டாப்பல வருஷக் கணக்கா சாப்பிட்டிருக்கான். திடீர்னு எல்லாத்தையும் பிடுங்கினவுடனே ஷாக் அடிச்சுப் போயிட்டாப்பல இருக்கு —" என்று. அவன் செய்தது ஏதோ இயற்கையாக நடக்கிற சம்பவம் போலவே இங்குமில்லாமல் அங்குமில்லாமல் மையமாகப் பேசினார் ஆதிமூலம்.

"அவன் காலேஜிலே படிச்சவனாச்சேய்யா. தினமும் ராத்திரி என்னமோ பிரசங்கம் பண்ணப் போறாப்பல விடிஞ்சதுலேர்ந்து புத்தகத்தை வச்சிட்டு உட்கார்ந்திருக்கான். ஊர்லே யார்கிட்ட யாவது முகம் கொடுத்துப் பேசறானா, போறானா? நாம எல்லாம் என்னமோ இவன் மாதிரியும் இவன்தான் என்னமோ பெரிய மேதாவி மாதிரியும் நம்ம காத்தே படாம இருக்கிறவனாச்சே, என்னாத்துக்கு இப்படி பொம்பிளை கணக்கா வயித்திலேயும் வாயிலேயும் அடிச்சிக்கறாப்பற கையை வீசிட்டு வந்து கத்தணும்கறேன். கயவாளித்தனமால்ல இருக்கு!"

"அட சரிதான்யா. என்னமோ இருக்கிறதுதான், விடு" என்றார் ஆதிமூலம்.

"நான் போய் அவர்கிட்ட ரண்டு வார்த்தை சொல்லிட்டு வந்திடறேன்" என்ற நகர்ந்தான் பூவராகன்.

"வாண்டாம் பூவு. அப்புறம் பார்த்துக்கலாம்" என்று நரசிம்மனின் குரலைக் கேட்டு அவன் கால் திரும்பிவிட்டது. நரசிம்மன் குரல் அவ்வளவு கண்டிப்பாக நறுக்கிற்று.

திரும்பி நடந்து வீட்டுக்கு வந்தார்கள் எல்லோரும்.

கூடத்தில் உட்கார்ந்திருந்தவர்கள் எழுந்து பாதிப்பேர் வாசலுக்கும் இடை கழிக்குமாக வந்துவிட்டதால், அங்கு லட்டுத்

தூள்களும் காபிக் கறையுமாக ஜமக்காளம்தான் இருந்தது. ஆங்காங்கு நின்று நின்று பேசிக்கொண்டிருந்தார்கள்.

சுவேதாரண்யம் பூவராகனிடம் வந்தார். அவன் முகம் சற்று யோசனையிலிருப்பதைப் பார்த்து, “இதுகெடக்கு. இது எப்பவும் கூறு கெட்ட பஞ்சாங்கம். இதைப் பெரிசா மனசிலே போட்டுக்கிட்டு வேதனைப் படவாண்டாம் நீங்க” என்று தேற்றினார்.

“நான் அந்தப் பயலை என்ன செய்யப் போறேன் தெரியும்ல? வண்டிப் பூட்டாங்கயறை எடுத்துக்கிட்டு முதுகிலே நாலு வாங்கப் போறேன்.”

“டேய் திருநா. நீ சும்மா இர்றா. இந்த சாமார்த்தியமான யோசனை எங்களுக்கெல்லாம் வரலேன்னு நினைச்சுகிட்டுப் பேசறியா?”

அதே சமயம் அடுக்களையில் ஒரு குரல் கேட்டது. “பூட்டாங்கயறாலே இவரு அடிச்சா பூப் பறிச்சிட்டிருக்காது அவங்க கையி” – அது பழனியின் மனைவியின் குரல். அதைச் சொல்லும்போது, அவள் முகத்தில் உடம்பில் அசைவோ அதிர்ச்சியோ இல்லை. கண்ணில் மட்டும் பளபளவென்று கோபம் கனன்றது. “அவங்களுக்குத்தான் புரியலே. இவன் என்னமா இந்த வார்த்தை சொல்லலாம்?” என்றாள் அவள். அடுத்தபடியாக குரல் சற்று உயர்ந்தது.

செங்கம்மா சட்டென்று அவளருகில் போய் அவள் கையைப் பற்றினாள். “தையக்கா, இங்கே பாருங்க . . . மஹ்ம்” என்று தலையை அசைத்தாள். முகத்தில் ஒரு புன்னகை. “வேண்டாம்” என்று அந்தத் தலையசைப்புக்கு அர்த்தம். தையம்மாள் பதிலுக்கு அவளை வெறித்துப்பார்த்தாள்.

“இப்படி வாங்க” என்று அவள் கையைப் பற்றி மெதுவாக அடுக்களையின் பின் நிலை வழியாகக் கொல்லைத் தாழ்வாரத்தில் நகர்த்திக்கொண்டு போனாள் செங்கம்மாள். பின் நிலையின் கதவையும் சாத்திக்கொண்டாள் – யாரும் தொந்தரவு செய்ய வேண்டாம் என்பது போல.

கூடத்தில் “இந்தப் பூச்சியை நாங்க பாத்துக்கிறோம். நீங்க பேசாம இருங்க” என்று அப்பூதி பூவராகனுக்கு சமாதானம் சொல்லிக் கொண்டிருந்தான். வேளாளத் தெரு ஆட்கள் எல்லாரும் விடைபெற்றுப் போய்விட்டார்கள். அப்போது கூடத்தில் அப்பூதி, திருநாவு, சுவேதாரண்யம், ஆதிமூலம், அம்பாகடாட்சம், வரதராஜன் இவர்களைத் தவிர யாருமில்லை. நரசிம்மன் வாசலில் இருந்தான்.

“பூச்சியை நசுக்கிப்பிடாதீங்கோ” என்று சிரித்தார் வரதராஜன்.

“பூரானை துடைப்பக் கட்டையாலே அடிக்கப்படாதுங்கிறீகளா?”

“ஒண்ணும் வேண்டாம். அது எப்பவும் பொந்திலே தானே இருக்கு. எப்பவோ காத்தாட வெளியிலே வரது. அது வர வழிலே நாம படுத்துண்டு தொலைச்சிருக்கோம். வேணும்னுதான் நாம தடுக்கறதாக நெனைச்சிண்டு அது கடிச்சிப்படறது. அதைப்போய் அடிச்சா நீயும் நானும் ஒண்ணுங்கறாப்பலன்னு ஆயிடும்.”

“காலமேலேருந்து கலகலன்னு எல்லாம் நடந்து, மங்களமா, கலியாணமா நடந்து கடைசியிலே முடியறப்ப இப்படி ஆயிடுத்து பாத்தியான்னு அவனுக்குக் கோபம் வருது. இப்ப எனக்கே அப்படி இருக்கு, இத்தினி வயசானவனுக்கு–” என்று ஆரம்பித்தார் ஆதிமூலம்.

“ஏது ஏது!” என்று ஆச்சரியத்துடன் குறுக்கிட்டார் வரதராஜன்.

“என்ன!”

“பூவுவை இப்படியெல்லாம் அழ வச்சுட முடியாது... என்னமோ நடந்துது. விடுங்கோ அத்தோட” என்று வரதராஜன் பூவராகனையும் நேராகப் பார்க்காமல், சொல்லாமல் சமாதானப்படுத்தினார். அதோடு நிற்கவில்லை. “பூவு, கொஞ்சம் இப்படி வாயேன்” என்று வேறு ஏதோ முக்கியமாகச் செய்தி சொல்லப்போவதுபோல், முற்றத்திற்கு அவனை அழைத்துப்போய் உட்கார்ந்து பேச ஆரம்பித்தார்.

பத்து நிமிடம் ஆகியும் இருவரும் திரும்பி வருகிற வழியாக இல்லை. எல்லோரும் எழுந்து “அப்ப நாங்க... நாங்க இப்படி” என்று இழுத்தார்கள்.

“புறப்பட்டாச்சா? ரொம்ப சந்தோஷம். நீங்க எல்லோரும் வந்து விமரிசையா நடத்தி வச்சேள். சரி” என்று வரதராஜனே எழுந்துவந்து விடை கொடுத்துவிட்டார். பூவராகன் ஏதாவது சொல்லி, அவர்கள் மீண்டும் தங்கிவிடுவார்களோ என்று பயம் அவருக்கு.

“அப்ப இந்தக் கோவில் சம்மந்தமா...” என்று இழுத்தார் சுவேதாரண்யம்.

“பூவுதான் உங்க ஊர் மனுஷராயிட்டார். நாளைக்குப் பேசிண்டாப் போறது” என்று குறுக்கே விழுந்தார் வரதன்.

“சரி, சரி, சரி” என்றார் ஆதிமூலம் கூடம் காலியாகிவிட்டது.

6

இத்தனை கோலாகலத்தையும் ரகளையையும் பார்த்து ஒன்றுமே சொல்லாமல் புன்சிரிப்புப் பூத்துக்கொண்டிருந்தது ஓர் ஆத்மா. அந்த ஆத்மா நடுத்தர உயரம். பார்த்தால் பார்த்துக்கொண்டேயிருக்கத் தோன்றும். சற்று நீள மண்டை, நீளமூக்கு நீளமான கண். உடல் ஒல்லி மாதிரி இருக்கும். ஆனால் ஒல்லி இல்லை. அந்த உயரத்திற்கு ஏற்ப சதை வைக்காமல் எலும்போடு அழுந்தப் பிடித்த தசையாக இருந்ததால், முதுகு நேராக நின்றதால், அப்படி ஒரு தோற்றம். பெரிய விரலும் நீளக் கையும் அகன்ற மணிக்கட்டும் இருகூறான சப்பட்டை மார்புமாக இருந்த அந்த உடற்கட்டு வைரமான உடற்கட்டு என்று அருகில் போய்ப் பார்த்தால்தான் தெரியும். ஒரு பச்சைச் சட்டையும் கீழே தொளதொளவென்று வெள்ளைப் பைஜாமாவும் அணிந்து அது மாறாத புன்சிரிப்பாக உட்கார்ந்து எல்லாவற்றையும் வேடிக்கை பார்த்துக்கொண்டிருந்தது. கிரகப் பிரவேசம் என்று உள்ளே நுழைந்தது முதல் அதை எல்லோரும் பார்த்துக்கொண்டிருந்தார்கள். பச்சைச் சட்டையும் பைஜாமாவுமாக அது மற்றவர்களினும் வேறுபட்டிருந்தது ஒரு காரணம். ஆனால் அதைவிட அதன் வசீகர முகமும் பெரிய கண்ணும் புன்சிரிப்பும் தான் எல்லோரையும் இழுத்துக்கொண்டேயிருந்தன. அந்தப் புன்சிரிப்பு குறும்பா, இயற்கையா என்று கண்டுபிடிப்பது சிரமம். பூவராகனுக்குத்தான் அது முடியும். ஆறுகட்டி மகா ஜனங்களின் பேச்சு, வரதனின் பாசுர முழக்கம். ஊர்க் குழந்தைகள், குடியானவர்கள், குறுக்கும் நெடுக்கும் நடமாடின செங்கம்மா, வாசலில் பழனிவேலுவின் ஆட்டம், அவனைச் சமாதானப்படுத்த நரசிம்மனும் பூவராகனும் ஓடியது—அனைத்தையும் பார்த்துப் புன்முறுவலித்துக் கொண்டிருந்தது அது. என்ன, ஏது என்று கேட்காமலே தானே புரிந்துகொண்டு மந்தஹாசம் பண்ணுவது போலிருந்தது அந்த முகத்தைப் பார்த்தால்.

"அப்பாடா" என்று ஓய்வாக வந்து உட்கார்ந்துகொண்டான் பூவராகன். "ஆமருவி! என்ன, அகண்ட உதடு சுருங்கவேயில்லை! வாயைத் திறக்காம சிரிச்சுக்கிட்டே உட்கார்ந்திருக்கயே... என்ன?"

அப்போது கூடத்தில் யாருமில்லை; பூவராகனும் ஆமருவியையும் தவிர – வரதராஜன் விடைபெற்றுக்கொண்டு பட்டணத்திற்குப் புறப்பட்டுவிட்டார். நரசிம்மன் அவரை மாயவரம் ரயிலடியில் கொண்டுவிட்டு, சொந்தக் காரியம் எதையோ பார்த்து வருவதாகக் காரை எடுத்துச் சென்றிருந்தான். கொல்லைத் தாழ்வாரத்தில் உட்கார்ந்து பூவராகனின் மனைவி, பெண்களுக்குத் தலைவாரிப் பின்னிக்கொண்டிருந்தாள். சமையல் பாத்திரங்களைத் தேய்த்து விட்டு, வீட்டையும் பெருக்கிவிட்டு, ஆட்கள் வீட்டுக்குப் போய் விட்டார்கள்.

"என்ன சிரிச்சுக்கிட்டேயிருக்கே ஆமருவி!" என்று பச்சைச் சட்டையைப் பார்த்தான் பூவராகன்.

"நான் சின்னப் பையனாக இருந்தப்ப ரண்டு வருஷம் இந்த மாதிரி நன்னிலத்துக்கிட்டே ஒரு ஊரிலேதான் இருந்து வாசிச்சிட்டிருந்தேன், பட்டணத்திலே 'ஆர்ட்ஸ் ஸ்கூல்'லே சேர்ரத்துக்கு முன்னாலே. பட்டணத்துக்குப் போனப்பறம் இந்தப் பக்கமே வரலே. முப்பது வருஷமாச்சு. இப்ப இதெல்லாம் ஞாபகம் வந்துகிட்டேயிருக்கு. அப்பல்லாம் இந்த மாதிரி எலெக்ட்ரிக் விளக்கு, விசிறி எல்லாம் கிடையாது. பஸ்ஸு கிடையாது. இப்ப அதெல்லாம் இருக்கு ஆனா மத்தது ஒண்ணும் மாறல்லே. அப்படியேதான் இருக்கு" என்று இயல்பான தாழ்ந்த குரலில் சொன்னான் ஆமருவி.

அப்போதுதான் ரங்கநாயகி – பூவராகனின் மனைவி – உள்ளேயிருந்து வந்தாள். என்னமோ சொல்ல நினைப்பதுபோல் வந்து நின்றாள் அவள். ஆமருவி அவளையும் பார்த்துப் புன்சிரிப்புச் சிரித்தான். "எல்லாம் ரொம்ப விமரிசையா நடந்தது, ஏ ஒன்!" என்றான்.

"எதைச் சொல்றீங்க?"

"எல்லாத்தையும்தான். நாகஸ்வரம், சமையல், சாப்பாடு, கிரகப் பிரவேசம், வீடு, உங்க குருநாதன் பாசுரக் கச்சேரி – எல்லாம்தான்."

"கடசிலே நடந்துதே, அதை விட்டுவிட்டீங்களே?" என்றாள் ரங்கநாயகி.

"வாசல்லே நடந்தே அதுவா – ஹஹ் ஹஹ்ஹ" என்று சிரித்தான் ஆமருவி.

உயிர்த் தேன்

“அது சோளக் கொல்லை பொம்மை. அது இல்லாத போனா நெறக்காது.”

“என்ன அப்படிச் சொல்றீங்க?”

“கிராமங்கள்ள எல்லாம் அப்படித்தான் நடக்கும்” என்று அதை நினைத்து மீண்டும் மெதுவாகச் சிரித்தான்.

“அது என்னமோ, எனக்குச் சமாதானமாயில்லை. எல்லாம் கலகலன்னு நடந்துகிட்டேயிருக்கறப்ப வாசல்லே வந்து அவரு ஆடின ஆட்டத்தைப் பார்த்தா எனக்கு ஒரு நிமிஷம் வயித்தெ என்னமோ பண்ணிடிச்சு. அப்போ பிடிச்சே என் மனசு சரியா யில்லே. அடிவயித்திலே கல்லைப் போட்டாப்பல இருக்கு –”

“ஒண்ணும் இல்லே. ரண்டு கையையும் முன்னாலே இப்படி நீட்டிகிட்டு அது குதிச்சப்ப–” என்று மீண்டும் சிரித்தான் ஆமருவி.

“எனக்குச் சிரிப்பு வரலே. முதநாளே ஊரிலே ஒரு பெரிய விரோதியை முளைக்க விட்டாப்பல இருக்கு. இதை இப்படியே விட்டு வைக்கப்படாது” என்றாள் ரங்கநாயகி.

“என்ன செய்யணும்கறே நீ?” என்று அவளைப் பார்த்தான் பூவராகன்.

“கிள்ளி எறிஞ்சிடணும்.”

“என்னைப் போய் சண்டைக்கு நிக்கச் சொல்றியா இப்ப?”

“சண்டை போடச் சொல்லலே. போய்ச் சமாதானம் பண்ணி அழச்சிட்டு வரணும்கறேன்.”

“சமாதானம் பண்ணினமே. அவன்தான் ஆடிக்கிட்டே போயிட்டானே. மறுபடியும் நான் அவன் வீட்டுக்குப் போய் அழச்சிட்டு வரேன்று புறப்பட்டேன். சிங்கு வாண்டாம்னுட்டான். அவன் சொல்றப்ப நான் எப்படிப் போறது?”

“சிங்கு மாதிரியா நாம? நாம ஊருக்குப் புதுசு. என்னத்துக்கு அனாவசியமா ஒரு முள்ளைத் தைச்சுக்கிட்டே உட்கார்ந்துக்கறது? நீங்க சிங்கு வரத்துக்குள்ளார போய் அவரை வாயா வார்த்தையா என்னமோ தவறுதலா நடந்து போச்சுன்னு ஒரு தடவை சொல்லிக் கூட்டிவந்திருங்க. இந்த வீட்டை நல்லா சௌக்யமா ஆண்டவரு. கையைவிட்டுப் போயிருச்சேனு அவருக்கு இருக்கத்தான் இருக்கும். ஆங்காரத்திலே கத்தியிருக்கலாம். அதை வளர்த்துக் கிட்டேயிருக்கறதிலே என்ன புண்ணியமாம்?”

“அதுவும் சரிதான்” என்று சிரித்தான் ஆமருவி.

"நீங்களும் கூடப் போயிட்டுவாங்க. அங்கியும் போயி நீங்க இப்படி ஒரு சிரிப்பு சிரிச்சீங்கன்னா, பேசாம ஓடியாறாரா இல்லியா பார்ப்பம்" என்று முடுக்கினாள் பூவராகன் மனைவி.

"என்ன சொல்றே?" என்றான் பூவராகன் ஆமருவியிடம்.

"நான் தயார். நான் சிரிக்கறத்துக்கு என்ன இப்ப? அவரு இன்னும் கோச்சுக்கிட்டாலும் நான் அவர் வீட்டு வாசல்லே நின்னுகிட்டு கையை வீசிக் கத்தாம இப்படியே சிரிச்சிட்டு வர்றேன். வாயேன் போவோம். இந்த வேடிக்கையை மாத்திரம் விட்டு வைப்பானேன்?" என்று உள்ளங் கையை முன்னால் ஊன்றிக்கொண்டே சொன்னான் ஆமருவி.

"சிங்கு வந்து ஏதாவது சொல்லப் போறானே!"

"உனக்கும் பெப்பேன்னு அவர் முன்னாலேயும் சிரிக்கிறேன்."

"சரி வா" என்று எழுந்தான் பூவராகன்.

பழனிவேலுவின் வீடு எதிர்ச்சாரியில் பத்துப் பன்னிரண்டு வீடு தள்ளியிருந்தது. இருவரும் உள்ளே நுழைந்தபோது பழனி ஊஞ்சலில் உட்கார்ந்து ஆடியவாறு ஏதோ புத்தகம் படித்துக்கொண்டிருந்தான்.

"என்ன?" என்று இடைக்கட்டு நிலையில் தலை எட்டிப் பார்த்த பூவராகனைக் கண்டதும், சட்டென்று திரும்பிப் பார்த்த அவன் முகத்தில் ஈயாடவில்லை. ஒரு அச்சம் வேறு படர்ந்தது. எழுந்துநின்று "வாங்க" என்று முன்னால் வந்தான்.

"உங்களைத்தான் பார்க்க வந்தோம்" என்றான் பூவராகன்.

"உட்காருங்க" என்று தாழ்வாரத்தில் இருந்த பெஞ்சைக் காட்டினான் பழனி. புத்தகத்தை ஊஞ்சலில் வைத்துவிட்டு மீண்டும் வந்தான்.

"நான் வந்து ரண்டு தடவை கூப்பிட்டேன் நேத்து—" என்று பூவராகன் சொல்வதற்குள் அடுக்களையிலிருந்து பழனியின் மனைவி வந்து வரவேற்றாள்.

"நான் இல்லேன்னு சொல்லலியே."

"அப்ப . . ."

"நீங்க மறுபடியும் நேர வந்து சொல்லுவீங்கன்னுதான் நினைச்சேன்."

"நானும் நெனச்சேன். அலமலப்பிலே மறந்து போச்சு."

"அதை நான் எப்படி ஒத்துக்க முடியும்? என்னை எப்படி மறந்து போக முடியும்? வீட்டைக் காலி பண்ணிக் கொடுக்கணும்னு

என் தாடையைப் புடிச்சிக்கிட்டுக் கெஞ்சினான் சிங்கு. அது உங்களுக்குத் தெரிஞ்சிருக்கும். நான் ஒரு வார்த்தை சொல்லாட்டி அவரு வித்திருப்பாரா என்ன அந்த வீட்டை? இவ்வளவு நடந்திருக்கறப்ப, என்னை எப்படி மறக்க முடியும்?"

"உங்களை மறக்கலே நான். மறுபடியும் வந்து கூப்பிட நேரம் இல்லை."

"எனக்கு இதுதான் புரியலே. நீங்க அதையேதான் திருப்பித் திருப்பிச் சொல்றீங்க" என்று மனைவியைப் பார்த்துக்கொண்டான் பழனி.

"பொம்பளைங்களுக்குச் சரி. செங்கம்மா வந்து கூப்பிட்டுது. பரவாயில்லேன்னு வந்திட்டு வந்தேன் ..." என்றாள் அவள்.

"செங்கம்மா யாரு? உறவா பங்காளியா? என்னடா இவ வந்து கூப்பிடறாளேன்னுதான் இருந்திருக்கும். இருந்தாலும் எதோ விட்டுக் கொடுக்கப்படாதுன்னு இவ போயிட்டு வந்தாப்பல இருக்கு" என்று பழனி மேலே தொடர்வதற்குள், பூவராகன் குறுக்கிட்டான்.

"என்னமோ... நாங்க ஊருக்குப் புதுசு. கிராமத்திலே என்ன பழக்கமோ வழக்கமோ – இதெல்லாம் ஒண்ணும் தெரியாது. ஏதோ தப்பா நடந்திருக்கலாம்."

"நான் இப்ப உங்க மேலே ஒண்ணும் சொல்லலியே. எனக்கு அதெல்லாம் தெரியும். கூட இருக்கிறவங்க சொன்னாத்தானே தெரியும். இவ என்னமோ முந்திரிக் கொட்டை மாதிரி இவ ஆமடையானே பங்கு வாங்கிட்ட மாதிரி கிடந்து பறக்கறதைப் பார்த்தா –"

"யாரைச் சொல்றீங்க?"

"யாரையா? யாரைச் சொல்லப் போறேன்? உங்க சம்சாரத்துக்கு முன்னோடியா நின்னு சமையல் பண்ணி வந்தவங்களை வரவேத்து, உபசாரம் பண்ணி உங்க சம்சாரம் யாருன்னுகூட கண்ணிலே காட்டாம என்னமோதான் தான் வீட்டுக்கு மனை முகூர்த்தம் பண்ணினாப்போல அரசாணி பண்ணினாங்களாம் திருமதி செங்கம்மா கணேசப்பிள்ளை – கௌதமர் அகலியைக் கலியாணம் பண்ணிக்கிட்டு வந்தாப் போல... வந்திருக்காங்களே... அவங்களைத்தான் சொல்றேன் ..."

பூவராகனுக்கு உள்ளுக்குள் ஒரு தடவை தூக்கிப் போட்டது.

"இந்திரன் யாரு?" என்று சிரித்தான், இத்தனை நேரமும் பேசாமலிருந்த ஆமருவி.

“ஐயையோ! நான் அப்படியெல்லாம் ஒண்ணும் சொல்ல லீங்க... சார் யாரு!”

“சார் என் சினேகிதரு. ஆமருவின்னு பேரு. ரொம்பப் பெரிய கலைஞர்; சிற்பி. உங்க மாதிரியே, உங்க குணம் எல்லாம் முகத்திலே தெரியும்படியா படம் எழுதுவாங்க. அப்படியே சிலையும் பண்ணுவாங்க...”

“வணக்கம்” என்றான் பழனி.

“வணக்கம்.”

“நான் முதல்லே சினிமா ட்ராமா நடிகரோன்னு நினைச்சேன். இந்தக் கால் சட்டை, தலை எல்லாம் பார்க்கறபோது...”

“கால் சட்டை வேலை செய்ய வசதியாயிருக்கும்னு போட்டுக்கற வழக்கம். அதே நிலைச்சுப் போச்சு” என்று அகல மாகப் புன்முறுவல் பூத்தான் ஆமருவி. பிறகு ஒரு ஐந்து விநாடி பழனியைப் பார்த்துக்கொண்டே இருந்தான்.

“என்ன பார்க்கிறீங்க?” என்றான் பழனி.

“உங்க முகம்கூட சிற்பம் பண்றதுக்கு நல்லா இருக்கும். அப்பேர்ப்பட்ட முகம். இல்லை பூவு! அர்ஜுனன், இந்திரன், இந்த மாதிரி மூஞ்சியா இல்லே?” என்று அவனையே சிரித்தவாறு பார்த்தான். “அடுத்த தடவை நான் வர்ரப்ப நீங்க எனக்கு ஒரு ஸிட்டிங் கொடுக்கணும்.”

“எதுக்கு?”

“உங்களை இத்தோட சிலை பண்ணலாம்னு” என்று தன் கழுத்தில் விரலை ஒட்டி நறுக்குவது போல் காண்பித்தான் ஆமருவி சிரித்துக்கொண்டே. அந்தச் சிரிப்பு கபடமில்லாத குழந்தைச் சிரிப்பாக இருந்தது பழனிக்கு.

“என்னை என்னாத்துக்குங்க..?” என்று நாணினான் அவன்.

“என்னாத்துக்கா? எப்பேர்ப்பட்ட ஃபேஸ் இது? அப்படியே ஒரு கிரீடத்தை வச்சா, பத்திரிகையிலெல்லாம் படம் போடு வாங்களே அர்ஜுனன், இந்திரன் எல்லாம்—அதே மாதிரியிருக்கும். சிற்பத்துக்கு ரொம்ப நல்லாயிருக்கும். நிச்சயமாய் நான் அடுத்த தடவை வர்றப்ப, நீங்க உட்காரணும்... என்ன? பூவு! இப்பவே சொல்லிட்டேன்... ஃபிக்ஸ்ட்...”

பூவராகன் ‘ம்’ என்று உற்சாகமாகத் தலையாட்டினான். ஆமருவி பழனியை நெற்றி, காது, தோள்—என்று ஒரு ஒரு அங்கமாக கண்ணை நிறுத்தி நிறுத்திப் பார்த்துக்கொண்டேயிருந்தான்.

பழனிக்கு உடல் நாணிக் கூசியது. தலையைக் குனிவதும் திரும்புவதுமாக லேசாகத் தவித்துக்கொண்டிருந்தான்.

"ஏதாவது கொடேன் அவங்களுக்கு" என்று மனைவியின் பக்கம் திரும்பினான்.

"என்னாது?"

"எதாவது காப்பி கீப்பி..."

"தேவலையே இவங்க... நாம் இவங்களை அழச்சுட்டுப் போக வந்திருக்கோம். நமக்கே விருந்து பண்ணக் கிளம்பிட்டாங்க என்றான் ஆமருவி.

"சும்மாப் போகலாமா?"

"இன்னிக்குச் சாப்பாடு ஏறுபடி. கொஞ்சம் வெந்நீர் மட்டும் சூடாகக் கொண்டாரச் சொன்னீங்கன்னா போதும்."

"சரி" என்று உள்ளே போய் மனைவியிடம் சொல்லிவிட்டுத் திரும்பினான் பழவி.

"உங்களுக்கு யாராவது பட்டணத்திலே உறவுக்காரங்க இருக்காங்களா?" என்றான் ஆமருவி.

"ஏன்?"

"இல்லை... கேக்குறேன்."

"இருப்பாங்க..."

"புரசவாக்கத்திலே..."

"ஏன்?"

"ஏன் பூவு, நம்ம பிரெஸிடென்சி மாஜிஸ்ரே இல்லே நாகராஜன், அவர் சம்சாரம் ஜாடையாகவே இல்லை இவங்க சம்சாரம்? அப்படியே அச்சா இல்லை..? அதே அழகு, அதே களை, நான் ஒரு நிமிஷம் அவங்க அக்காவோ தங்கையோன்னு கூட நெனச்சேன். உங்களுக்கு நாகராஜன் உறவு இல்லையா? ப்ரெசிடென்ஸி மாஜிஸ்ரேட்டா இருக்கிறாரே... புரசைவாக்கத்திலே குடியிருக்காரு."

"இல்லியே" என்றான் பழனி.

ஆமருவி சற்று யோசித்தான். "அவர் சம்சாரம் உங்க சம்சாரம் மாதிரியே. ஆனா, முகம் இத்தனை லட்சணமா இத்தனை களையா இருக்காது. ஆனா... இதே ஜாடைதான்."

பழனி தன் சம்சாரத்தின் லட்சணத்தைப் பற்றி கேட்டதும் இன்னும் கூனிக் குறுகி புன்முறுவல் பூத்தான்.

வெந்நீர் வந்தது. அதை வாங்கிக்கொண்டே "அடுத்த தடவை வர்ரப்ப உங்க இவங்களை அழகா ஒரு சிலை பண்ணப்போறேன். எத்தனை எடுப்பான மூஞ்சி?" என்று குனிந்துகொண்டிருந்த பழனியின் தலையைப் புன்முறுவலுடன் பார்த்தான் ஆமருவி.

"சூடு போதுமா?" என்றாள் பழனியின் மனைவி.

"கரெக்டா இருக்கு. எப்படித் தெரிஞ்சுது உங்களுக்கு நான் இந்தச் சூடுதான் குடிப்பேன்னு? இதுக்குக் குறைச்சலாகவும் இருக்கப்படாது... கூடவும் இருக்கப்படாது எனக்கு. இதுதான் சரி. தர்மாமீட்டரை வச்சு பார்த்து கொண்டாந்தப்பல இருக்கு. எப்படித் தெரிஞ்சுது உங்களுக்கு?"

"என்னமோ ஒரு நிதானமாகக் கொண்டாந்தேன்."

"சரியான வார்த்தை, நிதானம்தான். அது மனசிலே இருக்கும். பழகிப் பழகிக் கையிலே அத்துபடியாயிடும். எப்பேர்ப்பட்ட வார்த்தை?" என்று ஏதோ பெரிய மேதைகளைப் பார்ப்பதுபோல, அவளையும் பழனியையும் மாறி மாறி இரண்டு கணம் பார்த்தான் ஆமருவி.

வெந்நீரைச் சாப்பிட்டதும் "சரி போகலாமா?" என்றான் பழனியைப் பார்த்து.

"எங்கே?"

"வீட்டுக்குத்தான். வந்து லைட்டா கொஞ்சம் டிபன் சாப்பிட்டு வந்திரலாம், வாங்க."

"அதுக்கென்ன? இன்னொரு நாளைக்குப் பார்த்துக்கறது."

"இன்னொரு நாளைக்கா? இன்னிக்குதான் வரணும்" என்ற ஆமருவி, எழுந்து கூடத்திலிருந்த அலமாரியின் முன்னால் நின்னான். சிறிது நேரம் அங்கிருந்த புத்தகங்களைப் பார்த்தான். "ஏ அப்பா?" என்றான்.

"பூவு! இவர் பெரிய ஆசாமியா இருப்பாரு போலிருக்கு. இங்க வந்து பாரு, என்ன புஸ்தகங்களெல்லாம் வச்சிருக்கார்னு. உலக சரித்திரம், தத்துவம், விஞ்ஞானம், நாவல் – ஏ அப்பா! – இதெல்லாம் இங்கு கிடைக்குதோ? மாயவரத்திலே போய் வாங்குவீங்களோ?"

"மாயவரத்திலே என்னாத்தைக் கிடைக்கும்? எப்பவாவது மெட்ராசுக்குப் போறப்ப வாங்கிட்டு வரதுதான்."

"ஆர்ட் புஸ்தகம் ஒண்ணும் இல்லே போலிருக்கே. சித்திரம் சிற்பம் இந்த மாதிரி. நான் அனுப்பறேன். மெட்ராஸ் போனதும்! ஏ அப்பா! எப்பேர்ப்பட்ட புஸ்தகங்கள்ளாம் வச்சிருக்காரு!"

உயிர்த் தேன் 67

பூவராகனும் வந்து நின்று பார்த்தான்.

"ரண்டு புஸ்தகப் புழு சேர்ந்தாச்சு. ஒண்ணோட ஒண்ணு பிணைஞ்சுகிட்டே இருக்கலாம்" என்று தாழ்வாரத்துக்கு வந்தான் ஆமருவி. "போகலாமா?" என்றான் பழனியிடம்.

"சட்டுப்புட்டுனு போய்ட்டு வாங்களேன்" என்றாள் பழனியின் மனைவி.

"நீங்க சொன்னாத்தான் வருவாங்க போலிருக்கு. நானும் அப்படித்தான். வீட்டிலே அவ சொன்னாத்தான் காலேஜுக்குப் போவேன். வெளியிலே போன்னு சொன்னாத்தான் போவேன். உள்ளே வான்னு சொன்னாத்தான் வருவேன்... அப்ப வர்றோம். போய் சீக்கிரம் அனுப்பிச்சிடறோம்..." என்று சிரித்துக்கொண்டே பழனியை முன்னால் விட்டுப் பின்னால் நகர்ந்தான் ஆமருவி.

தெருவில் அம்பாகடாட்சமும் திருநாவும் தத்தம் வீட்டுத் திண்ணையில் உட்கார்ந்து பார்த்துக்கொண்டிருந்தார்கள். பூவராகனும் ஆமருவியும் இப்பால் அப்பால் திரும்பவில்லை. என்னமோ மந்திரியை அழைத்துப்போவது போல் நடந்து போனார்கள்.

❍ ❍ ❍

கூடத்தில் சுருட்டுப் பாயைப் பிரித்தான் ஆமருவி. பழனியை உட்கார்த்தி வைத்து ஆசார உபசாரமாக நடந்தது. ரங்கநாயகியும் பெண்களும் மாறிமாறி வந்து காபியும் பட்சணமும், வெற்றிலைத் தட்டுமாக வைத்துக்கொண்டிருந்தார்கள்.

"கடாசி வரைக்கும் பிரிச்சுப் புதுப்பிச்சிட்டாப்பல இருக்கு" என்றான் பழனி.

"நீங்க பார்க்கலியா?" என்றான் பூவராகன்.

"இல்லியே!"

"வாங்க" என்று அவனை அழைத்து முன்பக்க அறைகளைக் காண்பிக்கப்போனான் பூவராகன். சமையலறையில் அவர்கள் வருவதற்குள், இரவுச் சமையலைத் தொடங்கியிருந்த செங்கம்மா, அடுக்களையின் பின் நிலை வழியாகக் கொல்லைத் தாழ்வாரத்துக்கு நழுவினாள். சமையலறையிலிருந்து அவர்கள் தாழ்வாரத்திற்கு வருவதற்குள் இந்தண்டை நடைவழியாக கூடத்தின் முற்றத்திற்கு வந்து அவர்கள் கண்ணில் படாமலேயே முன்நிலை வழியாக அடுக்களைக்குள் வந்தாள்.

ஆமருவி அங்கே நின்று "ராத்திரி சாப்பிடச் சொல்லலாமா அவரை?" என்று தணிந்த குரலில் பூவராகனின் மனைவியிடம் கேட்டான்.

“என்னத்துக்கு?” என்று குரல் வந்தது. திரும்பிச் செங்கம்மாவைப் பார்த்துச் சிரித்தான் ஆமருவி.

“மத்தியானம் அவரு சாப்பிடலியேன்னு சொன்னேன்.”

அப்ப சாப்பிடாதவருக்கு இப்ப என்ன? இவருக்கு மாத்திரம் என்ன தனிச் சாப்பாடு! இப்ப வத்தக் குழம்பும் புடலங்காய் துவட்டலும்தான் பண்ணப் போவுது” என்று செங்கம்மா பூவராகனின் மனைவியைப் பார்த்தாள். அவள் கண்ணில் தெரிந்தது, புன்னகையோ, கோபமோ என்று கண்டுபிடிக்க ஆமருவி தவித்துக் கொண்டிருந்தான்.

“ரொம்ப சமாதானம் பண்ணி அழச்சிட்டு வந்தது. சாப்பிட்டுப் போகட்டுமே ராத்திரின்னு பார்த்தோம்.”

“சாப்பிடட்டும். அப்படின்னா நான் போய்ப் பரிமாற மாட்டேன்.”

ஆமருவி சிரித்தான். “ஏன்?”

“என்னமோ?”

“சொல்லப்படாதா?”

“என்னத்தைச் சொல்றது?”

“உங்களைப் பத்தி ரொம்ப ரொம்ப ஓஸ்தியாப் பேசினாரு அவரு. கௌதம ரிஷி அகலிகையைக் கல்யாணம் பண்ணிக்கிட்டு வந்தாப்பல, உங்களைக் கல்யாணம் பண்ணிக்கிட்டு வந்தாராம்.”

“என்னது!”

“ஆமாம் அவரே சொன்னாரு. இப்பத்தான்.”

விருட்டென்று வயிற்றைப் பிடித்துக்கொண்டு சிரிக்கத் தொடங்கிவிட்டாள் செங்கம்மா. அவள் ஓய அரை நிமிஷமாயிற்று. அவள் கண்ணில் நீர்கூடக் கட்டிவிட்டது.

“என்னது? என்ன” என்று முழுதும் புரிந்துகொள்ளாமல் பாதிச் சிரிப்பும் பாதி ஆவலுமாகக் கேட்டாள் பூவராகனின் மனைவி. பெண்களும் புரியாமல் புன்சிரிப்புடன் செங்கம்மாவையும் ஆமருவியையும் மாறி மாறிப் பார்த்துக்கொண்டு நின்றார்கள்.

“அப்ப சாபம் வாங்கிக்க தயாரான்னு நீங்க கேக்கலியாக்கும்?” என்றாள் செங்கம்மா சிரிப்பு அடங்கியதும்.

ஆமருவி இப்போது வாய்விட்டுச் சிரித்தான். “ஏ அப்பா!” என்ற அவளுடைய பொல்லாத்தனத்தையும், நுட்பத்தையும் கண்டு உண்மையாகவே வியந்து நின்றான்.

பிறகு "இத பாருங்க!" என்று பூவராகனின் மனைவியைப் பார்த்தான்.

"என்ன?"

"ஊரிலே இருக்கிற அத்தனை வீடுகளையும் விரோதம் பண்ணிக்கலாம். ஆட்டுக்குட்டி, எருமைக் கன்னுக்குட்டி அத்தனையும் விரோதம் பண்ணிக்கலாம். இந்த யமன் மாத்திரம் கூட இருந்தாப் போதும்" என்று வியப்புடன் அவளைப் பார்த்தான் ஆமருவி.

"என்னது!" என்று பூவராகனின் மனைவி மீண்டும் முழுவதும் புரியாமல் சிரித்தாள்.

"சொல்றேன், தேவேந்திரன் போட்டும்."

"என்ன!" என்று ஒரு முறைப்பு முறைத்தாள் செங்கம்மாள் அவனை.

ஒரு கணம் அந்தப் பார்வையைப் பார்த்து பயந்தேவிட்டான் ஆமருவி. இரண்டு மூன்று விநாடிகள் கழித்து, அந்தக் கண்ணில் மினுங்கிய குறும்பைப் பார்த்த பிறகுதான், அது பொய்க் கோபம் என்று நிம்மதி வந்தது அவனுக்கு.

"நீங்கதானே கொஞ்சம் முன்னாலே சொன்னீங்க அந்த மாதிரி?"

"அது சரி, அதுக்காக கதை முழுக்க திரும்பியும் அதே மாதிரி நடக்கும்னு நினைச்சிங்களோன்னு பயந்திட்டேன்."

"பயமா? இது பயப்படற ஜாதகமாத் தெரியலியே."

"என்னண்ணா? என்ன!" என்று பூவராகனின் பெண்கள் ஆமருவியை மறித்துக்கொண்டார்கள்.

"உங்களுக்கு என்னத்துக்கு இதெல்லாம், படிக்கிற பெண்களுக்கு?" என்று ரங்கநாயகியைப் பார்த்துச் சிரித்துவிட்டு, "அப்ப... ராத்திரி சாப்பாடு கிடையாது அவருக்கு?" என்று செங்கம்மாவைப் பார்த்தான் ஆமருவி.

"அதான் சொல்லியாச்சே. நான் பரிமாறமாட்டேன்னு" என்று அடுப்பண்டை போனாள் செங்கம்மா.

ஆமருவி கொல்லைப் பக்கம் பூவராகனோடும், பழனியோடும் சேர்ந்துகொள்ளப் போனான்.

தி. ஜானகிராமன்

7

“மாமா, உங்க பசுமாடும் இங்கியே வந்து சாப்பிட்டுப் போகட்டும் தினமும்” என்று பூவராகனின் சின்னப் பெண் காரியஸ்தரைக் கோபித்துக் கொள்கிறாற்போல் பார்த்தான்.

கணேசப்பிள்ளைக்கு ஒன்றும் புரியவில்லை. “ஏன் குழந்தே!” என்று விழித்தார்.

“பின்னே என்ன? வேர்க்க வேர்க்க நின்று சமைச்சாங்க. அள்ளி அள்ளி ரண்டு பருக்கையைப் போட்டுக்கிட்டாங்க. கழுவின கையைத் துடைச்சுக்கக் கூட இல்லை. பசுமாட்டுக்குத் தீனி வைக்கலேன்னு ஓடிப் போயிட்டாங்க.”

“யாரு? ... ஓகோ – அதைச் சொல்றியா?”

“எதை?”

“நீ யாரைச் சொன்னே?”

“நீங்க எதைச் சொன்னீங்க?”

“பசு மாட்டுக்குத் தீனி வைக்கணும்னு இது தானே போச்சு?”

“எது?”

“என்னா குழந்தே?” என்று தலையைக் குனிந்து வெட்கத்தைப் புதைத்துக்கொண்டார் கணேசபிள்ளை.

“இது இதுன்னா என்னா மாமா? பேரைச் சொல்லுங்களேன்?”

“சும்மா இருடீ. உன்னோட படிக்கிற புள்ளைன்னு நெனச்சியா அவரை?... நையாண்டி பண்ணிக்கிட்டிருக்கியே?” என்று கடிந்துகொண்டாள் ரங்கநாயகி.

கிரகப் பிரவேச அமளியெல்லாம் தீர்ந்து, இரவுச் சாப்பாடும் முடிந்து களைத்துக் கிடந்தார்கள் எல்லோரும்.

முற்றத்துப் பந்தலின் கீழ் ஒரு பெஞ்சு மீது அவளும், இன்னொரு பெஞ்சு மீது அவளுடைய இரண்டு பெண்களும் உட்கார்ந்து கொண்டிருந்தார்கள். கணேசபிள்ளை வீட்டுக்குப் போகலாமா என்று விடைபெற்றுக் கொள்வதற்காக வந்து நின்று கொண்டிருந்தார். அப்போதுதான் சின்னவன் அவர் வாயைப் பிடுங்கத் தொடங்கியிருந்தாள்.

"பரவாயில்லேம்மா, குழந்தை பேசாம யாரு பேசுவாங்க?" என்றார் காரியஸ்தார்.

"அப்பா – அப்பா!" என்று இடைக்கட்டு நிலையண்டை போய் நின்று கத்தினாள் அந்தப் பெண்.

வாசல் கொட்டகையில் ஆமருவியோடு பேசிக்கொண்டிருந்த பூவராகன் எழுந்து உள்ளே வந்தான்.

"என்னம்மா?"

"இவங்க பசுமாட்டை நம்ம வீட்டுக் கொல்லையிலேயே கொண்டு கட்டிடுங்கப்பா."

"அவர் மாடு என்னாத்துக்கு? நமக்குத்தான் அறுநூறு ரூபாயிலே ஒரு மாடு பேசி வச்சிருக்கானே சிங்கு. நாளன்னிக்கு வரப்போவுது."

"ஐயோ, நான் என்னமோ சொல்றேன். நீங்க என்னமோ சொல்றீங்களே. நம்ம மாடும் இருக்கட்டும்... இவங்க பசுவையும் இங்கேயே கொண்டாந்து கட்டச் சொல்லுங்கன்றேன்."

"ஏதுக்குன்றேன்?" என்று பெண்ணின் சென்னைப் பேச்சு வழியைக் கேலி செய்கிறாற் போல் கேட்டான் பூவராகன்.

"இவங்க வீட்டு அம்மா, சாப்பிட்டு சித்தெ நேரம் பேசக்கூட உட்காரலெ, மாட்டுக்குத் தீனி வைக்கணும்னு போயிட்டாங்க... இங்கேயே கொண்டு கட்டி, நம்ம ஆளுங்களையே தீனி போட்டு, பாலையும கறந்து கொடுத்திட்டா என்னவாம்?"

"செய்யேன் ... என்னைக் கேட்பானேன்?"

"அது நடக்காது குழந்தே, பசுமாட்டுக்கு மாத்திரம் பருத்திக்கொட்டை அறைக்கிறது, தீனி வைக்கிறது, கறக்கிறது எல்லாம் வேறு ஒருத்தரும் செய்யப்படாது அதுக்கு. தானேதான் செய்யணும். குளத்திலே அடிச்சுவிட்டு குளிப்பாட்டறதுகூட

அதுதான் செஞ்சுக்குது. வேற யாரையும் தொடவிடாது" என்றார் கணேசபிள்ளை.

"அப்பா, நீங்க ரண்டு காரியம் செய்தாகணும் இப்ப. ஒண்ணு இவங்க வந்து அது அதுன்னே அந்த அம்மாவைச் சொல்லிக்கிட்டே யிருக்காங்க! தீனி வைக்கறது, கறக்கறது எல்லாம் தானே செய்யணும் அதுக்குன்னு இவங்க சொல்றப்ப, பசுமாடுதான் தானே செய்துக்கணும்னு சொல்றாங்களோன்று நினைச்சிட்டேன். முத முதல்லே பேரைச் சொல்லச் சொல்லுங்க, அப்புறம் மாட்டை இங்கேயே கொண்டு கட்டித்தான் ஆகணும். அவங்க சமையலைக் கவனிப்பாங்களா, காரியங்களை கவனிப்பாங்களா, மாட்டை நினைச்சு வீட்டுக்கு ஓடுவாங்களா?–"

"சும்மா இரு" என்று திடீரென்று கத்தினான் பூவராகன். "இடம் கொடுத்தா என்ன உளறிக்கிட்டே போறே?"– அவன் முகம் கோபத்தில் கனன்றது. பெண் விக்கித்தாற்போல் நின்றாள். மூத்த பெண்ணும் ரங்கநாயகியும் தலையில் அறைந்தாற்போல் திடுக்கிட்டு விழித்தார்கள்.

"என்ன நாக்கு துளுத்துப்போச்சு?" என்று அந்தத் தொங்கின நிசப்தத்திற்கு இடையில் சாட்டை இழுக்கிறதுபோல் தெறித்தது மீண்டும் அவன் குரல். சற்று கழித்து "கணேசபிள்ளை – இதெல்லாம் டவுன்லே வளர்ந்தது. இப்படித்தான் பேசும். நீங்க ஒண்ணு வித்தியாசமா நினைச்சுடாதீங்க" என்று காரியஸ்தரைச் சமாதானம் பண்ணினான்.

கணேசபிள்ளையும் என்னவென்று புரியாமல், ஆனால் அவன் கோபத்தைக் கண்டு மிரண்டுபோய் பதுங்கி விழித்தார். "அது என்ன சொல்லிடிச்சு இப்ப?" என்று மெதுவாகக் குழறினார்.

"ஏதோ ஒத்தாசைக்கு வந்தவங்களைச் சமையல்காரின்னு நினைச்சுக்கிட்டு பேசறதுன்னா எத்தனை தடித்தனம் இருக்கணும் உடம்பிலே?" என்று பெண்ணைப் பார்த்து விழித்தான் பூவராகன்.

"என்ன இப்படிச் சொல்றீங்க?... எங்க வீட்டிலேயே ஒப்புக்கிட்டுதே. அம்மாவுக்கு உடம்பு சரியிலே, சமையல், வீட்டு வேலைகளைக் கவனிச்சுக்குமான்னு உன் சம்சாரம்னு அம்மா கேட்டாங்க. நானும் சரின்னேன். அதுவும் ஒப்புக்கிட்டுது..."

மேலே பேசாமல் கேள்வி மாதிரி இழுத்துவிட்டு நிறுத்தினார் கணேசபிள்ளை.

"என்னது!"

பூவராகன் சுற்றிலும் ஒருமுறை பார்த்தான்.

"என்ன ரங்கு!" – அவன் குரல் சட்டென்று தணிந்தது.

"ஆமா – சாயங்காலம்தான் கேட்டேன் இவரை. புளிமூட்டை கணக்கா என்னை உக்காத்தி வச்சிருக்கே உடம்பு. யாராவது உதவியாயிருப்பாங்களான்னு கேட்டேன். பார்த்துச் சொல்றேன் னாரு, அப்புறம்தான் செங்கம்மாவுக்கு முடியுமான்னு கேட்டேன். நானே சொல்லலாம்னு இருந்தேன். அது ஒண்டிமாத்தானே வீட்டிலே கிடக்கப்போவுது. இங்கதான் கூடமாட இருக்கட்டு மேன்னாரு. செங்கம்மாவையே கூப்பிட்டுக் கேட்டாராம். அதுவும் சரின்னு சொல்லித்தாம் –"

பூவராகனின் மனம் இதைக் கேட்டதும் வெட்கி நெளிந்தது.

"என்கிட்ட சொல்லவே இல்லையே" என்று ஒரு நாலைந்து விநாடி நிற்க முடியாமல், அகல முடியாமல் மேலேயும் பேசத் தெரியாமல் தவித்தான். "பாப்பாகிட்ட இப்ப நான் மன்னிப்புக் கேட்கணும் . . . இல்லையா?" என்று சின்னப் பெண்ணைப் பார்த்தான்.

"இல்லேப்பா . . . நான்தான் தவறுதலா ஏதாவது சொல்லிட் டேனோ . . . என்னமோ!"

"இல்லே குழந்தே! நான்தான் புரிஞ்சுக்காமெ டெம்பர் லூஸ் பண்ணிட்டேன். நீங்க முன்னாலேயே சொல்லியிருக்கலாம். இல்லாவிட்டாலும் நானும் இப்படிக் கத்தியிருக்கப்படாது . . ." என்று திணறினான் அவன்.

அதைப் பார்த்து அந்தப் பெண்ணுக்குக் கண்ணில் பொலபொலவென்று உதிரத் தொடங்கிற்று. அதை மறைத்துக் கொள்வதற்காக, சமையலறைப் பக்கம் தொண்டையை உறிஞ்சிக்கொண்டே போய்விட்டது. அது.

"கணேசபிள்ளை, இவளுக்கு உடம்பு சரியில்லே. கொஞ்சம் அதிகமா நடமாடினாலும் மூச்சு வாங்கும். திணறும்."

கணேசபிள்ளை தரையைக் கீறிக்கொண்டு நின்றார். பூவராகன் பெண் போன திசையைப் பார்த்து லேசாகப் புன்சிரிப்பு சிரித்தான்.

"அதுக்காகவே பட்டணத்திலே சமையல்காரன் ஒருத்தனை வச்சுக்கிட்டிருந்தது. ஆனா அவனுக்குப் பிடிச்சதைத்தான் நாம சாப்பிடணும். சரியாச் சமைக்கவும் தெரியாது. சாமான்களை ஒண்ணுக்கு நாலாக் கொட்டுவான். கூடமாட ஒத்தாசையா இருந்தாப் போதும். நான் சொல்றதைச் செஞ்சாப் போதும்னு

இவ கிடந்து மன்றாடுவா. அதையும் கேட்க மாட்டான். 'நீங்க ஏம்மா அலட்டிக்கிறீங்க? பேசாம உட்காருங்க. நான் எல்லாம் பாத்துக்கறேன்'னு அரை வேக்காடும் காந்தலுமா இஷ்டத்துக்குப் பண்ணிக்கிட்டிருப்பான். அவனும் கூடவே வரேன்னு ஒத்தைக் காலாலே நின்னான். போரும்டாய்யான்னு நான்தான் நிறுத்திட்டு வந்தேன். நல்ல பையன்தான். ஆனா பாலு, மோரெல்லாம் அவன் குடிச்சது போக மிச்சம்தான் கிடைக்கும். வேறே ஒண்ணும் இல்லே. அவ்வளவு பாத்தியம். அவ்வளவு ஸ்வாதீனம். செலவு ஆறதைப்பத்திச் சொல்லலே. ரண்டும் கெட்டானை வச்சுக்கிட்டு என்ன செய்ய முடியும்? சொல்லத்தான் முடியுமா? அதான் விட்டு வந்தாச்சு ஒண்ணும் வாண்டாம்... இவளுக்குக் கூடமாட இருந்தாப் போதும்."

"அதுதான் சரின்னிடிச்சே. அப்புறம் என்ன?" என்ன அதை முடிக்கப் பார்த்தார் காரியஸ்தர்.

"இந்த ரண்டும் லீவு முடிஞ்சவுடனேயே பட்டணம் போவுது. அதனாலேதான் கொஞ்ச நேரம் பேச்சுத் துணைக்காவது இருக்கட்டுமேன்னு செங்கம்மாவுக்கு முடியுமான்னு கேட்டேன்" என்று தயங்கிக்கொண்டே சொன்னாள் ரங்கநாயகி.

"அவங்க காரியங்களுக்குக் கூட ஒத்தாசை பண்ண வாணாம். சும்மா வந்து பேசிக்கிட்டிருந்தாலே போதும். அம்மாவுக்கு அவங்களை அப்படிப் பிடிச்சுப் போச்சு" என்றாள் கிருஷ்ணவேணி.

"அதுக்கு ரொம்ப ஒட்டிக்கிற தன்மைங்க. யாருக்காவது ஒரு வலி, ஒரு நோவுன்னா கிடந்து பறக்க ஆரம்பிச்சுடும். சுக்கு அரைக்கறதும், பத்து அரைக்கறதும் அமளிப்படும்... கொஞ்சம் குறும்பாப் பேசும். ஆனா அதுக்கும் இடம் பாத்துக்கும்" என்று கணேசபிள்ளை பெருமிதத்தோடு தலையைக் குனிந்துகொண்டே இழுத்தார்.

"இந்த வீட்டுக் குழந்தையா வச்சுக்கறோம் நாங்களும். எனக்கு அதுக்கு மேலே ஒண்ணும் சொல்லத் தெரியாதுய்யா" என்றாள் ரங்கநாயகி.

"அப்ப அதோட விடுங்க. எதோ உதவியாயிருக்கணும்னு ஆசை. சொன்னீங்க. சரீன்னு சொல்லியாச்சு. நீங்க என்னமோ தப்பு பண்ணிட்டாப்பல நீங்களே மென்னு மென்னு பேசறதைப் பார்த்தா, அதுக்கு எப்படியோ இருக்கும். எனக்கும் எப்படியோ இருக்கும், நாலு வார்த்தை பேசிட்டா ஒரு செநேகம், ஒரு ஒட்டுதல்... அதுக்கு மேலே... அப்ப நான் வரட்டுமா?... காலை யிலே அக்கரைக்கும் மாத்தூருக்கும் போய் வய வெளியைப்

பாத்திட்டு வந்தாத் தேவலாம்னு நெனச்சேன்” என்று ஒருவாறாக அதை முடித்துக் கட்டினார் காரியஸ்தர்.

“ஏழு மணிக்கு வாங்கவேன். காபியைக் குடிச்சிட்டுக் கிளம்பிடலாம்” என்று விடை கொடுத்தான் பூவராகன்.

“வரேம்மா” என்று கொல்லைக் கதவெல்லாம் சரியாய்ச் சாத்தியிருக்கிறதா என்று பார்ப்பதற்காகப் போனார் அவர்; பூவராகன் வெளியே வந்தான். இடைக்கட்டிலிருந்து வாசல் விளக்குப் புத்தானை அழுத்தினான். கணேசபிள்ளை கடைசி யாக விடைபெற்றுப் போனதும் சற்றுக் கழித்து விளக்கை அணைத்துவிட்டு வாசலுக்கு வந்தான்.

“என்ன பூவு, என்ன பெரிய சத்தமாப் போட்டியே? எதுக்கு?” என்று தணிந்த குரலில் கேட்டான் ஆமருவி.

“நீ எத்தனையோ தேவலாம்பா” என்றபடியே வந்து மணலில் போட்டிருந்த இன்னொரு பிரம்பு நாறாகாலியில் உட்கார்ந்து கொண்டான் பூவராகன்.

ஊர் முழுவதும் உறங்கிவிட்டாற்போல் இருந்தது. தெருக் கோடியில் யாரோ இரண்டு பேர் பேசிக்கொண்டிருந்தது அவர் களுக்குக் கேட்டது. வார்த்தை புரியவில்லை. பேச்சொலி மட்டும் கேட்டது. அவ்வளவு அமைதி தெருவுக்காகப் போட்டிருந்த நான்கு மின்சார விளக்குகளில் ஒன்று எரியவில்லை. மற்ற மூன்றும் படுமங்கலாகக் சுணங்கிக் கொண்டிருந்தன. ஊர்தான் தூங்குகிறதே, இந்த பெட்ரூம் விளக்கொளியே போதும என்பது போல் அவையும் சேர்ந்து உறங்குவதுபோல் இருந்தது. ஒவ்வொரு விளக்கு வெளிச்சத்திலும் மூன்று நான்கு வௌவால்கள், கொசு, அந்துப் பூச்சுகளைப் பிடிக்கச் சுழன்று சுழன்று வெளிச்சத்திற்கும் இருட்டுக்குமாக மாறி மாறி மௌனமாகப் பறந்துகொண்டிருந்தன. நான்கு மைலுக்கு அப்பாலுள்ள ஊரில் சினிமாக் கொட்டகையில் எழுந்த பாட்டு லேசாகக் கேட்கும். சட்டென்று மறையும். மீண்டும் சற்றுக் கேட்கும்.

“என்ன?” என்று கேட்டான் ஆமருவி.

“கொள்ளை போனாலும் கல்லுப் பிள்ளையார் மாதிரி உட்கார்ந் திருப்பே நீ. எனக்கு அது வரமாட்டேங்குது, தடாமுடான்னு கத்திட்டு, ஏமாளிப் பட்டமும் கட்டிக்கிறேன்” என்று நடந்ததை யெல்லாம் சொன்னான் பூவராகன்.

“இவளைப் போய் வேலைக்காரியா வச்சுக்கறோமேன்னு வேதனை உனக்கு. அதுதான் கோபமா வெடிச்சிட்டாப் போலிருக்கு” என்று மெதுவாகச் சொன்னான் ஆமருவி.

தெருவிளக்கு ஒன்று மூன்று வீடு தள்ளியிருந்தது. எனவே எதிரேயிருந்த முகம் நன்றாகத் தெரியும். ஆமருவி இதைச் சிரித்துக்கொண்டே சொல்லவில்லை என்பதைப் பூவராகனால் கவனிக்க முடிந்தது.

"வேலை செய்யறவங்கன்னு நாம நினைச்சாத்தானே? அப்படி நினைக்காம, நம்ம மனுஷங்களிலே ஒருத்தரா நினைச்சிட்டாப் போவுது" என்று மேலே தொடர்ந்தான் ஆமருவி.

"எல்லாம் அப்படித்தான் நினைக்குது. அதைப் புரிஞ்சுக்காம சத்தம் போட்டுவிட்டேன். உன் மாதிரி இருக்க முடியலியே என்னாலெ. நீ சிரிச்சுக்கிட்டேயிருக்கே எப்பப் பார்த்தாலும். இன்னிக்குச் சாயங்காலம் மட்டும் நான் மாத்திரம் போயிருந்தேன் அந்தச் சன்னதம் வந்து ஆடின பழனிகிட்டே? நானும் சாமியாடி பெரிய சண்டையா வளத்து விட்டுட்டு இருப்பேன். நீ சிரிச்சு சிரிச்சு அந்தப் பயலை மயக்கி இழுத்துக்கிட்டு வந்திட்டே."

"எனக்கும் கோபம் வரும் பூவு. ஆனா இப்படிக் கத்த மாட்டேன். ரண்டு வெங்கலப் பானையை எடுத்துக்கிட்டுப் போயி சாவதானமா அம்மி மேலே வச்சு நசுக்கி சுக்கல் சுக்கலா உடைச்சு, சுக்கலெல்லாம் திரட்டி குப்பைத் தொட்டியிலே எறிஞ்சுவிட்டு அப்படியே வெளியிலே போயி, ரண்டுநாள் வீட்டுக்கே வராம சிநேகிதங்க வீட்டுலெ படுத்திட்டு, சாப்பிடச் சொன்னா சாப்பிட்டுவிட்டு எல்லாம் அலந்து போனப்புறம் வருவேன். அந்த மாதிரி நாலு வெண்கலப் பானையை உடச்சிருக்கேன். அதுவும் நல்லதாப் போச்சுன்னு வச்சுக்க... பதிலா ப்ரெஷர் குக்கர் ஒண்ணு பெரிசா வாங்கிட்டேன். நாங்க பதினோரு பேரும் சாப்பிடலாம். நான், மாலதி, மூணு மக, அஞ்சு மகன், என் அம்மா – அத்தனை பேருக்கும் சாதம் வடிக்கலாம். நல்ல வேளையா பணம் இருந்தது அப்ப. கோவம் தணிஞ்சு திரும்பி உள்ள நுழைஞ்சதும் நுழையாததுமா ஒரு காலேஜ் பிரின்சுபாலோட 'பஸ்ட்' பண்ணனும்னு ஐந்நூறு ரூபா அட்வான்ஸ் கொடுத்துட்டுப் போனான் ஒத்தன் வந்து" என்று சிரித்துக்கொண்டே சொல்லி முடித்தான் ஆமருவி.

பூவராகனும் அதைக் கேட்டு வேறு ஏதோ ஞாபகம் வந்து சிரித்தான். தன் கணவரின் கோபத்தைப் பற்றி, ஆமருவியின் மனைவியே ஒருமுறை அவனிடம் சொல்லியிருக்கிறாள். ஏதோ வாய்ச் சண்டையில் ஒருநாள் ஆமருவிக்குக் கோபம் பீறிக்கொண்டு வந்துவிட்டதாம். ஆனால் வாயைத் திறக்கவில்லை அவன். கோட் ஸ்டாண்டில் தொங்கின ஒரு துண்டை எடுத்து இடுப்பில் கட்டிக்கொண்டு, மனைவிக்கு முன்னால் வந்து நெடுஞ்சாண் கிடையாக விழுந்து பெருமாளைச் சேவிப்பது போல் நான்குமுறை

எழுந்து எழுந்து முகத்தைத் திருப்பித் திருப்பி இரண்டு காதுகளும் கண்களும் தரையில் பட, சேவித்துவிட்டு எழுந்து நின்று கையைக் கூப்பிக்கொண்டு, "தெரியாம சொல்லிட்டேன். பெரிய மனசு பண்ணி மன்னிக்கணும்" என்று சொல்லி, துண்டை இடுப்பில் கட்டியவாறே வெளியே போய்விட்டானாம். மாலதிக்கு அழுகை அழுகையாக வந்திருக்கிறது. அன்று முழுவதும் பட்டினி கிடந்து மறுநாள்தான் சாப்பிட்டாளாம்... மாமாங்கம் மாதிரி எப்போதோ வரும் இந்தக் கோபம், வெண்கலப் பானைகளை வீசி எறியாமல், அம்மி மேல் வைத்து, நிதானமாக உடைக்கும் என்றும் பூவராகனுக்கு இதுவரை தெரியாது. இப்போது அதைக் கேட்டு, பழைய ஞாபகங்கள் வந்து சிரித்தான் அவன்.

"நீ கோச்சுக்கறது, சிரிக்கறது, படம் போடறது. சிலை பண்றது எல்லாம் உன் இஷ்டப்படித்தான் பண்றே. ஒத்தையடிப் பாதையா ஒண்ணு உனக்குன்னு போட்டு வச்சிருக்கே. இங்கேயும் உன் கைவரிசையைக் காட்டேன் பார்க்கலாம்."

"என்ன செய்யணும்?"

"சாயங்காலம் சுவாமி சொன்னாரே, கேட்கலியா?"

"ஸவாமி எத்தனையோ சொன்னாரு"

"கோயிலப்பா. பெருமா கோயிலை புதுசு பண்றதாகச் சொல்னேனே."

"கோவிலா?"

"ஏன்?"

"உன் மாதிரி பக்தன் இல்லையேப்பா நான். நீ சரணாகதி பண்ணினவன் சமாச்ரயணம் அடைக்கலம் புகுந்தவனாச்சே. நான் அப்படியில்லையே. எனக்கு நான்தான் சாமி... கோவில் வேலை செய்கிறவங்கள்ளாம் பழங்காலத்து ஜாம்பவான்களாச்சே. அவங்க செய்யறதைவிட அழகா, அதிகப்படி புதுசா என்ன செஞ்சுட முடியும் எங்களாலே? நாங்க இந்தக்காலத்து தான்தோணிகள். நாங்க நினைச்சதுதான் கலை. நாங்க நினைச்சது தான் படம். நாங்க நினைச்சதுதான் சிலை. நாங்க எதையாவது கோணல்லாம் கிறுக்கி, எல்லாரையும் பயமுறுத்துவோம். நல்லால்லேன்னு சொல்றதுக்குக்கூட பயப்படுவாங்க. அப்படி முன்னாலேயே பயமுறுத்தித் தயார் பண்ணிடுவோம். கோவில்லே போய் நம்ம கைவரிசையை என்னத்தைக் காமிக்கிறது?"

"நீ வந்து பாரேன். உன்னாலெ முடிஞ்சதைச் செய்யேன். ஜாம்பவான்கள் கோயில் கோபுரத்தை அவங்க புஸ்தகப்படி

பண்ணிடட்டும். அதுமேலே நிக்கிற பொம்மைங்க பூஜை பண்ற சாமியில்லையே. அதுங்களையாவது உன் இஷ்டப்படி பண்ணேன், சினிமா பொம்மை மாதிரி பண்ணாம?"

ஆமருவி பெரிதாகச் சிரித்தான்.

"அது சரி, பண்ணலாம். ஆனா யாரும் வரமாட்டாங்க. அந்த மாதிரி பண்ணாத போனா –"

"வரவாண்டாம். நான் அப்பாவை நினைச்சிட்டுத்தான் கட்டப் போறேன். அவர் அங்க உட்காராம போயிட்டாரு. நான் உட்கார்ந்துக்கப் போறேன். தவிர, இத்தனை நாளா இடிய விட்டுட்டவங்க, வராம இருந்தாத்தான் என்ன மோசம் போயிடும்?"

நான் தயாரப்பா."

"அப்ப காலமே எழுந்து வயல் எல்லாம் பார்க்கப் போகணும். அதுக்கு முன்னாலே கோயிலைப் பார்த்திட்டுப் போகலாம்."

சரசரவென்று ஒரு கறுப்பு நாய் தெருவோடு ஓடிற்று. நாலு வீட்டுக்கப்பால் வாசலில் உலர்த்தியிருந்த விறகுக் கட்டைகளை முகர்ந்து, இங்கும் அங்கும் பாய்ந்துவிட்டுத் திரும்பி வந்தது. கொட்டகையைக் கடந்து சென்றது. அதன் வாயில் தலையும் வாலும் இருபக்கமும் தொங்க, ஒரு எலி திணறிக்கொண்டிருந்தது.

மற்ற நாய்களைப் போலக் கடித்துக் குதறி துண்டு துண்டாக அந்த எலியை தின்னவில்லை அது. இப்படியும் அப்படியுமாக கடைவாயால் ஒரு அழுத்து அழுத்திவிட்டு, அப்படியே விழுங்கி விட்டது.

"தேவலாமே" என்றான் ஆமருவி.

"பட்டணத்து நாய் எலியைக் கண்டாலே நாகரீகமா ஓடிப் போயிடும்" என்று பூவராகன் சிரித்தான்.

"இதுவும் நாகரீகமாகத்தான் இருக்கு. நாசூக்கா அல்வாத் துண்டு முழுங்கறாப்பல முழுங்கிடுத்தே – உங்க பழனிவேலு மாதிரி."

"என்னப்பா இது? படம் போடறாப்பலே கடசியிலே என்னமோ 'பினிஷிங் டச்சு' கொடுக்கிறியே?"

"எனக்கு அப்படித்தான் படுது... சொன்னேன்."

"கொஞ்சம் வியாக்கியானம் பண்ணித்தான் சொல்லேன் பார்ப்போம்."

உயிர்த் தேன்

"நீட்டி நீட்டிச் சொல்றத்துக்கு என்ன இருக்கு? நேர வந்து கூப்பிடலேன்னு ஆங்காரமா வாசல்லே வந்து ஆடினான். அப்புறம் சமாதானம் பண்ணினவுடனே வந்தான். அவன் லட்டுவையும் மைசூர்பாகையும் முழுங்கினதைப் பார்த்தா இந்த எலி மாதிரி இருந்தது. சொன்னேன்."

"ரொம்ப விளக்கமாச் சொல்லிட்டியாக்கும் இப்ப?"

"எனக்கு ஒன்றும் புரியாமத்தான் தடுமார்றேன் பூவு. இந்த மாதிரி செழிப்பான ஊரை நான் பார்த்ததில்லே. பெரிய வீடா முப்பது, சின்ன வீடா பத்து பன்னண்டு இருக்கு. காலி மனை, பாழு மனை ஒன்றுகூட இல்லே. இந்தக் காலத்திலே இந்த மாதிரி பாக்கறதே அபூர்வம். அடஞ்சாப்பல அத்தனை வீடும் குடியிருப்பா இருக்கறது சாதாரணமாப் பார்க்கற சேதியில்லே. கட்டும் கோப்புமா இருக்கிற ஊராயிருக்கு. ஆனால் சாயங்காலமும் மத்தியானமும் பேச்சுக் கொடுத்திட்டேயிருந்தேன். கிட்ட வந்தவங்களோடயெல்லாம். தலைக்கு ஒண்ணா என்னென்னமோ சொல்லிக்கிட்டிருந்தாங்க. இவங்கள்ளாம் முட்டாளா, கெட்டிக்காரங்களா, வஞ்சகமா, கபடமா, தயவு உள்ளங்களா, கார்க்கோடங்களா, முதலையா, மான் குட்டியா – ஒண்ணும் பிடிபடலே. சாயங்காலம் உங்க பழனிவேலுவைப் பார்த்ததும் இந்தப் பிடிபடாத அத்தனை பேரையும் ஒண்ணாப் பிடிச்சு ஒரு ஆளா செய்து வச்சாப்பல என்னமோ ஒரு தோற்றம் வந்தது. நீ ரொம்ப ரொம்பக் கத்துக்கணும் இவங்களோட பழகறத்துக்குன்னுதான் தோணுது. இல்லை... இவங்க மாதிரியே ஆகணும்."

ஆமருவி அதோடு நிறுத்திவிட்டான். சொல்லிவிட்டுத் தெருவை நீளமாகப் பார்த்துக்கொண்டே உட்கார்ந்திருந்தான். பூவராகன் சிறிது நேரம் ஒன்றும் சொல்லவில்லை.

"நாம இருக்கறபடி இருக்கோம், யாருக்காக எதை மாத்திக்க முடியும்?" என்றான் சற்றுக் கழித்து.

இப்போது ஆமருவி பதில் சொல்லவில்லை. பேசாமல் அதே பார்வையோடு உட்கார்ந்திருந்தான். ஒரு தடவை கொட்டாவியும் விட்டான். முதல் நாள் இரவு முழுவதும் தூக்கம் இல்லாமல் உட்கார்ந்துகொண்டே ரயிலில் வந்த களைப்பு அவனுக்கு.

உடனே பூவராகன் எழுந்து உள்ளே போய் ஜமக்காளம், தலையணைகளைக் கொண்டுவந்து கொடுத்தான். படுத்த வாக்கிலேயே பேசலாம் என்று அவனுடைய கட்டிலுக்குப் பக்கத்திலேயே சற்றுத் தள்ளினாற்போல் தன் கட்டிலையும்

போட்டுப் படுக்கையை விரித்தான். ஆனால் பேச முடியவில்லை. படுத்தவுடனேயே ஆமருவியின் கண்கள் மூடிவிட்டன. மார்பு சீராக ஏறி இறங்கிற்று.

பூவராகனுக்குத் தூக்கம் வரவில்லை.

வெளிச்சத்தில் சுற்றிசுற்றி வந்துகொண்டிருந்த வௌவால் களைக்கூடக் காணவில்லை. அவையும் தூங்கப் போய்விட்டன போலிருக்கிறது.

படுப்பதும் உட்காருவதும் வெற்றிலைப் பெட்டியைத் திறந்து சுவைப்பதும், புகையிலையை மெல்லுவதுமாக இரவைப் பார்த்துக் கொண்டேயிருந்தான். கேட்டுக்கொண்டேயிருந்தான். மாயவரத்தி லிருந்து கார் வந்தது. நரசிம்மன் சிறிது நேரம் பேசிவிட்டு வீட்டுக்குப் போனான். டிரைவர் ஒரு பாய் தலையணையை எடுத்துக்கொண்டு எங்கோ ஒரு திண்ணையைப் பார்க்க தூங்கப் போனான்.

பூவராகனுக்குத் தூக்கம் வரவில்லை. ஊரைக் கிழக்கே யும் மேற்கேயும் பார்த்துக்கொண்டு இரவை நகர்த்திக் கொண்டேயிருந்தான்.

௮

தூக்கம் வராத நாள் எத்தனையோ! ஒரு நாளா, இரண்டு நாளா, பத்து நாளா, ஒரு மாதமா?

ஐந்து மாதத்திற்கு மேலாகிவிட்டது.

ஐந்து மாதமும் பூவராகன் தூங்காமல் இல்லை. நாலு நாளைக்கொரு முறை அடித்துப் போட்டாற்போல சேர்த்து வைத்துத் தூங்குவான். மற்ற நாட்களில் வாசலில் கட்டிலில் உட்கார்ந்து வௌவாலையும் கொசுக்களையும் தூங்கி வழியும் விளக்குகளையும் பார்த்துக்கொண்டிருப்பான். திடீரென்று நினைத்துக்கொண்டு கட்டிலுக்குக் கீழ் கிடக்கும் படுக்கை ஸ்விட்சைப் போடுவான். கொட்டகையில் தலைமாட்டின் பின்னால் சற்று உயரத்தில் தொங்கும் விளக்கு எரியும். கட்டிலுக்குக் கீழேயே மணல் மீது கொண்டுவைத்திருந்த இரண்டு மூன்று புத்தகங்களில் ஒன்றை எடுத்து, மணல் மீதே வைத்திருந்த கண்ணாடியை எடுத்து மாட்டி மல்லாந்து படுத்தவாறு அரை மணி, ஒரு மணி வாசிப்பான். ஆனால் பாதி நாள் விளக்கைப் போட்ட வுடன், பூச்சிக் கூட்டம் எங்கே எங்கே என்று காத்துக் கொண்டிருந்தாற்போல், புத்தகத்திலும் மார்பிலும் கையிலும் வந்து ஊரத் தொடங்கிவிடும்.

பக்கத்து வீட்டில் வாசல் திண்ணையை ஒட்டிய முன்னறையிலேயே நெல்லைக் கொட்டி வைத்திருந் தார்கள் போலிருக்கிறது. அங்கு மொய்க்கிற அந்துப் பூச்சிகளில் ஒரு ஏழெட்டு திடீரென்று நினைத்துக் கொண்டு வாசலில் படித்துக்கொண்டிருந்த பூவராகனின் மேல் வந்து ஆசையாக உட்காரும். அது உட்கார்ந்த உடனே ஒரு நமைச்சல். புத்தகத்தை மூடி விளக்கையும் அணைத்துவிட்டுப் படுப்பான் அவன். ஒரு மாசத்திற்கு இந்தப் பூச்சித் தொல்லையாலேயே தூக்கம் வரவில்லை போலிருந்தது. இப்போது... அந்த அரிப்பு உடம்பில் ஊறியோ என்னவோ, அவ்வளவாகத்

தெரியக்கூட இல்லை. சில நாள் வெட்டுப்பூச்சிகளையும் அந்துகளையும் மீறி வெறிபிடித்தாற்போல் இரவு இரண்டு மூன்று மணி வரையில் படித்துக்கொண்டேயிருப்பான். படிப்பு ஓடாவிட்டால் படுத்திருப்பவன் என்னவோ நினைத்தபடியே தலையணைக்கடியிலே வைத்திருந்த நீள டார்ச்சையும் கட்டிலுக்குக் கீழே மணலில் கிடந்த கெட்டி மூங்கில் கழியையும் எடுத்துக்கொண்டு தெரு முழுவதும் நடந்து திரும்பி கோவிலண்டை போய் நின்று மதில் கோபுரம் எல்லாவற்றையும் டார்ச் அடித்து ஒரு முறை பார்த்துவிட்டுச் சிறிது நேரம் நிற்பான்.

கோவில் வேலை மும்முரமாக நடந்துகொண்டிருந்தது. அப்போது. மூன்று பக்கமும் இடிந்து விழுந்து கிடந்த மதில் சுவர்களை முழுவதும் இடித்துவிட்டு அடிவாரத்தை ஆழமாகப் போட்டு, இந்த ஐந்து மாதங்களுக்குள் மூன்று சுவர்களும் இரண்டாள் உயரத்திற்கு எழுந்து பூச்சும் பூசி முடிந்துவிட்டன. கீழண்டைப் பக்கத்து மதில் இடியவில்லை. ஆனால் நாலைந்து இடங்களில் அரசு முளைத்து வேர்விட்டிருந்தது. அதை வேரோடு பிடுங்கி திராவகம் விட்டுத் தீய்த்த பிறகு, அதற்காக இடித்திருந்த பகுதிகளையும் நிரப்பிக் கட்டியாகிவிட்டது. சென்ற மாதத்திலிருந்து கர்ப்பக்கிருகத்தின் மீதிருந்த கோபுரத்தைப் புதுப்பிக்கும் பணி நடந்துகொண்டிருந்தது. கோபுரத்தைச் சுற்றி தட்டிகள் போட்டு மறைத்திருந்தார்கள். இத்தனையையும் ஒரு ஸ்தபதி கவனித்துக் கொண்டுதானிருந்தார். அவருக்கு பூவராகன் வீட்டில் காப்பி, சாப்பாடு. கீழண்டைப் பக்கமாக இரண்டு வீடு தள்ளி ஒரு திண்ணையில் படுக்கை. அவருக்குக் கீழே வேலை செய்த ஏழு ஆட்களுக்குக் கோயில் மதிலுக்கு அப்பால் மேடையும் கொட்டகையும் கட்டித் தங்குவதற்கு வசதி பண்ணிக் கொடுத்திருந்தான் பூவராகன். சாப்பாடு அவர்களுக்கு அவன் வீட்டிலிருந்தே வேளாவேளைக்குப் போய்க்கொண்டிருந்தது.

இருந்தும் திடீரென்று நடுநிசியில் நினைத்துக்கொண்டு கிளம்புவான் பூவராகன். டார்ச் அடித்து வெளியிலிருந்தபடியே ஒரு தடவை நோட்டம் விடுவான். கோவிலை ஒரு முறை சுற்றி வருவான். கொத்து வேலைக்காரர்கள் படுத்திருந்த கொட்டகையையும் குனிந்து டார்ச்சை அடித்து ஒரு முறை பார்ப்பான். பிறகு எதிரேயிருந்த குளத்தங்கரைப் படிமீது வந்து சற்று அமர்ந்திருப்பான். அரச மரத்தில் அணைந்தும் ஏற்றியும் மின்னிக்கொண்டிருந்த மின்மினிகளைச் சிறிது நேரம் பார்த்துக்கொண்டிருப்பான். பிறகு திரும்பி வந்து மீண்டும் கட்டிலில் படுப்பான்.

அப்படி ஒரு நள்ளிரவில் டார்ச்சை வீசி கோபுரத்தைப் பார்த்துக் கொண்டிருந்தபொழுது "யாரங்கே?" என்று சற்றுத் தொலைவிலிருந்து கனக் குரலாகக் கேட்டது. திரும்பிப் பார்த்தான் அவன். தெரு முனையிலிருந்து குரல் கொடுத்த உருவத்தைச் சரியாக அடையாளம் கண்டுகொள்ள முடியவில்லை. அங்கு மின்சார வெளிச்சம் மங்கலாக உண்டு. ஆனால் இப்பால் இருந்த மரக்கிளை, இலைகளின் நிழல் பாதி விழுந்திருந்ததால் சரியாகத் தெரியவில்லை.

"யாரங்கேன்னேன்?" என்று மீண்டும் அதட்டிற்று குரல்.

"நான்தான்."

"நான்தான்னா?"

"பூவராகன்."

"ஓகோகோ" என்றது குரல். உடனே உருவம் வெளியே வந்தது. வெளிச்சத்தில் பார்க்கும்போது யாரென்று நிச்சயமாகச் சொல்ல இயலவில்லை. அம்பாகடாட்சமோ, ஆதிமூலமோ தெரியவில்லை. இரண்டு பேரும் பருமன்தான். கிட்டத்தட்ட ஒரே உயரம்தான். ஒரு நிமிடத்திற்குள் உருவம் கிட்டவே வந்துவிட்டது. அது வருவதற்குச் சாதகமாக அது வரும் வழியில் தரையில் விளக்கை வீசி அடித்துக்கொண்டே இருந்தான் பூவராகன். அது அருகில் வந்ததும் "எங்கே இப்படி இந்த நேரத்திலே – பாதி ராத்திரிக்கும் அப்பாலே?" என்று குழைந்தபடியே கேட்டது.

ஆதிமூலம்தான்.

"சும்மாத்தான். தூக்கம் பிடிக்கலே. இப்படிப் பார்த்துப் போகலாம்னு வந்தேன்."

"தேவையே இல்லீங்களே!"

"ஏன்?"

"நம்ம ஊர்லே அந்தப் பயம் மட்டும் வேண்டியதில்லை."

"எந்த பயம்?"

"ஆயிரம் இருக்கட்டும். ஆனா திருட்டு பெரட்டுன்னு பேச்சே கிளம்பறது கிடையாது. இத்தனை பேரு இருக்கறப்ப அப்படித் துணிஞ்சுருவாங்களா என்ன?"

"நான் அப்படிச் சொல்லவும் இல்லை, சந்தேகமும் படலியே!"

"நீங்க படவாணாம்னுதானே நான் சொல்றேன்."

தி. ஜானகிராமன்

அதற்கு என்ன பதில் சொல்வது என்று தெரியாமல் விழித்தான் பூவராகன். பேசாமல் நின்றான்.

"அநேகமா முடிஞ்சு போயிட்டாப்பல இருக்கு" என்றார் ஆதிமூலம்.

"முடிஞ்சாப்பலதான். இன்னும் ரண்டு மூணு மாசம் வேலை பாக்கியிருக்கும்."

"ஆகட்டும் ஆகட்டும். பெரிய காரியம். செய்யறதுதான் செய்யறோம், பழுதில்லாம, மூளியில்லாம, நெறவா, முளுமையாச் செஞ்சுதானே ஆகணும். மாசம் கெடக்கு. அப்பசி இல்லாட்டி தையி, தையி இல்லாட்டி சித்திரை—நிதானமா நடக்கட்டும்... ம்... அப்ப கிளம்பலாமா?"

"நீங்க போங்க—நான் இப்படிக் காத்தாட நின்னு வர்றேன்."

"ரொம்ப நாளியாயிட்டாப்பல... இருக்கேன்னு..."

"நான் வருவேன்."

"சரி... சரி" என்று ஆதிமூலம் கிளம்பிவிட்டார்.

கோயிலைப் புதுப்பிக்கப் போவதாக ஐந்து மாதங்களுக்கு முன்னால் சொன்னபொழுது சுவேதாரண்யத்திற்குத் தொண்டையை அடைத்துக்கொண்டது. பக்க பலமாக நிற்பதாக எல்லோருக்கும் பிரதிநிதியாக அளந்து கொட்டினார் அம்பாகடாட்சம். ஆனால் வேலை தொடங்கியதிலிருந்து யாரும் எட்டிக்கூடப் பார்க்கவில்லை. வேலை தொடங்கலாமா என்று ஒவ்வொருவரையாகப் போய்க் கேட்டபோது, ஊர்ப் பொதுவைக் கூட்டிக் கூட்டம் போட்டு எல்லோரும் ஒப்புக்கொண்டால் போகிறது என்றான் அப்பூதி. ஆனால் ஊர்ப் பொதுவுக்காக பேச அதிகாரம் பெற்றிருந்த ஐந்து பேர்கள் ஒன்று கூடுவதாக இல்லை.

"அப்பூதி மாயவரம் போயிருக்குறானே. அவன் இல்லாம நடத்தினா நாளைக்கு ஏதாவது பேசிக்கிட்டே திரிவானே. இளவெட்டு... நிகாப் புரியாது. மரியாதை புரியாது. அதான் யோசிக்கிறேன்" என்று இழுத்தார் அம்பாகடாட்சம்.

அப்பூதி மட்டும் இல்லை, கூட்டம் போடுகிற அன்று நாலு பேர் ஊரில் இருக்க மாட்டார்கள். அன்றைக்கு என்று எருவாங்கப் போயிருப்பார் ஒருவர். இன்னொருவருக்குத் தாலுகாவில் ஈரங்கி. பேரப் பிள்ளைக்கு முடியிறக்க ஒருவர் கிளம்பிப் போயிருப்பார்.

கடைசியில் ஒரு இரண்டு மாதம் பார்த்துவிட்டு, ஒன்றும் பயனில்லாமல் தானே ஸ்தபதியைக் கொண்டுவந்து வேலையைத் தொடங்கியும் விட்டான் பூவராகன்.

கோவில் திசைப் பக்கம் யாரும் அண்டவில்லை. வீட்டிலிருந்த படியே அகக்கண்ணால் வேடிக்கை பார்த்தார்களோ என்னவோ?

அன்றிரவு பழனிவேலு வந்து சேர்ந்தான். கிரகப் பிரவேசத் தன்று வாசலில் வந்து கத்தி, மாலையில் சாந்தமாகி வந்தவன். இத்தனை மாதங்கள் கழித்து இப்போதுதான் வந்தான். "சார்" என்று ஆளோடியில் நின்று கூப்பிட்டான்.

"யாரு?"

"நான்தான், சாரைப் பார்க்கத்தான் வந்தேன்."

"உள்ளே வாங்களேன்."

"பரவாயில்லே. கொஞ்சம் அவசரமாப் போயிட்டிருக்கேன். போறப்ப ரண்டு வார்த்தை பேசலாம்னு வந்தேன்."

பூவராகன் எழுந்து வாசலுக்குப் போனான்.

பழனியின் முகத்தில் வந்த புன்சிரிப்பு ஒரு வணக்கம் சொல்லிவிட்டு, உடனே மறைந்துவிட்டது, சுமுகமாகப் பேச வரவில்லை, சும்மா மரியாதைக்காக என்பது போல.

"என்ன?"

"ஒண்ணும் இல்லே. மேலக்குளத்துக்கப்பாலே போனேன். கோவில் மதிலை யாரோ இடிச்சுக்கிட்டிருந்தாங்க. விசாரிச்சதிலே சார்தான் வேலை ஆரம்பிச்சுருக்கிறதாகத் தெரிஞ்சுது."

அப்போது இருட்டி சிறிது நேரம் ஆயிருந்தது. வாசல் மாடத்தில் வைத்திருந்த வெண்கல விளக்கை எடுத்துப் போவதற் காக வெளியே வந்தாள் செங்கம்மா. அதை அவள் எடுத்துப் போகும்போது பழனியின் முகத்திலும் உடலிலும் லேசாக ஒரு பரபரப்பு, இரண்டு மூன்று கணம் இலை சிலிர்ப்பது மாதிரி ஓடுவது தெரிந்தது. வார்த்தை சரியாக வராமல் சற்று சமாளித்துக்கொண்டான் அவன்.

"அதுதானே. உள்ளே போய்ப் பேசலாம். வாங்க, பரவா யில்லை..." என்று எழுந்தான் பூவராகன். பழனி எழுந்து தொடர்ந்தான். முற்றத்தில் காலைத் தொங்க விட்டவாறு தாழ்வாரத்தில் இருவரும் உட்கார்ந்துகொண்டார்கள்.

"கோயில்லே இன்னிக்கு நான்தான் வேலை ஆரம்பிச் சிருக்கேன்."

தி. ஜானகிராமன்

"அது விஷயமாகத்தான் ரண்டு வார்த்தை சொல்லலாம்னு..."

"என்ன?"

"ஊர்ப் பொது விவகாரங்களைக் கவனிச்சிக்கிறாங்க சில பேரு. நானும் அதிலே ஒருத்தன்."

"தெரியுமே."

"என்னைத்தான் முக்கியமான நபரா வச்சிருக்காங்க. பெருமையாச் சொல்லிக்கல்லே நான். ஏதோ படிச்சு கிடிச்சு இருக்குறேனேன்னு எங்கிட்ட அந்தப் பொறுப்பை ஒப்படைச்சிருக்காங்க."

"அப்படியா?"

"ஊர்ப் பொதுவிலே ஒரு நாலாயிரத்துச் சொச்சம் ரூபா பணம் வெகுகாலமாச் சேர்ந்திருக்கு – இன்னயத் தேதி வரையிலே, அது எங்கிட்டத்தான் இருக்கு."

"சரி."

"ஊர்ப் பொதுவிலே ஏதாவது தொடங்கறதுன்னா என்னைக் கலக்காம செய்யறதில்லே யாரும்."

"அப்படியா?"

"ஆமாம்."

"இப்ப நீங்க அதைச் சொல்றதுக்கு காரணம்?"

"கோவில் விஷயமாகத்தான். நீங்க வேலையாரம்பிச் சிருக்காப்பல இருக்குதே..!

"நான் ரண்டு மாசமா வாசல் வாசலா ஏறி இறங்கறேன், எல்லாரையும் சேர்த்து வச்சு உத்தரவு வாங்கி வேலையை ஆரம்பிக்கணும்னு. இதுவரையில் நடக்கல்லே. பொதுப்பணத்திலே நான் ஒரு காசுகூட கேக்கலே. எல்லோருமாச் சேர்ந்து நின்று ஆரம்பிச்சிடுங்கன்னு ஊரார் வாயாலே ஒரு வார்த்தை சொன்னாப் போதும். அதை சொல்லக்கூட இவங்க யாருக்கும் நேரமில்லேன்னு நினைக்கிறேன். அப்படித் தலைக்கு மேலே வேலை கிடக்கு எல்லாருக்கும்."

"கிராமமாயிருந்தாலும் அவங்க அவங்களுக்கு வேலை இருக்கத்தான் செய்யும். அதை ஒரு குறையாகச் சொல்ல முடியாது.

“நான் இப்ப குறை சொல்லல்லே. அவங்களுக்கு ரொம்ப வேலையிருக்கேன்னுதான் நானா ஆரம்பிச்சேன்... இன்னிக்கு.”

“நான் வேண்டாம்னு சொல்லலே. இருந்தாலும் எல்லோரும் கூட இருந்து ஒரு நல்ல காரியத்தை தொடங்கினா அதுக்கு ஒரு பெருமைதான். அந்த ஒரு குறை இருப்பானேன்? எங்கிட்ட ஒரு வார்த்தை சொல்லியிருந்தா நான் அத்தினி பேரையும் ஒரு நொடியிலே கூட்டியிருப்பேன்!”

“ஏன்! இப்பவும் நீங்க அதை செய்யலாமே! நாளைக்குக் காலையிலே நீங்க எங்கே வரச் சொல்றீங்களோ அங்கே வரேன். இல்லே, நீங்க எல்லாரும் இங்கேயே வந்தாலும் சரி.”

“நீங்க பேசறது என்னமோ சரியாப் படலே எனக்கு” என்றான் பழனி.

“என்ன?”

“ஒரு வீட்லேருந்து ஒரு சாமானை கேக்காம எடுத்துக்கிட்டுப் போறது. அப்புறம் அவங்ககிட்ட சம்மதம் கேக்க வர்றாப் போல...”

பூவராகனுக்கு நெற்றி புடைத்துக்கொண்டது. உடம்பில் சூடு ஏறிற்று. சிரமப்பட்டு அடக்கிக்கொண்டான். சாதாரணமாக இருந்த குரலை வேண்டும் என்றே சிரமப்பட்டுத் தணித்துக்கொண்டே சொன்னான். “நானும்... இந்த அஞ்சு மாசமா இந்த ஊர் ஆளாயிட்டேன். இந்த ஆறுகட்டிக்கு வந்து ஆறு மாசம் பிறக்கப் போவுது, இன்னும் ஒரு வாரத்திலே. எனக்குப் பூர்வீகம் பட்டணம் இல்லே; இதுதான். இது எங்க அப்பா, தாத்தா, அவருக்குத் தாத்தா எல்லாம் இருந்த ஊரு... எங்கப்பா பிழைக்கறதுக்காக இந்த ஊரை விட்டுப் போனாங்க. நானும் பிழைக்கணும்னுதான் மறுபடியும் இங்கே வந்திருக்கேன்.”

“நான் இப்ப இல்லேன்னு சொல்லல்லியே.”

“பின்னே?”

“நான் என்ன கேக்க நெனச்சேன்னா. இத்தினி வருசமா ஒரு முயற்சி எடுத்துக்காம, ஏதுடா இப்படி ஒரு முக்கியமான காரியத்தைப் பண்ணாம போட்டிருக்கறமேன்னு சொரணையில்லாம கிடக்கு ஊரு. அதையும் கூடச் சேர்த்துக்கிட்டா நல்லதாச்சேன்னு சொல்றதுக்காக ஆரம்பிச்சேன்.”

பூவராகன் இந்தத் திருப்பத்தைக் கேட்டு குழம்பியேவிட்டான். பழனி மேலும் சொன்னான்.

"இது ரொம்ப நாஸ்திகமான காலம். சாப்பாடு, பணம் இதுக்கு வழி பண்ணிட்டாப் போதும்னு படிச்சவங்ககூட நினைக்கிற காலம். இந்த நிலையிலே சம்பாத்யத்தை விட்டு ஊருக்கு வந்து ஒரு தெய்வ காரியத்தை எடுத்து, கோவில் கட்றதுன்னா அது ரொம்பப் புரியாத விஷயமா இருக்கேன்னு சொல்லி ஆச்சரியப்படாலாம்னுதான் வந்தேன் ..."

அப்போது செங்கம்மா கூடத்தில் ஏதோ தும்பும் தூசியும் இருப்பதைப் பார்த்து லேசாகப் பெருக்கித் தள்ளிக் கொண்டிருந்தவள், சிரித்தாள். அதைக் கேட்டு பேச்சு சட்டென்று நின்றது. பழனி அவளைப் பார்த்தான். பூவராகனும் திரும்பிப் பார்த்தான்.

எதற்காகச் சிரித்தாள் என்று இருவருக்கும் புரியவில்லை. இரண்டு விநாடி கழித்து சிரித்த வாயே பேசிற்று. "அப்பா, தாத்தா, அவர்களுக்குத் தாத்தா எல்லோரும் பொறந்து வாழ்ந்த ஊருன்னு சொல்றாங்க இவங்க. ஆனா, நம்பும்படியா இல்லியேன்னுதான் சிரிச்சேன்" என்று குனிந்து பெருக்கிக்கொண்டே சொல்லிற்று.

செங்கம்மா 'கலகல'வென்று பழகிப் பேசுபவள்தான். ஆனால் இரண்டு ஆண் பிள்ளைகள் தங்களுக்குள் ஏதோ பேசிகொண்டிருக்கும்போது இப்படிக் குறுக்கே தன் அபிப்பிராயத்தைச் சொல்லும் அளவுக்குத் துணிச்சல் கொண் டிருப்பாள் என்று இருவரும் எதிர்பார்க்கவில்லை.

"ஏன் நம்பும்படியா இல்லே?" என்று திரும்பிக்கொண்டே கேட்டான் பூவராகன்.

"இந்த ஊர் பூர்வீகமா இருந்தா, இவங்க பேசற மாதிரி உங்களுக்கும் பேசத் தெரிஞ்சிருக்கணுமே. கழுத்திலே கத்தி போடறாப்பலே வந்தாங்க. ஆனால் போட்டது கத்தியா பூமாலையான்னு உங்களுக்கே சந்தேகம் வராப்பல பேசிக்கிட்டே யிருக்காங்க அவங்க. அந்த மாதிரி உங்களுக்கும் பேசத் தெரியல்லியே ... அப்படீன்னா இந்த ஊரு பூர்வீகமா எப்படி யிருக்கும்னு நெனச்சுப் பார்த்தேன். ஆச்சரியமாயிருந்தது. சிரிச்சேன்" என்று குப்பையை ஓரத்தில் தள்ளி விரலால் அள்ளிக் கொண்டிருந்தாள். செங்கம்மாள்.

பூவராகனுக்கே சற்று சுள்ளென்றது. நான் பேச வேண்டி யிருக்கிறதே என்று அவள் சொல்லாமல் இடித்துக் காட்டுவது போல இருந்தது. பழனியைப் பார்த்தான். பழனியின் முகம், கையில் யாரோ சூடிமுக்கும் பொழுது பல்லைக் கிட்டி அதைப் பொறுத்துக்கொள்கிறது போல காந்துவது தெரிந்தது. அந்த

அதிர்ச்சியிலிருந்து மீள மூன்று நாலு விநாடிகூட ஆகவில்லை. ஆனால் இரண்டு பேருக்குமே மூன்று நாலு நாளாக இருந்தது.

பழனி லேசாகச் சிரித்தான். ஆனால் மூக்கு விடைத்ததைப் பார்த்தால் அது சிரிப்பென்று தோன்றவில்லை.

"புரியலியே எனக்கு" என்றான்.

"நீங்க பேசறதுதான் புரியலே" என்று கையிலிருந்த குப்பையை முற்றத்தின் ஓரத்தில் இருந்த மரப் பெட்டிக்குள் போட்டுவிட்டு கூடத்தில் நின்றாள் செங்கம்மாள். "உங்களுக்கு ஒண்ணும் புரியாது. கிரகப் பிரவேசத்தன்னிக்கு வாசல்லே வந்து கூத்தடிச் சீங்க. அப்பவும் ஒண்ணும் புரியலே உங்களுக்கு. ஊரைக் கூட்டி எல்லாருமாச் சேர்ந்து கோவிலைக் கட்டறாப்பல பாவனை பண்ணணும்னு நெனச்சாங்க இவங்க – அதுவும் புரியலே உங்களுக்கு. சரிதான், காரியத்தை விடப்படாதுன்னு இன்னிக்கு காலையிலே ஆரம்பிச்சு வச்சாங்க. அதுவும் புரியலே உங்களுக்கு. பிள்ளையார் பிடிக்கலாம்னு ஆரமிச்சு, கடைசியிலே குரங்கு பிடிச்சாப்பல பேசறீங்க. வரப்ப அம்முட்டுக் கோபமும் துணிச்சலுமா வந்தவங்க, திடீர்னு ஏன் குழைஞ்சோம்னு உங்களுக்கே புரியலே. ஒண்ணு ஆம்பிளையா இருக்கணும், இல்லே பொம்பளையா இருக்கணும். ரெண்டும் கெட்டானா ஏன் இருக்கிறோம்னு உங்களுக்கே புரியலே. சாமி இல்லாத இடம் ஏது? இந்த வீட்டிலே இல்லியா? உங்க வீட்டிலே இல்லியா? இருந்தாலும், ஊரைப் பார்த்து எல்லாரும் சிரிக்கப்படாது. அதுவும் நாம் வந்தப்புறம் சிரிக்கப்படாதுன்னு இவங்க உங்க பாவத்தையெல்லாம் தலையிலே போட்டுக்கிட்டு ஏதோ செய்யலாம்னு புறப்பட்டாங்க. புறப்பட்டதும் காலுக்கு நடுவிலே குச்சியைக் கொடுத்துத் தள்ளிவிடப் பார்க்கிறீங்க. உங்களுக்கா புரியலெ? இவங்களுக்குத்தான் ஒண்ணும் புரியலே. ஊருக்குப் புதுசு. எனக்கும் புரிஞ்சிருக்காது. ஆனா நான் வந்து கொஞ்ச காலம் ஆயிட்டுது."

"என்ன செங்கம்மா?" என்று அடுக்களையிலிருந்து வந்து நின்றாள் ரங்கநாயகி. பையனும் சாப்பிட்டுக் கொண்டிருந்தவன் பாதியில் எழுந்து வந்து புறங்கை எச்சிலைச் சப்பிக்கொண்டு நிலையிலேயே நின்றான்.

"நீங்க எங்கேயோ இருக்கிறீங்களேன்னு இவங்க பேசறாங்க– உங்களுக்குப் பதிலா" என்று சர்வ சாதாரணமாகச் சிரித்தான் பழனி.

செங்கம்மாவுக்குச் சிரிப்பு வரவில்லை. முகத்தில் பட்டென்று நிழல் விழுந்தாற்போல் இருண்டது. கண்ணில் ஓர் உறுமல்.

“அம்மா, இன்னும் ஐயா சாப்பிடல்லே. இந்தப் பேச்சுக்கு முடிவே இல்லை. சாப்பிட்டு வந்து பேசலாம். நாளைக்குப் பேசலாம். எனக்கும் நேரமாயிடும்.”

பழனிவேலு எழுந்தான்.

“நான் வர்ரேன்.”

“வேற ஏதாவது சொல்லணுமா?” என்று எழுந்தான் பூவராகன்.

“எல்லோருக்கும் பதிலா அவர்களே சொல்லிட்டாங்களே... எங்கே கணேசபிள்ளையைக் காணும்?” என்று சாதாரணமாகக் கேட்கிறார் போல கேட்டான் பழனி.

“கணேசபிள்ளை எங்கே?” என்று பூவராகன் திரும்பி கூடத்தைப் பார்த்துக் கேட்டான்.

“தெரியலியே.”

“இவங்க கேட்கிறாங்க.”

“தெரியலியே. வரச் சொல்லணுமா” என்று கேட்டாள் செங்கம்மா.

“இல்லேல்லே. சும்மாத்தான் எங்கே காணலியேன்னு கேட்டேன்” என்று சொல்லிக்கொண்டே வெளியே நடந்தான் பழனி.

9

பூவராகனுக்கு ஆமருவி சொன்னது ஞாபகம் வந்தது. எலியைக் கடிக்காமல் குதறாமல் விழுங்குகிற நாயைப்போல செங்கம்மா விசிறிய கனல் துண்டுகளை பழனி அப்படியே விழுங்கிக்கொண்டே போய்விட்டான். இவளுக்கும் பழனிக்கும் இடையே ஏன் இவ்வளவு குரோதம் என்றே புரியவில்லை.

அந்தக் கணத்திலிருந்து பூவராகனுக்கு ஒரு தனித் தைரியமும் பிறந்துவிட்டது. இனிமேல் யாருடைய கையையும் எதிர்பார்க்க வேண்டாம் என்று நெஞ்சு ஒரு முடிவுக்கு வந்துவிட்டது. பாரத்தை வேறு யாரோ தலையில் ஏற்றுக்கொண்டு விட்டாற்போல, கோவில் வேலையைப் பற்றி, உள் நெஞ்சு அரிக்கிறாற் போன்ற கவலையெல்லாம் நீராவிப் படலம் மாதிரி உலர்ந்து தெளிந்துவிட்டது.

இரவில் திடீர் திடீர் என்று நினைத்துக்கொண்டு டார்ச்சும் கையுமாக கோவிலைப் போய்ப் பார்க்கும் பொழுதுகூட பெரிய பயத்தினாலோ, கவலையினாலோ பார்க்கவில்லை. பட்டுக் கொள்ளாதது போல் ஒரு ஊரே ஆடு மாதிரி முடங்கிக் கிடக்கிற நிலையில், ஒரு சந்தேகம் வரும். எல்லாம் சரியாயிருக்கிறதோ இல்லையோ என்று அப்போது நடுநிசியும் கடந்து மூன்றாம் ஜாமமாக இருக்கும். கோவிலைப் பார்க்க ஓடுவான். அப்போதுகூட அது முழுப் பயமாகவோ சந்தேகமாகவோ இல்லை, ஊரே தன் தலையில் கட்டின பொறுப்பு மாதிரி ஒருகணம் தோன்றும். நேராகக் கட்டாவிட்டாலும், செங்கம்மா என்ற உருவத்தில் அது வந்து தன் மீது பொறுப்பைக் கட்டிவிட்டாற்போல் ஒரு நிறைவு வரும். ஊரையே சுண்டு விரலால் தட்டுகிறதுபோல பேசின அவளே, அந்த ஊரின் புதைந்து நலிந்து கிடக்கிற நல்லதெல்லாம் வடிவெடுத்து வந்துவிட்டதுபோல் அவனுக்குத் தோன்றிற்று.

தகப்பனாரை நினைத்துக்கொண்டுதான் அந்த வேலையைத் தொடங்கினான் அவன். ஆனால் அன்று செங்கம்மா சொன்னதைக் கேட்டதிலிருந்து அந்த வேலைக்கே ஒரு புது அர்த்தம், புது வேகம், எல்லாம் தோன்றிவிட்டன. உருண்டை முகமும், தலையில் கொண்டையுமாக அந்த வடிவம் கோவில் கர்ப்பக் கிருகத்திலிருந்து வெளிப்பட்டு அவன் வீட்டில் சமைத்துச் சோறு போட்டு, வீடு பெருக்கி அவனுக்கு முன் கவசமாக நின்று நடத்திப்போவது போலிருந்தது. இவள் யார்? செங்கம்மாவா? கணேசபிள்ளை மனைவியா? சிவகங்கையிலிருந்து கணவன் வீடு என்று இந்த ஊரைத் தேடி வந்தவளா? எதற்காக இப்படி மனத்தைக் கொட்டிக் கொட்டி அன்பாக அளந்துகொண்டிருக்கிறாள்? இங்கே எதற்காக வந்தாள்? இங்கு எதற்காக வந்து சமையல்காரி வேலையைச் செய்துகொண்டிருக்கிறாள்? எதற்காக இந்தக் குடும்பத்திற்கு இப்படி மாடாக உழைத்துக்கொண்டிருக்கிறாள்? இந்தக் குடும்பம் மட்டுமில்லை, யார் எந்த உதவி என்று கேட்டாலும் ஓடி ஓடிச் செய்கிறாளே, எதற்கு? இத்தனை தடித்தனம் பிடித்த ஊர் என்று அன்று அப்படிச் சொல்லாமல் சொன்னவள், எப்படி அதையெல்லாம் பாராட்டாமல் கூப்பிட்ட குரலுக்கு ஓடிப்போய் உழைத்துப் போடுகிறாள்?

"செங்கம்மா, ஆவக்கா ஊறுகாயாமே. நீ ரொம்ப நல்லாப் போடுவியாமே, எம் மருமவ சொல்றா. திருநா இன்னக்கி சேந்தனாபுரத்திலேர்ந்து மாங்கா கொண்டாந்திருக்கான். அது என்னாடீ மாங்கா அது! – அவன் சாலையிலே பஸ்லே எறங்கறப்பவே மணக்க ஆரம்பிச்சுது பாரு. அது என்னாடீ அப்படியா ஒரு மணம் வரும் மாங்காய்க்கு! அதைப் பார்த்த உடனே சொல்லிட்டா எம் மருமவ, 'அத்தே, நாம கையை வச்சா கோளாறு. இது ஆவக்கா மாங்கா. செங்கம்மாக்காவைக் கூட்டியாந்து போடச் சொல்லுங்க. நான் போட்டாக் குரங்கு கையிலே பூமாலே கொடுத்தாப்பல ஆயிரும்'னு. அவ போட்டா அப்படின்னா, என் கையும் அப்படின்னுதானே நினைக்கணும் நான்? இதோ பாரு. சித்தெ வந்து போட்டுக் கொடுத்துப் போடீ ராசாத்தி" என்று திருநாவின் தாயார் மோவாயைப் பிடிக்கிறாள்.

"செங்கம்மா – வண்டியைக் கட்டிக்கிட்டு துயிலிக்குப் போகலாம்னு பார்க்கிறோம் நாளைக்கி நானும் நாத்தனாரும். அவங்க மக பெரிசாயிருக்கில்ல. ஒரு பதினாறு முளம் – ரண்டு ஜோடி சித்தாடை, பாவாடை பட்டிலே எடுக்கணும். உன்னை அழச்சிட்டுப் போய் வாங்கியாரணுமாம். நாத்தனார் சொல்லலே. அது சொல்லுது. நீயே வந்து கேட்டுப்பாரு, சொன்னியா இல்லியான்னு. நீ போகாட்டி ஏத்தி இறக்கக்கூட விடாது போலிருக்கு அது." இது ஐயாறு முதலியாரின் சம்சாரம்.

அப்பளம் இடுவதற்கு ஒரு வீட்டில் அழைப்பு அப்பூதியின் குழந்தைக்கு உரம் விழுந்துவிட்டது. பேசத் தெரியாத பச்சைக் குழந்தை. 'வ்ராக் வ்ராக்'கென்று கத்துகிறது. என்ன என்று தெரியவில்லை. ஆதிமூலத்தின் பேத்திக்குப் பேதிக்குக் கொடுக்க வேண்டும். அதாவது ரக்தபீஜனோடு தேவதைகள் யுத்தம் செய்த அமர்க்களம் அது. ஏழெட்டுப் பேர் அம்மி, அதைப் பிடித்துக்கொள்ள வேண்டும். அப்படியும் திமிரி சுற்றியிருந்தவர்கள் மேலெல்லாம் விளக்கெண்ணெயையும் எச்சிலையும் சேர்த்துத் துப்பி, எண்ணெயைக் கொட்டி உலகமே பார்த்துக் கண்ணீர் விடும்படியாகக் கேவியும் கூவியும் அழுது தீர்க்கும் அந்தப் பேத்தி. "செங்கம்மாவைக் கூப்பிட்டு வந்து கொடுக்கச் சொல்லேன். என்னமோ ஒரு கொசுவைச் சுத்தி இத்தனை குண்டாந்தடிகளா நின்னுகிட்டு அலமாந்து போறீங்களே?" என்றாராம் ஆதிமூலம். உடனே கிழவி, செங்கம்மாவிடம் ஓடி வந்துவிட்டாள்.

ஒரு பயல், பூவராகன் வீட்டுக் கூடத்துக்கு விந்திக்கொண்டே வருவான்.

"யாருடா பய?"

"அக்காவைப் பாக்கணும்?"

"எந்த அக்காவை?"

"செங்கம்மாக்காவை."

"என்னாத்துக்கு சொல்லேன்?"

"கால்லெ முள்ளு குத்திட்டு, கருவ முள்ளு. எங்க சித்தப்பா எடுக்கறேன்னு இன்னும் உள்ளாற தள்ளிட்டாங்க. யப்பாடி – விண்விண்ணுனு குத்துது. யக்கோவ்" என்று முகத்தை சிணுங்கிக் கொண்டே அடுக்களையைப் பார்த்துக் கத்துவான் அவன்.

செங்கம்மா வெளியே வருகிறாள்.

"என்னாடா தம்பி?"

"கருவ முள்ளுக்கா–சித்தப்பாரு நல்லா உள்ள தள்ளிட்டாரு, எடுக்கறேன் எடுக்கறேன்னு."

"இப்ப கை வேலையா இருக்கிறேனே. சித்தே குந்தியிருக்கியா? குத்தத்தான் குத்திச்சி. மெதுவா நடந்து போய் ஒரு சொட்டு எருக்கம் பாலு அடிச்சுக்கிட்டு வந்து குந்தியிரு. அரை நாளி போவட்டும், எடுத்திடலாம்."

"என்னாக்கா?"

"போடான்னா."

தி. ஜானகிராமன்

“நான் இப்ப எருக்க இலைக்கு எங்கே போவேன், விந்திக்கிட்டு? முன்னங்கால்லாம் வலிக்குது.”

“கட்டுக்கரையிலே தானடா இருக்கு.”

“பாரேன். கட்டுக்கரைக்கே எப்படிப் போவுதக்கா இப்ப? வழியிலே இன்னொரு முள்ளு குத்திச்சின்னா?” பையனுக்குக் கண் கலங்கிவிட்டது.

“ஐயாகிட்ட சுண்ணாம்பு இருக்கு. ஒரு விரல்லே வாங்கி நல்லா தேச்சு வச்சுக்க. இத்தினி அழுக்கிலே முள்ளு எப்படிடா தெரியும்? தண்ணியை விட்டு நல்லாக் கழுவி சுண்ணாம்பு பூசி வச்சிக்கிட்டிரு. அரை நாளிக்கப்புறம் எடுத்திடலாம்.”

அரை நாழி கழித்து முள்ளை எடுத்தவுடன் உள்ளேயிருந்து ஒரு உழக்கில் மோரோ கொஞ்சம் காப்பியோ கொடுத்துக் குடிக்கச் சொல்லி அனுப்புவாள் அவள்.

இந்த வீட்டுக்கு மட்டுமில்லை, எல்லா வீட்டுக்குமே அவள் என்னமோ சம்பந்தி மாதிரியும், மருத்துவச்சி மாதிரியும் எதற்கும் உதவியோ யோசனையோ கொடுக்கிற ஆலோசகி மாதிரியும் இருந்தாள். பூவராகன் இதைப் பார்த்து நினைத்து வியந்துகொண்டிருப்பான். எப்பொழுதாவது சில சமயம் லேசாகச் சிரிப்புக்கூட வரும். நான் ஒருத்தன்தான் பாக்கி, யோசனை கேட்க என்று நினைத்துத் தனக்குள்ளே சிரித்துக்கொள்வான். ஆனால் ஒரு பத்து விநாடி கழித்து அந்தச் சிரிப்பே ஏதோ குற்றம் மாதிரி தோன்றும். நேரே வந்து நின்று சொல்லாமல் அவள்தான் எல்லாவற்றையும் நடத்திக்கொண்டிருக்கிறாள்!

அவன் மனைவிக்கு வியாதி என்று பெரிதாக ஒன்றுமில்லை. ஆனால் சுமந்து எந்த வேலையையும் நின்று செய்ய முடியாது. கால் மணி மரை மணிக்கு ஒரு முறை உட்கார்ந்து ஒய்வு எடுத்துக்கொள்ள வேண்டும். அதற்காகக் கீழே உட்காரவும் முடியாது. எழுந்துகொள்ள வேண்டுமே! எனவே சமையல் அறையிலும் கூடத்திலும் சுவரோரமாக ஒரு ஸ்டூல் அவளுக்கு என்று தனியாக உண்டு. ரத்த சோகை என்று, உலகத்தில் உள்ள மருந்து, ஊசியெல்லாம் பார்த்தாகிவிட்டது. ஒன்றும் உடம்பில் பிடிக்கிறாற்போல இல்லை. இப்போது அவளே அதைப் பற்றிக் கவலைப்படுவதில்லை. ஏதோ சில ஜன்மங்கள் இப்படித் திணறவும் இரைக்கவுமே பிறந்திருக்கிற மாதிரியும், அந்தக் கடமையையாவது முடிந்தவரையில் செய்வோம் என்பது போலவும் அவள் நடந்துகொண்டிருந்தாள். முன்பெல்லாம் இந்த இயலாமையை நினைத்து நினைத்துக் கண்ணீர் விடுகிறதுண்டு. அது தானாகவே வற்றிவிட்டது. இப்போதெல்லாம் அவளுக்குக் கண்ணீர் வருவது அதற்காக அல்ல.

"என்ன இவ எப்படி இருக்கா?" என்று என்னமோ சொல்ல ஆரம்பிப்பாள். லேசாக நெஞ்சை வந்து அடைப்பதுபோல் இருக்கும். சற்றுப் பேசாமல் நிற்பாள்.

"இப்படியெல்லாம் ஒருத்திக்கு எப்படியிருக்க முடியுது? பம்பரமாச் சுத்திக்கிட்டேயிருக்கா. இடுப்பானா ஒடிஞ்சு ரண்டா விழுந்துப்பிடும். அப்படி மாங்கு மாங்குனு வேலை. ஆனா மூஞ்சியிலேயோ, உடம்பிலேயோ ஒரு களைப்பு, ஒரு சிடுப்பு ஒண்ணைக்கூட காணும். எப்படி சிரிச்சுக்கிட்டேயிருக்க முடியுது எப்ப பார்த்தாலும்?"

"முடியுதோ என்னமோ, உன்னோட இருக்கறப்ப அப்படித் தானே இருக்கணும். அவளும் சேர்ந்து உனக்கு ஜோடியா சேர்ந்து கிட்டேயிருந்தா, அப்புறம் என்னதான் பண்ண முடியும்?"

"அப்படின்னா வேணுமின்னே இப்படி இருக்காளா?"

"என்னமோ—எனக்குச் சரியாத் தெரியலே. ஆனா எனக்கு வர்ரவங்க என்னமோ அநேகமாக எல்லாரும் அப்படித்தான் இருக்காங்க. ஆமருவி ஓயாம சிரிச்சுக்கிட்டேதான் இருக்கான். அனசூயாகூட சிரிச்சுக்கிட்டேதான் இருக்கா. அழுமூஞ்சி யாரையும் என்னோட சேர்க்கல்லே ஆண்டவன்."

"எல்லாத்துக்குமாச் சேர்த்து என்னைக் கொண்டு விட்டிருக்கானே."

"எதுக்கு நீயே இப்படியெல்லாம் பேசிக்கிறே? முடியாம உட்கார்ந்திருந்தா உம்மணா மூஞ்சின்னு அர்த்தமா?"

ரங்கநாயகி சற்றுப் பேசாமலிருப்பாள். கண்ணில் நீர் துளிக்கும். பூவராகன் அதற்குக் காரணத்தைக் கேட்பதில்லை. தரையைப் பார்த்துக்கொண்டே உட்கார்ந்திருப்பான்.

கண்ணைத் துடைத்துக்கொண்டே சொல்லுவாள் அவள்: "சில சமயம் எனக்குப் பயமாயிருக்கு, இவளை இப்படியெல்லாம் வேலை வாங்கறோமேன்னு. இந்த மாதிரி சமத்தா, அழகா இருக்கிறவங்களை வேலை வாங்கினா பாவமோ?"

"— — —"

"எனக்கு என்னமோ, நாம சும்மா உட்கார்ந்துகிட்டு, அவ வேலை செய்யறப்ப உட்காந்து என்னமோ பெரிய எஜமானி அம்மா மாதிரி பார்த்துக்கிட்டிருக்கிறதை நினைச்சா பயம்மாயிருக்கு."

"என்ன பயம்?"

"என்னமோ பயம்... பாத்தியா, நாம்ப ஒண்ணுமில்லாதவன்னு தானே வேலை செய்ய செய்யப் பார்த்துக்கிட்டே உட்காந்திருக்

கான்னு அவளே எப்பவாவது ஒரு தடவை அப்படி ஒரு நினைப்பு வரலாமில்ல?"

"– – –"

"வராது?"

"– – –"

"ஒண்ணுமே சொல்லாம உட்கார்ந்திருந்தா?"

பூவராகனுக்கு சற்று அலுப்பாக இருந்தது. "என்னமோ பேசாம இரு. அப்படியிருக்குமோ இப்படியிருக்குமோன்னு பிடிபடாத சங்கதியெல்லாத்தையும் ஏன் பிடிச்சிடணும்னு கிடந்து அலையணும்?... யாரோ பிரியமாயிருக்காங்க! அது ஏன், எதுனாலெ, எப்படின்னு கேட்டுக்கிட்டேயிருந்தா எப்படி பதில் கிடைக்கும்? சாமிதான் செஞ்சிருக்காருன்னு பேசாம இரு."

"நீங்க சொல்றது புரியுது. சாமியாலே எல்லாம் நடக்குது. சாமிதான் நம்ம கையி, காலு, உள்ளுக்குள்ளாற இருக்கிற நரம்பு சதையெல்லாம்விட ரொம்பகிட்டயிருக்கிறது – எல்லாத்தை யும்விட கிட்டக்க இருக்கிறது அதுதான், நம்ம உசிரைக் காட்டியும் கிட்டக்க இருக்குன்னு ரண்டு மூணு தடவை சொல்லியிருக்கீங்க. எனக்குப் புரியுது... இருந்தாலும் நாம ஒண்ணும் செய்யாம ஒருத்தர்கிட்டேயிருந்து எப்பவும் வாங்கிட்டே இருந்தா? – நாம கொடுக்கவும் வேணும்ல?"

"அதுதான் கொடுத்துக்கிட்டு வர்றமே."

"என்னாத்தை? இவருக்கு மாசம் அஞ்சு – அவளுக்கு அஞ்சு கலம் சம்பளம் கொடுக்கிறோமே – அதுவா? சாப்பாடு, துணிமணியெல்லாம் கொடுக்கிறோமே அதுவா? இல்லே மாசம் ரெண்டு தடவை மாயவரத்துக்கு என்னோட சினிமாப் பார்க்க அனுப்புறீங்களே அதுவா?"

"நான் அதைச் சொல்லலே. படிப்புச் சொல்லி கொடுக்கறமே."

"என்னது?"

"ஆமாம். பயலுக்கு நான்தானே சொல்லிக்கொடுக்கறேன். அவ அதைக் கேட்டுக்கிட்டேயிருக்காளே. அப்பறம் அவனுக்கு நான், இங்கிலீஷு, கணக்கு எல்லாம் சொல்லித் தரேன். அவன்தான் அவளுக்குச் சொல்லிக் கொடுக்கிறானே" என்று, மனைவி தன்னை விட்டால்போதும் என்கிறாற்போல வேடிக்கையாய்ப் பேச்சைத் திருப்பிவிட்டான் பூவராகன்.

"யப்பாடா – என்னமோ பெரிசா சொல்லப் போறீங்கன்னுல்ல பார்த்தேன்."

“என்னத்தைப் பெரிசாச் சொல்றது! நாமளும் கொடுத்துக் கிட்டுத்தான் இருக்கோம். கண்ணாலே பார்க்க முடியலேன்னா நாம என்ன செய்யிறது? நீ இந்த மாதிரி புலம்பறதே, கொடுக்கறப்பலதான். சும்மாயிரு.”

இதையெல்லாம் பூவராகனுக்கு வார்த்தைகளால் அளந்து கொட்டுவதே என்னவோ போலிருந்தது. நிறைந்து கிடக்கிற குடத்தை வார்த்தைகளால் கரண்டி கரண்டியாக அள்ளி குடம் ஓசைபடத் தொடங்கிவிடுமோ என்று பயம் அவனுக்கு.

“உங்களுக்கு எதையும் வாயைவிட்டுப் பேசப்படாது.”

“பேசறதைத்தான் பேசலாம். சில விஷயங்களை மான் குட்டியை, நாய்க் குட்டியை மடியிலே வச்சுத் தடவிக் கொடுக்கறாப்பல மனசிலேயே வச்சுத் தடவிக் கொடுக்கணும், வாயைத் திறக்காம.”

“எனக்குப் பேசியும் பார்க்கணும் போலிருக்கு.”

“நீ பேசு. நான் கேட்டுக்கிட்டேயிருக்கேன். என்னைக் கேள்வி கேட்காதே. பதில் சொல்லும்படியா இருக்கும்.”

மனைவியோடு இதைப்பற்றி வாய்விட்டுப் பேச முடியவில்லையே தவிர, தனியாக இருக்கும்போது தனக்குள்ளேயே அதைப்பற்றித் தன்னோடேயே பேசிக்கொண்டிருப்பான் அவன். ரங்கநாயகி கொட்டிக் கொட்டிப் பேசினாலும், அவள் சொன்னது மட்டும் மிக மிக சரியாகப்பட்டது அவனுக்கு. எப்போதும் வாங்கிக்கொண்டேயிருந்தால், கொடுப்பது எப்போது என்று அவள் கேட்டது அத்தனையும் உண்மையாகத்தான் தோன்றிற்று. ஐந்து மாசமாக இந்தக் குடும்பத்தோடு குடும்பமாக ஒன்றி அவள் உழைத்துக்கொண்டிருக்கிறாள். வேறு யாராக இருந்தால்கூட அவ்வளவாகத் தெரியாது. ஆனால் இவள் ஒன்றியது – அதை எப்படிச் சொல்கிறது? தலையில் ஒரு கூடைப் பூவைக் கொட்டினாற் போலவா? வைரஊசி ஊசியாக, ஆனால் பஞ்சின் மென்மையுடன் பனியின் தண்மையுடன் விழுகிறது போலவா?

இரவு, வாசல் கட்டிலில் படுத்து இப்படி எண்ணமிட்டுக் கொண்டே பொழுதைப் போக்கிக்கொண்டிருப்பான் அவன்.

கோவில் வேலை வேகமாகத்தான் நடந்துகொண்டிருந்தது. கோபுர வேலைகூட முடிந்துவிட்டது. வாரத்துக்கு ஒரு முறை சனி ஞாயிறில் ஆமருவி பட்டணத்திலிருந்து வருவான். மாயவரம்

ரயிலடியில் அவனைச் சந்தித்துப் பல தடவை இவனே அழைத்து வருவான். விடியற்காலை வந்ததுமே, ஆற்றுக்குப் போய் குதி, நீச்சல் எல்லாம் ஒரு மணி போட்டுவிட்டு, விடிய விடிய இரண்டு பேரும் திரும்பிவிடுவார்கள். இட்லியும் காபியும் ஆனவுடன் ஆயுதப் பையை எடுத்துக்கொண்டு கோவிலுக்குக் கிளம்புவான் ஆமருவி. பூவராகனுக்குக் காலை ஆகாரம் கொஞ்சம் தாமதம் ஆகும். அரை மணி கண்ணை மூடி உட்கார்ந்து மனசுக்குள்ளேயே சரணாகதி பண்ணிக்கொண்டிருப்பான். தகப்பனாரையும் வரதராஜனையும் ஆண்டவனையும் நினைத்த பிறகு நினைவும் அழிகிற நிலையை இரண்டு மூன்று தடவை தொட்டுவிட்டு, வழக்கப்படி பூஜை புரஸ்காரம் எல்லாம் முடித்துவிட்டு அவன் பலகாரத்துக்கு வர ஒரு மணி நேரம் பிடிக்கும். முதல் வாரம் இரண்டு நாள் அவனுக்காக அந்த ஒரு மணி நேரம் காத்திருப்பது அலுப்பாக இருந்தது ஆமருவிக்கு. இரண்டாவது வாரம் வந்தபோது குளியல் முடிந்ததும், "பூவு, இத பாரு, நான் முன்னாலே போறேன். நீ மெதுவா வா, நான் காபி சாப்பிட்டு கிளம்பிப் போறேன்" என்றான்.

"என்ன அவசரம்... நானும்..."

"அவசரம் இல்லே. ஆனா நான் தங்கறது முப்பத்தாறு மணி நேரம். அதிலே இன்னைக்கு ஒரு மணி, நாளைக்கு ஒரு மணி நான் சும்மா உட்கார்ந்திருப்பானேன் – நீ சாமி காலைப் பிடிச்சிட்டு வரவரைக்கும்?"

"நீயும் கொஞ்சம் பிடிச்சுக்கவேன், நல்லாருக்கும்."

"நல்லாருக்கும். ஆனா எனக்கு அவர் தலை மேலே உட்கார்றதுதான் பிடிச்சிருக்கு. அம்மா!–எனக்கு பலகாரத்தைக் கொண்டாந்து வையுங்க... சொல்றேன்" என்று வேகமாகச் சாப்பிட்டுக் கிளம்பிச் சென்று ஆமருவி கோபுரத்தின் மீது ஏறிவிட்டான். பூவராகன் பூஜைகளை முடித்துக்கொண்டு அங்கே போவதற்குள் ஒரு தலை, கால், மார்பு ஏதாவது முடிந்திருக்கும்.

உயிர்த் தேன் 99

10

ஆமருவியின் கைக்கு வேகம் அதிகம். வாயில் பன்னீர்ப் புகையிலையை அடக்கிக்கொண்டு வெள்ளை மண்ணோடும் காரையோடும் பேசிக் கொண்டேயிருப்பான். அவன் பேசுகிறானா, மண் பேசுகிறதா என்று புரியாமல் பூவராகன் மலைத்து நிற்பான். ஒவ்வொரு மூச்சுமே கையும் காலுமாக ஆகிறாப் போல் அத்தனை வேகமாக உருவம் வடிந்து கொண்டுவரும். மொத்தைக் காரையாக இருக்கும். கையால் ஒரு தடவை வழிப்பான், தடவிக் கொடுப்பான், கழுத்தும் தோள்பட்டையும் சரிவும் வளைவுமாக உடனே தோன்றிவிடும். சில சமயம் உள்ளுக்குள்ளே மறைந்திருந்த கழுத்தும், தோளும், கையும், ஆமருவி சொன்னதைக் கேட்டு மேலே மொத்தையாக மூடியிருந்த காரையைத்தான் கக்கி விடுகிறதோ என்று தோன்றும். அப்படிப் பிசகாமல், திருத்தாமல், ஒரு தீர்மானத்தோடு வேலை செய்துகொண்டிருந்தான் ஆமருவி.

"வச்ச மூக்கையும் விரலையும் பிடுங்காம ஒடிக்காம, எப்படிச் செய்யறே?" என்பான் பூவராகன்.

"என்ன… கண்ணு போடறே? அதெல்லாம் இங்க நடக்காது" என்று சிறிது கழித்துத் திரும்பிப் பார்த்துச் சிரிப்பான் ஆமருவி. "பாடினா ராகம், மூடினா ரோகம். சாதகம் பண்ணிட்டேயிருந்தாத்தான் நாலு பேருக்கு நடுவிலே அபஸ்வரம் வராம இருக்கும். நான் தனியா என் ஸ்டூடியோவிலே எத்தனை அபஸ்வரம் போடறேன் தெரியுமா? – இந்த ராஜ ராஜ சோழன் நம்மைப் பத்திக் குறைவா நினைச்சிடப்படாதுன்னு…"

கூட இருக்கற ஸ்தபதியும் சிரிப்பார். "அவங்களை ஏமாத்தலாம், என்னை ஏமாத்த முடியுமா?" என்பார்.

"என்ன, ஸ்தபதியார் என்னமோ சொல்றாங்க?"

"வீட்டிலே சாதகம் பண்ணியா இப்படிச் செய்யறாங்க இவங்க? வீடுன்னா எது? இதுதான் வீடு" என்று தன் மார்பை லேசாகத் தட்டிக் காண்பித்தார் அவர். "இங்க பண்ற சாதகம்தான் இப்படி நறுக்குனு கையிலே பேசுது."

"அப்ப அங்கியே கோவிலைக் கட்டிப்பிடறது. மண்ணும் காரையும் ஆயுதமும் எதுக்கு?"

"அப்படியா? நீங்க உள்ளாறக் கட்டியிருக்கிறது கோவிலா, நெல்லுக்குதிரான்னு எப்படித் தெரியும்? இதைப் பார்த்துல்ல அதைச் சொல்லணும்?"

"யப்பாடி! பூவு, என்ன எங்கே பார்த்தாலும் யமன்களாய் பிடிச்சி வச்சிருக்கே நீ?" என்று ஆமருவி நண்பனைப் பார்த்துச் சிரித்தான். "ஐயா! சரியா இருக்கா பாருங்க..." என்று சற்று விலகி நின்று ஸ்தபதியைக் கேட்பான்.

"எல்லாம் சரியாத்தான் இருக்கு" என்று அவரும் சற்று விலகி நின்று பார்ப்பார்.

கோபுரத்தின் மேல் ஏறியது முதல் அவரைக் கேட்காமல் ஒன்றும் செய்வதில்லை அவன். "ஐயா, எனக்கு சாஸ்திரம் தெரியாது. யார் யார் என்ன அளவிலே இருக்கணும்னு சொல்லிடுங்க. அப்புறம் மனுஷன் ராட்சசன் மாதிரி இருக்கிறான், ராட்சசன் சாமி மாதிரி இருக்கான்னு சொல்லப்படாது. நீங்க வாத்தியாரு, நான் சீடப்புள்ளே" என்று முதலிலேயே சொல்லிவிட்டான்.

ஒரு நாழிக்கு ஒருமுறை 'சரியாயிருக்கா' என்று கேட்டுக்கொண்டேயிருப்பான்.

ஆமருவி வேலை தொடங்கி ஐந்தாறு வாரங்கள் கழிந்து ஒரு சனிக்கிழமை. கோபுரத்தில் ஏறினதும் ஏறாததுமாக விறுவிறு வென்று வேலையில் ஆழ்ந்துவிட்டான். வந்தவுடன் சற்று நின்று யோசித்துவிட்டு, கையிலிருந்து காகிதச் சுருளை எடுத்து பென்சிலால் வேகமாக வரைந்தான். அதைச் சிறிது பார்த்து நின்று காரையை எடுத்தான். வேலை சூடு பிடிக்கக்கூட அவன் காத்திருந்ததாகத் தெரியவில்லை. வெகுநேரம் வேலை செய்வது போல் இருந்தது. அத்தனை உச்சவெறி அவன் கையிலும் முகத்திலும் தெரிந்தது.

ஸ்தபதி அன்று முழுவதும், மறுநாள் காலையிலும் அந்த வெறியை வேடிக்கை பார்த்துக்கொண்டிருந்தார். கடைசி மெருகுக்கு முன்தான் அவரைத் திருப்பிப் பார்த்தான் அவன்.

“தப்பா இருக்கா?” என்றான் அவரைப் பார்த்து.

“அப்படிச் சொல்லுவேனா? எனக்குக் கொஞ்சம் புரியலே” என்றார் அவர்.

“புரியாம ஒண்ணும் இல்லே. கருடன் பறக்கிறாப் போல இல்லே... அதுதான் யோசிக்கிறீங்க?”

‘அதேதான்’ என்று சொல்லுவது போல் பேசாமல் நின்றார் ஸ்தபதி.

“யானைக் காலை, முதலை பிடிச்சிட்டுது. யானை திருமாலைப் பார்த்துக் கதறுது, காப்பாத்த மாட்டியான்னு, திருமால் உடனே கருடன் மேலே ஏறி வருது. ஆனால் திருமால் அவசரத்துக்கும் கருடன் பறக்கிற வேகத்துக்கும் கட்டி வரலெ. உடனே திருமாலே காலாலே கருடனைக் கட்டி இழுத்துக்கிட்டு வருது. அதுதான்” என்றான் ஆமருவி.

ஸ்தபதி சற்றுப் பார்த்தார்.

“அதனாலெதான் பறக்கிறது யாரு, கருடனா, திருமாலான்னு புரியாம கொஞ்சம் குழப்பியிருக்கேன்” என்று தொடர்ந்து சொன்னான் ஆமருவி.

ஸ்தபதி வைத்த கண்ணெடுக்காமல் பார்த்துக்கொண்டிருந்தார். முகத்தில் சிறு நகையும் மலர்ச்சியும் படர்ந்து கிடந்தன.

“சரியாயிருக்கா?” என்றான் அவன்.

“ம்” என்று கேட்டார் ஸ்தபதி. சற்றுக் கழித்து “அப்படிக் கேட்கலாமா நீங்க?” என்று கஷ்டப்பட்டுச் சொன்னார். கண் மல்கி வழிந்தது. ஆமருவி பயந்துவிட்டான்.

“என்ன?”

“ஐயா! நீங்க அந்தக் காலத்திலே பொறந்திருக்கணும். பாதி ராஜ்யத்தைக் கொடுத்திருப்பான்யா. எப்பேர்ப்பட்ட கையி! லட்சத்திலே ஒரு கையி! எல்லா லட்சத்திலியும் இல்லெ. செய்யிற கைகள்ளே லட்சத்திலே ஒண்ணு. ரிஷிங்க மகானுங்க அவங்க மாதிரி கையி. அவங்கதான் நினைச்சா நடக்கும்பாங்க. அந்த மாதிரில்ல இருக்கு! நினைக்குது அப்படியே மண்ணிலே நிக்கிதே. ஆம்! சாஸ்திரம் படிச்சா வரும் இது! சாஸ்திரம் படிச்சா அளவு வரும், கை பேசிருமா?” என்று அவன் கையைப் பிடித்துத் தடவிப் பார்த்தார். “கை தான் எத்தினி அழகா இருக்கு! எத்தனை பெரிய விரல், மீன் பிடிக்கிறவன் விரல் மாதரி! என்ன அழுத்தமா இருக்கு? ஆனா தொட்டா எத்தனை வழவழப்பு!”

"என்னய்யா, அவரைக் கல்யாணமே பண்ணிக்கிடுவீர் போலிருக்கே!" என்றார் பூவராகன்.

"இது பொம்பிளையாயிருந்தா, நாலு ஆளை வச்சுத் தூக்கிக்கிட்டே போயிருப்பேன்" என்றார் ஸ்தபதி. "தூர நின்னு பார்த்தா கொல்லை பொம்மை மாதிரி இருக்கு – அவரு சட்டையும் வேட்டியும். கிட்ட பார்க்கிறப்பல்ல தெரியுது. எத்தினி அழுத்தம்! எத்தினி வழவழப்பு!... அது சரி, என்னத்துக்கு இத்தோட மன்னாடுறீங்க?" என்று ஆமருவியைக் கேட்டார் அவர்.

"என்ன திடீர்னு என்னமோ கேட்கறீங்க?"

"இதெல்லாம் யாருக்குப் புரியும்கறேன்? உங்க மாதிரி பேசறாப்பல, ஓடறாப்பல செஞ்சாலும் சரி, எங்க மாதிரி எதுக்கும் அசைய மாட்டேன்னு உட்கார்ந்திருக்கிற பொம்மை பண்ணினாலும் சரி–எல்லாத்தையும் பேசாம பார்த்துக்கிட்டே நிப்பாங்க."

"நின்னா நின்னுக்கிட்டுப் போறாங்க."

"சாப்பாட்டுக்கு?"

"ராஜாங்கத்திலேயே இப்ப இதுக்கெல்லாம் செய்யறாங்களே."

"கிடையவே கிடையாது."

"என்ன கிடையாது?"

"ராஜா வேறே, ராஜாங்கம் வேறே. அப்ப ராஜா, தானே பார்த்துச் செய்வான். இப்ப ராஜாங்கம்ல? எல்லோரையும் கேட்டுக்கிட்டுத்தான் செய்வாங்க. கேட்டா உங்களை யாரு சொல்லப் போறாங்க? என் மாதிரி பொம்மை பண்றவனைத்தான் சொல்வாங்க."

"ஐயோ, அப்பா!" என்று உள்ளங்கையால் வாயை நாலு தரம் தட்டிக்கொண்டே கண்ணை அகற்றி "நல்ல யமனாப் பிடிச்சாந்திருக்கியேப்பா" என்று பூவராகனைப் பார்த்தான் ஆமருவி.

"பின்னே நான் சொல்றது தப்பா?"

"ரொம்ப சரி. எனக்குப் பூவு மாதிரி ஒரு ராஜா இருந்தாலே போதுமே."

"அது சரி. நான் சொன்னது சரிதானே? இந்த ஊர்க்காரங்களுக்கு புத்தி வந்து இதை ஆரம்பிச்சிருந்தாங்கன்னா, எல்லோருமாச் சேர்ந்து என்னைத்தான் கூப்பிட்டிருப்பாங்க. இவங்க மாத்திரம் தலையிலே போட்டுக்கிட்டதனாலே உங்களைக் கூப்பிட்டாங்க."

பூவராகனுக்கு வெட்கமாக இருந்தது; பெருமையாகவும் இருந்தது—ஸ்தபதியை பிரமிக்க அடிக்கக்கூடிய நண்பன் தனக்கு உண்டு என்று.

"நான்தான் அப்பவே சொல்லிவிட்டேனே. பூவு மாதிரி எனக்கு ஒரு சிநேகிதன் இருக்கிறதே போதும் – அதுவே ராஜா மாதிரி எனக்கு."

"அப்படிச் சொல்லுங்க. சிநேகிதம் சிநேகிதம்தான். அதுக்கு மிஞ்சி என்ன இருக்கு? அதுவும் இந்த மாதிரி காலையிலே ஆறு மணிக்கு ஏறினா, மத்தியானம் பன்னிரண்டு மணிக்கு இறங்கு கிறது. திரும்பவும் நாலு மணிக்கு ஏறினா எட்டு மணி வரைக்கும். அப்புறம் மறுநாளைக்கு காலமே ஏறினா, அதே கதை. ஊருக்கு கிளம்பறவரைக்கும் இடத்தை விட்டு அசையமாட்டாங்கறாங்களே. இது எல்லாம் கூலிக்குச் செய்யற வேலையா என்ன?" என்ற ஸ்தபதி மாய்ந்துகொண்டேயிருந்தார்.

அன்றிரவு சாப்பாட்டிற்குப் பிறகு ஆமருவியைச் சற்றுப் பேசுவதற் காக இருத்திக்கொண்டான் பூவராகன். கோபுரமே அவன் ஞாபகமாக, சாப்பாட்டைக்கூட எங்கோ நினைத்துக்கொண்டு அள்ளி அள்ளிப் போட்டுக்கொண்டு ஓடுவது அவனுக்குக் கண்ணராவியாக இருந்தது. ஒரு சிநேகிதனுக்காக இப்படியா உடம்பை வருத்திக்கொள்ள வேண்டும்? தனக்காக என்று நினைக்கும்போதே பூவராகனுக்குச் சற்று குற்றக் குறுகுறுப்பாகவும் இருந்தது.

முற்றத்துப் பெஞ்சுமீது இருவரும் உட்கார்ந்து பேசினார்கள். கணேசபிள்ளையும் உட்கார்ந்திருந்தார்.

"நீங்களும்தான் இப்படிக் கொஞ்சம் வந்து உட்காருங்களேன். சமையல் உள்ளிலே இன்னிக்கு ஒரு நாளைக்கு கொஞ்சநேரம் கழிச்சுத்தான் அவியுங்களேன்."

"எனக்கென்ன இப்ப?" என்று ரங்கநாயகி வந்து உட்கார்ந்து விட்டாள். செங்கம்மா வந்து, கணேசபிள்ளையும் இருப்பதைப் பார்த்துத் தூணோரமாக நின்றுகொண்டாள்.

"நீங்களும் உட்காரலாம்" என்றான் ஆமருவி. சட்டென்று தோளை உயர்த்தி "ஓகோ, அப்படியா, அப்ப நில்லுங்க" என்று கணேசபிள்ளையைப் பார்த்துச் சிரித்தான்.

"உட்காரச் சொல்லுமய்யா..." என்றான் பூவராகன்.

கணேசபிள்ளை சிரித்தார் குனிந்து.

தி. ஜானகிராமன்

ஆமருவி இருவரையும் மாறி மாறிப் பார்த்து வழக்கம் போலச் சிரித்தான். மேலே பரிகாசம் தொடர்வதற்கு முன் செங்கம்மாவே உட்கார்ந்துவிட்டாள்.

"நீங்க ஒருத்தரும் கோயிலைப் போய் பார்க்கலியே?" என்றான் பூவராகன்.

"நான் கீழே நின்னு பார்த்தேனே, போன வாரம் செவ்வாயன்னிக்கு."

"நான் மேலேயே ஏறிப் பார்த்தேன்" என்றாள் செங்கம்மா.

"கோபுரத்தையா?" என்றான் ஆமருவி.

"ஆமாம், ஏணி வழியாலே ஏறிப் போய்ப் பார்த்தேன்!"

"எப்படியிருக்கு?"

"எப்படியிருக்குன்னா? எனக்கு என்ன சொல்லத் தெரியும்? படிப்பா கிடிப்பா? நின்னு பார்த்துக்கிட்டேயிருந்தேன், ரொம்ப நேரம்."

"ரொம்ப நேரம் என்ன? எட்டு மணிக்கு ஏறினவ, அரை மணியாச்சு, ஒரு மணியாச்சு, இறங்கற வழியாக் காணும். நான் கீழே இருந்தவ உட்கார்ந்துக்கிட்டேன். எனக்கு சந்தேகம்கூட வந்திடுச்சு. அப்படியே எங்காவது புறப்பட்டு போயிட்டுதா, அல்லது அங்கேயே சிலையோடு சிலையா உட்கார்ந்துட்டுதான்னு. அப்புறம் மேலே குரல் கொடுத்தேன். ஏன்னு பதில் வந்தது. சஞ்சயன் திருதராஷ்டிரனுக்குச் சொன்னானாமே சண்டைக் கதையெல்லாம் – அந்த மாதிரி ஒவ்வொண்ணா சொல்லிட்டு வந்துது – சகுந்தலை, சீதா கல்யாணம், கஜேந்திர மோட்சம், துருவனை மடியிலேந்து தள்ளிவிட்டாளே இளையா, தூணிலேந்து நரசிம்மன் வந்தது, பிரகலாதன் கும்பிட்டுகிட்டு நிக்கிறது – எல்லாத்தையும்."

"சஞ்சயன் சண்டைக் கதையை நேராகப் பார்த்துச் சொல்லலியே. ஞானதிருஷ்டியாலல்ல பார்த்துச் சொன்னானாம்" என்றான் பூவராகன்.

"இவங்க பண்ணியிருக்கிறதையும் கொஞ்சம் ஞானதிருஷ்டி யோடதான் பார்க்கணும். அதனாலேதான் எனக்குச் சொல்ற துக்குக் கொஞ்சம் நேரமாச்சு. எல்லாக் கோபுரத்தையும் பார்க்கிற மாதிரி இல்லே. என்னமோ தினுசா இருந்தது. அப்புறம் பார்க்கப் பார்க்க என்னென்னமோ எல்லாம் தோணிக்கிட்டே இருந்தது. பொம்மையெல்லாம் இப்படித்தான் பண்ணணும் போலிருக்கு, இதுதான் சரி, மத்தவங்க பண்றதையெல்லாம் இனிமே பார்க்கக்

கூட முடியாது போலிருக்கேன்னு தோணிக்கிட்டே இருந்தது. அதுவும் அந்த மோகினி அவதாரம் இருக்கே – அமிர்தம் பரிமார்றாளே மோகினி – அந்தப் பக்கம் அசுரனுங்க – இந்தப் பக்கம் தேவருங்க எல்லாரையும் உட்கார்த்தி வச்சு – அம்மா அம்மா! என்ன குறும்பு? என்ன குழந்தைத்தனம்? ஒரு பக்கம் நின்னு பார்த்தா குறும்பு மூஞ்சியாயிருக்கு. எதிர்ப்பக்கம் நின்னு பார்த்தா என்னமோ ஒண்ணும் தெரியாத அப்பாவி மாதிரி இருக்கு. இவங்க மாதிரியேதான் இருந்துது!"

"என்னது!" என்றான் பூவராகன்.

"ஆமாம். இவங்களைப் பார்த்தா என்ன சொல்ல முடியும்? குழந்தைமாதிரி சிரிச்சிக்கிட்டேயிருக்காங்க. ஆனா அதுக்குள்ளாற எத்தனை இருக்குன்னு யாருக்குக் கண்டுபிடிக்க முடியுது?" என்று ஆமருவியைப் பார்த்தாள் செங்கம்மா.

"ம்... ம்... சொல்லுங்க, சொல்லுங்க" என்று உள்ளங்கையை பெஞ்சு மீது ஊன்றிக்கொண்டே சொன்னான் ஆமருவி. "அப்படின்னா நான் ரொம்பக் கபடு, அதுதானே?"

"இருந்தா என்ன? கிருஷ்ணன் கூடத்தான் அப்படியிருந்தாராம். சாமியே இருக்கறப்ப உங்களுக்கென்ன? அதுதான் நல்லா இருக்கு. ரொம்ப சாது, வெகுளின்னு மண்ணாங்கட்டி மாதிரி உட்கார்ந்திருந்தா யாருக்கு என்ன பிரயோசனம்?"

"பார்த்தீங்களாய்யா கணேசபிள்ளை! என் தலையை எப்படியெல்லாம் உருட்றாங்க கேட்டீங்களா?"

"அது சரியாத்தானே சொல்றாப்பல இருக்கு" என்று குனிந்து கொண்டே சொன்னார் கணேசபிள்ளை.

இந்தத் தம்பதியின் அந்நியோன்யத்தைப் பார்த்து பூவராகனுக்கு உடம்பெல்லாம் புல்லரித்தது. இந்தப் பெண்ணின் நுண்ணறிவை எப்படிப் புரிந்துகொண்டிருக்கிறான் இந்தக் கட்டினவன்! அவளிடம்தான் எத்தனை மரியாதை! எத்தனை கௌரவ புத்தி! எத்தனை நம்பிக்கை! இருவரையும் சேர்ந்து பார்க்கும்போது இளம் காலை மாதிரி இருந்தது. மெல்லிய குளிர் காற்று, சுடாத செவ்வெயில் பச்சை இலைகள், நாலு குருவியின் இனிமை, மாசுகளையனைத்தும் இருளோடு அகன்று, துடைத்துத் துப்புரவு செய்து நல்லதுகளும் படைத்தவனும் வந்து உட்காரக்கூடிய மனநிலை – இத்தனையும் சேர்ந்த இளங்காலை மாதிரி இருக்கும்.

பூவராகனுக்குச் சற்று பொறாமையாகக்கூட இருந்தது. அந்த இருவரும் சேர்ந்துகூட இருப்பதில்லை. இவள் இங்கு

உழைக்கிறாள். அவர் வயல்காட்டில் சுற்றிச் சுற்றி உழைக்கிறார். வேலைகளெல்லாம் முடிந்ததும் இரவு இரண்டு பேரும் சேர்ந்து வீட்டுக்குப் போவார்கள். மறுநாள் காலையில் வெயில் கிளம்பினதும் இவள் வந்துவிடுவாள். இரண்டு பேரும் சேர்ந்து இருக்கிற நேரம் அந்த இரவுதான். அதற்குள் இவள் பேச்சை யெல்லாம் கேட்டுக் களித்துக்கொண்டிருக்க முடியுமா இவரால்..? சேர்ந்து அதிகமில்லாவிட்டால்தான் என்ன? ஒருவரையொருவர் புரிந்து, இப்படி இணைந்திருக்கையில் யார் எங்கே இருந்தால் என்ன?

“கூப்பிட்டியாமே” என்று கேட்டுக்கொண்டே வந்தான் நரசிம்மன.

“ஆமாம்பா, சும்மாத்தான்.”

“என்ன சில்பியார் இங்கே உட்கார்ந்திருக்காரு கோபுரத்தை விட்டுப்பட்டு?... முக்கியமான கூட்டமோ? அட, நீ ஏம்மா ஏந்திருக்கறே?” என்று எழுந்து நின்ற செங்கம்மாளைப் பார்த்தான் நரசிம்மன். “உட்கார்ந்துக்க.”

செங்கம்மா உட்கார்ந்துகொண்டாள்.

“முக்கியமான கூட்டம்தான். அதான் உன்னையும் கூப்பிட்டேன்.”

“என்ன?”

“கோவில் வேலை அநேகமாக முடிஞ்சாப்பலத்தான். கும்பாபிஷேகம் எப்ப வச்சுக்கலாம்னுதான் யோசனை பண்ணிட்டிருக்கேன்.”

“இவங்கெல்லாம் என்ன சொல்றாங்க?”

“இப்பத்தான் பேச்சே எடுக்கறேன்.”

“என்னையா, பட்டணத்துக்காரரே நீங்கல்ல சொல்லணும்.”

“நீங்க எப்ப சொன்னாலும் சரி. நீங்க எப்ப தேதி வைக்கிறீங் களோ, அதுக்குத் தகுந்தாப்பல முடிச்சுக் கொடுக்கறேன். அதுக் கென்ன, வேலைக்கு முடிவே கிடையாது. நான் செஞ்சுகிட்டே இருப்பேன். ஒரு மாசத்திலேன்னா, அதுக்குச் சரியா முடிக்கலாம். ஆறு மாசம்னா இன்னும் ஏதாவது செஞ்சிக்கிட்டே இருக்கலாம்” என்று தொழில் முறையில் பேசினான் ஆமருவி.

“அவரைக் கேட்டு என்ன? நான்தான் அவரு. அவருதான் நான்!” என்று ஆமருவியை நினைத்து இளகின பூவராகனுக்குக் குரல் சற்று நடுங்கிக் கம்மிற்று. “இந்த மாதிரி பிரியம் வைக்கிற

ஆத்மா ஒண்ணைப் பார்க்க முடியாது. எனக்குத் தெய்வம் அப்படிக் கொடுத்திருக்கு. இவரை மட்டுமல்ல. நீங்க எல்லாரும் அப்படித்தான். இதுக்கெல்லாம் நான் என்ன செஞ்சேன்னே புரியலே" என்று உதட்டைக் கடித்துக்கொண்டான்.

ஒரு அரை நிமிஷம், பேச்சே அந்த உணர்ச்சிப் பூரிப்பில் நின்றுவிட்டது. எல்லோரும் அதில் ஆழ்ந்து கிடந்தார்கள். பேச்சு நின்றதைக் கேட்டு முன் அறையில் வாசித்துக்கொண்டிருந்த பூவராகனின் பையன் நிலையண்டை வந்து நின்று பார்த்தான். மெதுவாக வந்து செங்கம்மாளின் தோளைப் பிடித்துக்கொண்டு உட்கார்ந்தான்.

"ஆனா, நான் இதை எனக்குத் தனியா ஸ்வாமி காட்டின அதிஷ்டம்னு நினைக்கலே. எல்லாருமா பிரியமாயிருந்தா அது எப்படி இருக்கும்னு நாலஞ்சு பேரை சேர்த்து எனக்குச் சொல்லிக் கொடுக்கச் சொன்னாப் போலத்தான் தோணுது" என்று பூவராகன் தொடர்ந்து சொன்னான்.

பூவராகனின் பிள்ளை, செங்கம்மாளைக் கிள்ளினான். "என்ன?" என்று வாயால் கேட்காமல் கண்ணாலேயே கேட்டான்.

உதட்டில் உள்ளங் கையை வைத்து "ஒண்ணும் இல்லே" என்ற அவளும் சொல்லாமல் சொல்லிவிட்டாள்.

பூவராகன் சொன்னான் "பட்டணத்திலே இருந்தது போதும்னுதான் இங்கே வந்தேன். வந்த புதுசிலே ஊரெல்லாம் வந்து பூர்ண கும்பம், மேளதாளம் வைக்கல்லே – மீதியெல்லாம் செஞ்சுட்டாங்க. அவ்வளவு சந்தோஷமாகக் கூப்பிட்டாங்க, கொண்டாங்க, பேசினாங்க. அப்பா நினைவிலே எனக்கு கோயிலைப் புதுப்பிக்கணும்னு முன்னாலேயே இருந்துது. சொன்னதும் ஓகோ ஓகோன்னு குதிச்சாங்க. ஆனா அப்புறம் அந்த சுவேதாரண்யம்கூடத் திருப்பிப் பார்க்கல்லே. எப்பவோ ஏதோ தூர நின்னு பார்த்துக்கிட்டே போறாங்களே ஒழிய, பட்டுக்க மாட்டேங்கறாங்களே யாரும்? ஏன் இப்படி இருக்கணும்? அதை நினைச்சா எனக்கு ரொம்ப குறையாத்தான் இருக்கு."

"இந்தப் பயதான் விழுந்து குளறியிருப்பான்!" என்றான் நரசிம்மன்.

"யாரு? பழனியா?"

"வேறே யாரு? அவன் படிப்புக்குப் போட்டியா ஒருத்தன் வந்திட்டான். சொத்தும் உனக்கு அதிகம்."

"நீங்கதான் பிறத்தியானுக்காக ஒரு காரியம் இல்லே. நம்ப மனசுக்குத்தான் நாம செஞ்சுக்கணும்பீங்களே – இப்ப இந்தக் கவலை என்னத்துக்கு?" என்று மறித்தாள் பூவராகனின் மனைவி. கவலை என்றால் யார் பட்டாலும அவளுக்கு வேர்த்துவிடும் – உடம்பு பறக்கும்.

"அது நம்ம சொந்தத்துக்கில்ல? கோயில் ஊருது. ஊர்க் காரியம்."

"இந்தப் பயதான், யாரும் கிட்ட அண்டாதீங்கடான்னு மெரட்டியிருப்பான்" என்றான் மீண்டும் நரசிம்மன்.

"அவன் மிரட்டினா, அத்தனை பேருமா பயப்படணும்?" "ம்" என்று இழுத்து யோசனை செய்ய ஆரம்பித்தான் நரசிம்மன். சற்றுக் கழித்து, "உன்னைக் கண்டு பயப்படறாங்களோ என்னவோ?"

"என்னைக் கண்டா?"

"நீ படிச்சவன். பட்டணத்திலே இருந்தவன். பெரிய பிசினெஸ்காரனாயிருந்தவன். அவங்க வம்பு தும்புக்கொல்லாம் இசைஞ்சு, நீயும் அதே மாதிரி கெக்கேபிக்கேன்னு திண்ணை யிலே உட்கார்ந்து பேசணும். அப்பதான் நம்ம ஆளுன்னு நினைச்சுப்பாங்க. நீ அப்படி இல்லே. அதனாலே தயங்கறாங்களோ என்னமோ."

"இனிமே எப்படி மாத்திக்க முடியும்?" என்றான் பூவராகன். "யார் வந்தாலும் வராட்டியும் பரவால்லேன்னு வேலையை ஆரம்பிச்சு நடத்தியாச்சு. கும்பாபிஷேகத்துக்குக் கூட எல்லாருமா வந்து நின்னு செய்யாம இருக்க முடியுமா என்ன? அதுக்கு எனக்கு மனசு இடம் கொடுக்காது போலிருக்கு."

"கும்பாபிஷேகம் உடனே பண்ணணும்னு முடையாம்மா?" என்று ரங்கநாயகியைப் பார்த்துக் கேட்டாள் செங்கம்மா.

"அப்படின்னா?" என்றான் பூவராகன்.

"நூறு கோயில் கட்டினாலும் இவங்க வரமாட்டங்கம்மா. இப்ப அவங்களா கேட்டாங்க, கோயில் கட்டுங்கன்னு? சுவேதாரண்யம் கேட்டாருன்னா, அவருக்கு இப்படி ஏதாவது பேசிக்கிட்டே இருந்தாத்தான் போது போகும். வாய் மென்னுக் கிட்டே இருக்கணுமே. ரூபா ஆயிடும்னா சும்மா இருந்தாங்க! பிடாரி கோயிலுக்கு ஆயிரம் ரூபாகூட ஆகாது புதுப்பிக்க. ஏன் சும்மா இருந்தாங்க? அவங்களுக்கு சாமி கீமின்னெல்லாம் அக்கறையில்லே. அதான் வீட்டிலே சாமி கும்பிடறாங்களே, பத்தாதா? பொதுவா சமத்து இல்லாத ஊரு. அசட்டுக்கு ஆங்காரம்கற மாதிரி சண்டை போட்டுக்கிட்டே இருக்கும்.

“ஆத்துவெள்ளம் கிணத்திலே இருக்கிற தண்ணியையும் அடிச்சிக்கிட்டுப் போறாப்பல, ஏதாவது சர்க்கார்லே செய்ய வந்தாங்கன்னா, பக்கத்து ஊர்க்காரங்க அடிச்சிக்கிட்டுப் போயிடறாங்க. கோத்தாப்பல எல்லாம் பணக்காரங்க அங்கே. சர்க்கார்லே ஏதாவது கொடுக்கறாங்கன்னா எல்லாருமா சேர்ந்து ஓடிப் போய் வாங்கிட்டு வந்திடறாங்க. ‘அத்தைப் பண்ணிப்பிடறோம், இத்தைப் பண்ணிப்பிடறோம்’னு பேசி, பாதிச் செலவை சர்க்கார்கிட்டவே வாங்கி வெள்ளாமையை நடத்திடறாங்க. அவங்க அதிர்ஷ்டம் நல்லா வெளைஞ்சுக்கிட்டும் வருது. அதே பங்குதான், அத்தினி வயக்கடைதான் இங்கியும் இருக்கு. ஆனா அந்த ஊர் வெளைச்சல்லே மூணுலே ஒண்ணுதான் தேறும் இங்கே. மூணு வருஷம் தண்ணி சரியா வரலே. வாய்க்கால் தலைப்பிலே போயி அத்தினி தண்ணியும் திருப்பி அவங்க ஊருக்கு பாச்சிட்டாங்க பக்கத்தூர்க்காரங்க. பதினைஞ்சு நாள் நம்ப ஊரு பக்கம் ஈரக் காத்துகூட வீசல்லே. இவங்க யாராவது தலைப்புக்குப் போனாங்களா. போட்டாங்களா, கொண்டாங்களா?

“திண்ணையிலே உட்கார்ந்து மண்ணாப் போறதுக்குத்தான் வழி, பூண்டோட அழிஞ்சுபோற காலம்னு கத்திக்கிட்டே கிடந்தாங்க. நாத்தங்காலுக்குக்கூட தண்ணி பாயலை சாமின்னு, சர்க்கார்கிட்ட போயி ஒரு வார்த்தை சொல்லி அழக்கூட வாயில்லை. போனா, பார்க்க மாட்டாங்களோ, பார்த்தாலும் மதிச்சுக் கேக்க மாட்டாங்களோன்னு உதைப்பு. தெருவுக்குள்ளாற உட்கார்ந்து உதைச்சுக்கிட்டே கிடந்தாங்க. கொஞ்சம் விளையறதும் பஞ்சமாப் போச்சு அந்த வருஷம். விரை, கூலிக்கே வரலை புடிச்சுது. வெளியிலே யாரும் மதிக்கிறதில்லே. விளைச்சல் இல்லே. ஒத்துப் போகவும் கத்துக்கலே. குடியானத் தெருக்காரங்கெல்லாம் வந்து திருவிழாவுக்குக் காப்புக் கட்ட வாணாமான்னு கேட்டாங்க. அதுக்கு என்ன சொன்னாங்க தெரியுமா! போடா, கோயிலும் ஆச்சு. கொளமும் ஆச்சு. ஊர் நாசமாப் போவுது மூணு சாமியும் பார்த்திக்கிட்டிருக்கு. கடம்பங்குடி சாமிக்கு நடந்தா நம்ம சாமிங்களுக்கு நடந்தாப்பலத்தான். அந்த சாமியே நல்லாருக்கட்டும். எல்லா சாமியும் ஒண்ணுதானேன்னு ரொம்ப உசரமா போயிட்டாங்க. கடம்பங்குடி ஆளுங்க சமத்து, அதனாலே கடம்பங்குடி சாமியும் சமத்தா இருக்குன்னு இவங்களுக்குப் புரியலே. புரிஞ்சாலும் செஞ்சு காமிக்க வழியில்லே. மனசு ஒடிஞ்சு போனப்புறம் என்னத்தைச் செய்யறதும்மா?” என்று ரங்கநாயகியைப் பார்த்துப் பேசிக்கொண்டே இருந்தாள் செங்கம்மா.

ரங்கநாயகி பூவராகனைப் பார்த்தாள். பூவராகன் ஆமருவியைப் பார்த்தான். ஆமருவி நரசிம்மனைப் பார்த்தான்.

“சுத்து வட்டார ஊரெல்லாம் கேட்டுப் பாருங்க. இந்த ஊரை ‘அவிச ஆறுகட்டி’ம்பாங்க. ஊர்க்காரங்களை எல்லாம் ஆறு கட்டி அழுமூஞ்சிம்பாங்க.”

“என்னது!” என்றான் பூவராகன்.

“ஆமாப்பா” என்று சிரித்தான் நரசிம்மன். “மாயவரம், குத்தாலம், ஆடுதுறையெல்லாம் போய்க் கேட்டுப்பாரு. ஆறுகட்டியா, அவிசப்பய ஊரல்ல அதும்பாங்க. அளுகுணிப் பய ஊருல்லம்பாங்க... நம்ம மூஞ்சிக்கு நேரச் சொல்வாங்களா?”

“அவிசல் ஆறுகட்டி, ஆறுகட்டி அழுமூஞ்சி... நல்லாருக்கே ஆனா ஆவன்னாவிலே ஆரமிச்சு, ஆவன்னா ஆனாவிலேயே முடியுதே” என்றான் ஆமருவி.

“வெளியிலேர்ந்து பார்க்கறப்ப அழகு ஆறுகட்டியாத்தான் இருக்கும். சாலையிலே இருக்கிற பூவரசமரம், மூங்கிக் கொத்து, வாழைமரம், ஆலமரம் எல்லாத்தையும் பாத்து, ‘ரொம்ப அழகான ஊரு, வளமான ஊரு’ன்னு மயங்கிடுவாங்க. அதெல்லாம் தானா வளர்றதுன்னு தெரியாது. வயக்காட்டிலே இறங்கிப் பார்த்தாத்தான் தெரியும் அம்புட்டும் ஊதுகணம்னு” என்றாள் செங்கம்மா.

“இத்தினி மோசமான ஊருக்கா நான் வந்திருக்கேன்? நானும் குத்தாலம், மாயவரம் அங்கெல்லாம் போனா ‘அவிக மிராசுதாரு’ன்னுதான் சொல்லுவாங்கன்னு சொல்லுங்க” என்றான் பூவராகன்.

“இந்த மிராசா அவிசல்? வந்தவுடனேயேதான் . . . டெமான்ஸ்ட்ரேட்டரைக் கூட்டியாந்து, மண்ணை வேறே சோதனைக்கு அனுப்பிச்சு. மருந்து போட்டு விரையை வேறே மருந்திலே ஊற வைச்சு, கிடைகட்டி, செமத்தியா உரம் போட்டு நகத்திருக்கீங்க... நீ பாட்டிலே பேசிக்கிட்டே போறியே என்ன?” என்று மனைவியே ரோசத்துடன் பார்த்தார், இத்தனை நேரமும் பேசாமல் இருந்த கணேசபிள்ளை.

“கடம்பங்குடியை அர்ச்சனை பண்ணிக்கிட்டேயிருக்கியே. இப்ப நம்ப குறுவை மாதிரி இந்த ஜில்லாவே கண்டிருக்காது. பத்துத் தலைமுறை கண்டிருக்காது. ஆனை அடிக்கலாம். அப்படி வளர்ந்திருக்கு கதிரு ஒவ்வொண்ணும் கடம்பங்குடி நிலங்கள்ளாம் பிச்சை வாங்கணும் இதுகிட்டே” என்று கணேசபிள்ளை மேலும் சொல்லி செங்கம்மாவைப் பார்த்தார்.

“நான் இப்ப நம்ப நிலத்தையா சொன்னேன்? ஊரைப் பத்தில்ல சொல்லிக்கிட்டு வரேன். சரி, இம்புட்டுவரைக்கும்

வெளியூரு ஓங்கி இருந்தது; இப்ப உள்ளூரிலேயே ஒருகை இப்படி ஓங்கிச்சின்னா, ஊராங்களுக்கு இன்னும் தலை குனிவுதானே?" என்றாள் செங்கம்மா.

"அதுக்கென்ன செய்யறது?" என்று கணேசபிள்ளை தூணில் உயர கையை வைத்துக் கீறினார்.

பூவராகன், செங்கம்மா சொல்வது புரியாமல் சற்று விழித்தான்.

"நான் என்ன சொல்றேம்மா!" என்று பூவராகனின் மனைவியைப் பார்த்துக்கொண்டே தொடங்கினாள் செங்கம்மா. "இந்த ஊர் ஜனங்க சர்க்கார்லே கொடுக்கிறதைக்கூட, கடனைக் கூட வாங்கறதுக்குக் கூச்சப்படுது. அத்தினி பயம், அத்தினி அவநம்பிக்கை. அதனாலே நமக்கு வாங்கறதோட எல்லாருக்குமா சேர்த்து விரை, மருந்து, எருவு எல்லாம் நாமே வாங்கி கொடுத்திடறது. இங்கே என்ன செய்நேத்தி செய்தாலும் அதை அவங்களுக்கு சும்மாவே ஒரு வருஷம் செஞ்சிப்பிடறது. ரட்டைப் பங்கா விளையும் அவங்களுக்கும் அப்புறம் தானா ரோசம் வரும். ரோசம் வராததுதானே இப்ப எல்லா முடக்கமாகக் கிடக்கு!"

"என்னது?" என்று நரசிம்மன் திகைத்தாற்போல் பார்த்தான்.

"சும்மா செஞ்சு போடறதா? ஊருக்கா? வெள்ளாமையா?" என்று, தான்தான் சரியாகக் கேட்கவில்லையோ என்ற மாதிரிக் குழம்பிக்கொண்டே கேட்டான்.

"ம்க்கும்" என்று ரங்கநாயகியைப் பார்த்துத் தலையாட்டினாள் செங்கம்மா.

"பலே பலே" என்றான் நரசிம்மன். "இந்த அவிசப் பயலுவளுக்கு எல்லாத்தையும் இனாமா செஞ்சிப் போட்டு! பலே பலே!! நல்ல யோசனை! கார்வார் ஐயா! உங்க பெஞ்சாதி பேரை மங்கம்மான்னு மாத்தி வச்சிரணும். பெரிய தர்ம கட்டளையால்ல இருக்கு? சரி இலவசமா கொடுத்து ரோசம் வரலேனா?" என்றார் நரசிம்மன்.

"எப்படி வராம இருக்கும்? ரண்டு காலா, நாலு காலா?" என்றாள் செங்கம்மா.

"அது என்னமோ சொல்லிக்கிட்டு கிடக்கு, பச்சைப்புள்ளெ மாதிரி. அதை என்னமோ நெசம் மாதிரி எடுத்துக்கிட்டு நீங்க மாயறீங்களே" என்றார் கணேசபிள்ளை.

"நெசமாத்தான் சொல்றேன் நான்" என்றாள் செங்கம்மா மீண்டும்.

"நெசம்மாவா? ரொம்ப நல்லாருக்கே!"

"அப்படின்னா?"

"ஐயா சொத்து என்ன, தர்ம சொத்தா? யாரோ எழுதி வச்ச சொத்தை அவங்க நிர்வாகம் பண்றாங்களா?"

"அப்படியெல்லாம் நான் சொல்லலியே இப்ப. ஊராருங்க செய்ய வேண்டிய கோவில் காரியத்தை அவங்களே செய்யிறாங்க. அதே மாதிரி இதையும் செய்யட்டுமேன்னு சொல்ல வந்தேன். ஊராருங்க கவலைப்படலியேன்னு அவங்களுக்குக் குறை. அதுக்காகச் சொன்னேன். கும்பாபிஷேகம் அப்புறம்தானே நடக்கும். சாமி கையிலேயா அகப்படறாரு? நெல்லும் பணமும் அப்படியா? கையாலெ எடுக்கலாம். கண்ணாலே பார்க்க முடியும்?" என்று செங்கம்மா பூவராகனின் மனைவியைப் பார்த்துக் கொண்டிருந்தாள்.

எல்லோரும் பூவராகனைப் பார்த்தார்கள்.

பூவராகன் கீழே பார்த்துக்கொண்டிருந்தான். வெகு நேரம் குனிந்து புத்தகம் படிக்கிறவன், அசைப்பில் திரும்பி மேலே பார்க்கும்போது கூரைச் சார்புக்கு மேல் முழுச் சந்திரன் வந்து நிற்பதைப் பார்ப்பதுபோல் இருந்தது அவனுக்கு. இருளாக இருந்த இடத்தில் ஒளி வட்டம் அழகும் இனிமையும் அன்புமாக நிற்பதுபோல் இருந்தது. சந்தேகம், இன்னதென்று சொல்ல முடியாத வேதனை எல்லாம் பளிச்சென்று மறைந்துவிட்டாற் போலிருந்தது.

"அப்படித்தான் செய்யப்போறேன். கும்பாபிஷேகத்துக்கு இப்ப அவசரமில்லைதான். ஒரு வருஷம் போகட்டும்" என்று அந்தப் பேச்சுக்கே முடிவு கட்டிய தீர்மானமாக அவன் குரல் எழுந்தது.

11

“இவன் பித்துக்குளிப் பயலா, கெட்டிக்காரனா, மண்ணாங்கட்டியா – ஒண்ணுமே புரியலியே” என்று நரசிம்மன் தன் வீட்டுக் கூடத்தில் மனைவியிடம் சொல்லி வியந்துகொண்டிருந்தான். அது வியப்பா, இளக்காரமா, இரக்கமா என்று புரியாமல் அவன் மனைவி விழித்தாள்.

“நீங்க கொஞ்சம் விளக்கமா சொன்னாத்தான் புரியும். உங்க அத்தானைத்தானே சொல்றீங்க?” என்று கேட்டாள்.

“வேறே யாரைப் பத்தி சொல்லக் கிடக்கு? சாதாரணமா இருக்கிறவங்களைப் பத்தி இப்ப என்ன பேச்சு? ஒண்ணு வக்ரமாயிருக்கணும்னு, இல்லே எடுப்பா கைப்பிள்ளையா இருக்கணும். இல்லே, ரொம்ப புத்திசாலியா, தானே எந்த முடிவுக்கும் வர சுயம்பிரகாசமா, சுயம்பிரபுவா இருக்கணும். இல்லே, பக்தனா இருக்கணும். இல்லே, நம்மைப் பற்றி நாலு பேரு அப்படி இப்படீன்னு பேசிக்கணும்னு நினைக்கிற ஆடம்பரமா இருக்கணும். இது ஒண்ணிலே யும் சேராத உண்டுருட்டிக் கலயமா இருக்கே.”

“இருந்தா இருந்துட்டுப் போகட்டுமே! யாராவது எழுதி வச்சிருக்காங்களா, மனிசன்னு பொறந்தா மண்ணாங்கட்டியா இருக்கணும், அல்லது புத்திசாலியா இருக்கணும், இல்லே ஆடம்பரமாத்தான் இருக்கணும்னு? இப்ப என்ன புரியலே உங்களுக்கு? கடையை மூடிக்கிட்டு, பட்டணத்திலே இருந்தது போதும்னு வந்தாரு. அப்பாவை நெனச்சிக்கிட்டுக் கோயில் கட்டணும்னு நெனச்சாரு, அப்படியே கட்டினாரு. பயித்தியக்கார ஊரு சேர்ந்துக்கலியேன்னு, அதுக்காவது ஏதோ செஞ்சு தன்னைக் காட்டிக்கலாம்னு பார்க்கறாரு” என்று நிறுத்தினாள் அவன் மனைவி:

“நீ ரொம்ப சாதாரணமா பேசிட்டே.”

“சாதாரணமாகப் பேசாத, மூடு மந்திரமாவோ, கொட்டிக் கொட்டியோ என்ன இருக்கு பேசறத்துக்கு இதிலே?”

“என் மூஞ்சியைப் பார்த்துப் பேசேன் பார்ப்போம். பொம்பளீங்க எப்படிப் பேசறீங்க, எதுக்காகப் பேசறீங்கன்னே கண்டுபிடிக்க முடியறதில்லே. வயித்திலேருந்து வந்தாலும் தொண்டையிலிருந்து வந்தாலும் எல்லாம் ஒரே குரலாத்தானே கேட்குது” என்று மனைவியையே பார்த்தான் அவன்.

“அப்படி வம்ச வம்சமா, வழி வழியா, யாரோ பேரு கட்டிவச்சு, எல்லாருமா பேசக் கிளம்பிட்டாங்க, நீங்களும் பேசறீங்க. பொம்பளைங்க ஆம்பிளைங்க மாதிரிதான் பேசறாங்க, போறாங்க வராங்க. வேற எப்படியோ இருக்கணும்னு நீங்க நெனைச்சுக்கிட்டு, அந்த மாதிரி இல்லையேன்னு உங்களையே கொடைஞ்சு கொடைஞ்சு வேதனை படறீங்க.”

“அப்படியா!” என்று பெருமூச்சும் விட்டான், புன்சிரிப்பும் சிரித்தான் நரசிம்மன்.

அவன் நினைவு பூவராகனைச் சுற்றிக்கொண்டிருந்தது. கையை விட்டு நழுவிப் போனாற்போல் போய்விட்ட பூவராகனைச் சுற்றிக்கொண்டிருந்தது.

பூவராகன் பைத்தியமாகத்தான் ஆகிவிட்டான். கார்வார் கணேசபிள்ளை மட்டும் இல்லை அங்கு. நிலக் காரியங்களைப் பார்க்க யாரோ விவசாயப் பட்டதாரியாம், விவசாய ஆபீசராக இருந்து ஓய்வெடுத்துக் கொண்டவராம்—எங்கேயோ அவரைப் பார்த்து அழைத்துக்கொண்டு வந்திருக்கிறான் பூவராகன். அவர் பூனை மாதிரிப் போகிறார், வருகிறார். விதைகளை எடுத்து ஊறப் போடுகிறார். எங்கெங்கோ போய் விதை வாங்கி வருகிறார். வீடு வீடாக அளந்து கொடுத்துவிட்டு வருகிறார். பூவராகனை இழுத்துக்கொண்டு காரில் ஊர் ஊராக அலைகிறார். மறுநாளோ அதற்கு மறுநாளோ இரண்டு லாரி எரு மூட்டை வந்து இறங்குகிறது. வீடு வீடாகக் கொண்டு இறக்குகிறார்கள். நாற்றங்காலை முழுக அடிக்கிறார்கள். பிறகு வடிய விடுகிறார்கள். கூடவே நின்று பறிக்கிறார்கள். கூடவே ஓடுகிறார்கள். படுகை படுகையாக உரம் சுமக்கிறது. களை எடுக்க மிஷின், பூச்சி விரட்ட மிஷின்!

புதுக் காரியஸ்தர் ஒருநாள் அம்பாகடாட்சத்தோடு அலைகிறார். ஒருநாள் திருநாவோடு திரிகிறார், ஒருநாள்

சுவேதாரண்யத்தின் வயல்காட்டைச் சுற்றி வருகிறார். மூன்று மாதமாக ஊர் அமளி துமளிப் படுகிறது. திடீர் திடீர் என்று இரவு பன்னிரண்டு மணிக்கு மேல் பூவராகனும் புதுக் கார்வாரும் பழைய கார்வாரும் கம்பும் கையும் டார்ச்சுமாகக் கிளம்புவார்கள். இரண்டு ஆட்களை அழைத்துக்கொள்வார்கள். வயல்காட்டைக் கோலிவிட்டு வருவார்கள், கவணையை அடைப்பார்கள், திறப்பார்கள். அவர்கள் வந்து ஏதாவது சொல்லித் தொலைக்கப் போகிறார்களே என்று பயந்துகொண்டோ என்னவோ, ஊர் வயல்களெல்லாம் ஒன்றுக்கு இரண்டாகக் கதிராகச் சுமந்து கிடந்தன. புதுக் காரியஸ்தரின் சத்தத்துக்குப் பயந்து உள்ளே யிருக்கிறது ஒன்றையும் ஒளிக்காமல் அவர் காலடியில் கொண்டு வைப்பதுபோல் ஒவ்வொரு தண்டும் நெல் மணிகளைச் சுமந்து தழைந்து கும்பிடுவது போலிருந்தது.

ஊருக்குள் இருக்கிறவரை புதுக் காரியஸ்தர் சத்தம் போட மாட்டார். பூனை மாதிரி நடப்பார், பார்ப்பார். அவருக்காக அக்கரைக் கிராமத்து வீட்டை ஒழித்துக் கொடுத்திருந்தான் பூவராகன். காலையில் பூவராகனைப் பார்க்க வருவார் அவர். வேலைக்கு வரும்பொழுது அவர் கச்சம், கோட்டு, தலைப்பாகை இந்த சம்பிரமங்களோடு வருவார். ஐந்து நிமிடத்திற்கெல்லாம் பனியனும் கச்சமும்தான் உடம்பில் இருக்கும். வழுக்கைத் தலையும் பளிங்கு மூக்குக் கண்ணாடியுமாக பூவராகனையோ, ஊரில் வேறு யாரையாவதோ அன்றைய வேலைக்கு ஏற்ப அழைத்துக்கொண்டு கிளம்பிவிடுவார். வயலில் நின்று கத்திக் கொண்டிருப்பார். "யப்பா, ஒண்ணு இல்லே, இரண்டு கூலி, மூணு கூலியா வாங்கித் தாரேன்டா. வேலையை மாத்திரம் ஒழுங்கா செய்யுங்கடாப்பா. கை மாத்திரம் வேலை செஞ்சாப் போதாது. உன் நெஞ்சும் சேர்த்து செஞ்சாத்தான் மண்ணு மசியும். அதுக்கு உசிரு இல்லேன்னு நெனச்சுக்கிடாதே. உசிரு இல்லாமியா இப்படிக் கிடந்து துள்ளுது? நாம துள்ளினா அது துள்ளும், நாம படுத்தா அதுவும் படுத்துக்கும். ஒண்ணுக்கு ரண்டு காமி. ஒண்ணுக்கு மூணா நான் கூலி வாங்கித் தரேனா இல்லியா பாரு" என்று ஆட்களோடு மல்லாட்டம் செய்துகொண்டு நிற்பார்.

பூவராகன் கூட அவரைக் கண்டால் புத்தகத்தை மூடி வைத்துவிடுவான். வந்த புதிதில் "இந்தப் புஸ்தகத்திலே ஒரு கதை பாருங்க" என்று இலக்கிய நயங்களோடு கதை சொல்ல ஆரம்பிப்பான்.

"ப்ஸ ப்ஸ" என்று எங்கோ பார்த்தவாறு கேட்டுக்கொண் டிருப்பார் அவர்.

"ஆமாமா" என்று எங்கே நினைத்துக்கொண்டு ஒற்றை இரட்டை வார்த்தைகளாகப் பதில் சொல்லிக்கொண்டிருப்பார். "ம்க்கும்" என்பார். "அப்படியா?" என்பார். இந்தப் பதில்களுக்கும் அவர் மனத்துக்கும் சம்பந்தமே இராது. 'ஐயோ, காதைத் துளைக்கிறானே' என்று வேண்டா வெறுப்பாக, கேட்காவிட்டாலும் மரியாதை இல்லையே என்று கேட்பது போலிருக்கும். சுவாரஸ்யமாக ஏதாவது சொல்லிக்கொண்டிருக்கும்போது "நேத்து திருநாவோட மாவடி வயல்லே எருமை மேஞ்சுக்கிட்டிருந்துதாமே, எருமையை வயல்லே மேயவிடுவதாவதுய்யா? கயவாளித்தனமால்ல இருக்கு" என்பார்.

பூவராகனுக்கு ஆத்திரம் ஆத்திரமாக வரும்.

"நான் என்னமோ பெரிசா சொல்லிட்டிருக்கேன். திருநா வயல்லே எருமை வந்துதுங்கிறீங்களே" என்று அன்று பொறுக்க முடியாமல் வாயைவிட்டே சொல்லிவிட்டான்.

"மன்னிக்கணும். எனக்கு ரொம்பக் கவலையா இருந்துது. என்னமோ சொல்லிப்பிட்டேன். என்ன சொல்லிகிட்டிருந்தீங்க?" என்றார் அவர்.

பூவராகனுக்கு உற்சாகம் அவிந்துவிட்டது.

"உங்களுக்கு இதிலெல்லாம் ருசி கிடையாது போலிருக்கு" என்று சூடும் சிரிப்புமாகச் சொன்னான்.

"எனக்கு என்னாத்துக்கு இந்தப் பாட்டு, கதை, எல்லாம்? இருநூறு ரூபா சம்பளம் கொடுக்கிறீங்க. ஊர் சாகுபடி முழுக்க எங்கையிலே கொடுத்திருக்கிறீங்க. எனக்கு என்னாத்துக்கு கதையெல்லாம்? கதை வாசிக்கத் தெரியாது, காவியம் படிக்கத் தெரியாது எனக்கு. அதெல்லாம் அப்பவே போயிரிச்சு – கோயம்புத்தூர் காலேஜிலே சேர்ந்தேன் பாருங்க. அப்பவே! அப்புறம் உத்யோகம் ஆனப்புறம்கூட, ஏந்திரிப்பேன், குளிப்பேன், பண்ணைக்குப் போவேன். இல்லாட்டி ஆபீசுக்குப் போவேன். சாயங்காலம் வந்தா மறுபடியும் அந்த மாதிரி ஆளுங்களோடதான் பேசுவேன். அந்த மாதிரி புஸ்தகம்தான் வாசிப்பேன். ஒரு டிராமா, சினிமாகூடப் போனதில்லே. எனக்கு என்னத்துக்கு டிராமா, சினிமா, கதையெல்லாம்? ஒரு செடி வளறதுதான் பெரிய ட்ராமாவா இருக்கே. அதுவும் பாட்டுத்தான், அதுவும் கதைதான். எனக்கு என்னாத்துக்கு இந்த ராமயாணம் பாரதம் எல்லாம்?" என்று வயசான உரிமையுடன், வேலை தெரிந்த பெருமையுடன் தூக்கி எறிந்துவிடுவார்.

“அது சரி, மண்ணிலேருந்தும் கொஞ்சம் தலையைத் தூக்கிப் பார்க்கத்தான் வேணும், எப்பவாவது ஒரு தடவை” என்று சிரிப்பான் பூவராகன்.

“நான் மண்ணோட மண்ணாவே கிடக்கேன், நீங்க மேலேயே இருங்களேன். நான் வாணாங்கலே! ஆனா என்னோட இருக்கறப்ப நீங்க மேலேயே உக்கார்ந்திருந்தா என் கதை நடக்காது. மேலே இருக்கிறவங்க கீழே வரலாம், கீழே இருக்கிறவங்க எப்படி மேலே வர முடியும்? அதனாலே சொல்றேன். நான் இருக்கிறவரைக்கும் நீங்க என்னோட மண்ணிலேயே இருங்க. நான் அந்தாண்டை போனதுக்கப்பறம் இந்த புத்தகத்தைப் புடிச்சிக்கிட்டு மேலே ஏறி எங்க வாணாலும் போங்க” என்பார் அவர்.

அதிலிருந்து அவரைக் கண்டாலே புத்தகத்தை மூடி வைத்து விடுவான் அவன். அவரோடு ஓடத்தான் முடியவில்லை. வேலையை விட்டு ஓய்வெடுத்துக்கொண்டவராம். ஆனால் அந்த வழுக்கைத் தலையும் பளிங்கு மூக்குக் கண்ணாடியுமாக அவர் வரப்பைத் தாண்டுகிறதும், வரப்பின் மீது சேறு, நாயுருவி, தேள் கொடுக்குச் செடி, கருவேல முள் எதையும் பாராமல் காலில் கண் வைத்தாற்போல் அடி வைக்கிறதும், ஓடுகிறதும், வயலில் முழங்கால் சேற்றில் இறங்குகிறதும், வேட்டியைத் தூக்கி வாய்க்கால் நீரைக் கிழித்துக் கடக்கிற வேகமும் – பூவராகன் பின்னால் எங்கோ வந்துகொண்டிருப்பான். பேசிக்கொண்டே போகிறவர் பதில் வரவில்லையே என்று திரும்பிப் பார்ப்பார். “ப்பூ–இவ்வளவுதானா? வயசுதான் பதினாறு பிந்தியிருக்குன்னா, நடையும் பதினாறு காதம் பிந்திக்கிட்டுதே. ம்... ம்... வாங்க வாங்க” என்று சிரித்துக்கொண்டே ஏதோ பேரப்பிள்ளையைக் கூப்பிடுவதுபோல் தயவாகக் கூப்பிட்டபடியே அவன் வரும்வரை காத்து நிற்பார்.

பூவராகனுக்குப் புத்தகம் படிப்பதெல்லாம் மறந்துகூட போய்விட்டாற் போலிருந்தது. மறுபடியும் ஞாபகம் வந்துவிடப் போகிறதே என்பது போல, அவர் பாதி நாளைக்கு இரவில் அவனுக்குப் பக்கத்திலேயே ஒரு கட்டிலைப் போட்டுக்கொண்டு பந்தலில் படுத்துவிடுவார்.

“இன்னும் ரண்டு வருஷம் தவணை கொடுங்க இந்தச் சம்பா, தாளடி அறுத்து முடியட்டும். வாய்க்கால் வடிகால் எல்லாத்தையுமே மாத்தி, கூப்பிட்ட குரலுக்கு ஏன்னு கேக்கும் படியா பண்றனா இல்லையா பாருங்க!”

‘சாம்பசிவா’ என்று படுத்துக்கொண்ட பிறகு சட்டென்று இந்த மாதிரி அவர் குரல் கிளம்பும். அவர் மனம் படுத்துக்

கொள்ளவில்லை என்று அப்போதுதான் தெரியும் பூவராகனுக்கு. படுத்தபடியே வயலிலும் வரப்பிலும் நடந்துகொண்டிருப்பார் போலிருக்கிறது.

❍ ❍ ❍

"அத்தான் ஊட்டுக்குப் போகலியா?" என்று ஊஞ்சலில் உட்கார்ந்துகொண்டிருந்த நரசிம்மனைப் பார்த்துக் கேட்டாள் அவன் மனைவி.

"எதுக்கு?"

"சாப்பிட்டவுடனே உடம்பு தரிக்காதே. கழுவின கை உலர்றதுக்குள்ளாற அத்தான் வீட்டிலே போய் நிப்பீங்களேன்னு கேட்டேன்."

"அத்தான் ஊரிலே இல்லே."

"எந்த ஊருக்கு?"

"எங்கியோ, ஆடுதுறை, மாயவரம், மண்ணாங்கட்டி! போயேன்."

லக்ஷ்மி அவனை உற்றுப் பார்த்தாள். "மண்ணாங்கட்டின்னுகூட ஊரு இருக்குதா என்ன?"

"எல்லாம் இருக்கும்."

"ஏன் இப்படி?"

"எப்படி?"

"அத்தான்கிட்ட இத்தனை அலுப்பு வருவானேங்கறேன்."

"எனக்கென்ன அலுப்பு?"

"இது என்னவாம்?"

"நம்மோட பேசறதுக்கெல்லாம் அவனுக்கு நேரம் எங்கே இருக்கு இப்ப?"

"நேரம் இருக்கிறப்பெல்லாம் உங்களோடதானே பேசிக்கிட்டிருக்காரு?"

"க்கும்!"

"என்ன க்கும்?"

"அவனுக்குப் பேச எத்தனையோ பேர் இருக்காங்க– செங்கம்மா இருக்கா, பொன்னுசாமி இருக்காரு ரிடயர்ட் அக்ரிகல்சுரல் ஆபீசர்... நம்மோட ஏன் பேசணும் அவன்?"

லக்ஷ்மி அவனை அசையாமல் சிறிது நேரம் பார்த்தாள். அந்தப் பார்வையை வாங்கிக்கொள்ள முடியாமல் அவன் முகத்தை வேறுபுறம் திருப்பிக்கொண்டான்.

"எங்கிட்டதானே இந்த மாதிரி பேசுவீங்க?" என்றாள் அவள், அவன் திரும்பினான்.

"அப்படீன்னா?"

"இப்ப சொன்னீங்களே ஏதோ ஒரு குரல்லே, அந்த மாதிரி வெளியிலே போய் யார்கிட்டேயும் சொல்ல மாட்டீங்களே?"

நரசிம்மன் சிறிது நேரம் அவளையே பார்த்தான். அவள் கண்ணில் கோபம் படர்வதைப் பார்த்து அவன் நெஞ்சும் ஒரு துள்ளு துள்ளிற்று. சிறிது நேரம் அப்படியே பார்த்துவிட்டு ஊஞ்சல் சங்கிலியிலிருந்து கையை எடுத்துக்கொண்டே அவள் அடுக்களையைப் பார்க்க நடந்தாள்.

"என்ன!" என்றான் அவன்.

"இந்த மாதிரி யார்கிட்டேயும் பேசவாண்டாம்னு சொன்னேன்."

"இந்த மாதிரி சமயம் வந்தால் பேசாம என்ன செய்யறது?"

"எந்த மாதிரி?"

"இத்தனை படிப்புக்கும் சொத்துக்கும் தகுந்தாற்போல் புத்தி யிருக்கணும்... எதுக்கெடுத்தாலும் அவ மூஞ்சியை பார்த்துக்கிட்டு நிக்கிறான்."

"எல்லாரும் பெஞ்சாதியை மேக்கரிச்சுகிட்டே இருப்பாங்களா?"

"பொஞ்ஜாதியை மேக்கரிக்கலாம் சமையக்காரி காலடியிலே உக்காந்துகிட்டு, அவ மூஞ்சியைப் பார்த்துக்கிட்டே இருக்க வாண்டாம்..."

லக்ஷ்மி திக்கிப் போனதுபோல் நின்றாள். திறந்த உதடு அப்படியே நின்றது. பத்து விநாடி கழித்துச் சொன்னாள்:

"அவ சமத்தா இருக்கா. சமத்தாப் பேசறா. ஒண்ணு ரண்டு அவ நல்லதாச் சொல்லி அதைக் கேட்டுட்டா, காலடியிலே கிடக்கறாங்கன்னு அர்த்தமா?"

"அது என்ன அர்த்தமோ?"

"நம்ம சாகுபடிக்கும் சேத்துத்தான் அவங்க செலவு பண்ணிக் கிட்டு வராங்க. பொன்னுச்சாமி நம்ம நிலத்தையும் சேத்துத்தான் புதுசா என்னென்னமோ பண்ணிக்கிட்டிருக்காரு. இந்த மாதிரி யெல்லாம் நாம பேசறது சரியில்லை."

“நான் இப்ப செய்யச் சொல்லலியே. அவன்தானே வந்து நம்மைத் தன்னைக் கட்டினான்.”

“தன்னைக் கட்டினா என்ன? பழனிவேலு மாதிரி வாண்டாம்னு சொல்லியிருக்கணும். ஆரம்பத்திலேயே பிடிக்க அவன் நான் உன்னோட விரோதின்னு கச்சத்தை இழுத்துக் கட்டிக்கிட்டு, என் கிட்டக்க வராதே வராதேன்னு ஒதுங்கிக்கிட்டான். ஒண்ணு அந்த மாதிரி செய்யணும் இல்லே, பேசாம இருக்ணும்.”

“நான் இவ்வளவு மோசமாப் போவான்னு எதிர்பார்க்கலியே, அப்ப..?” என்று வரண்ட குரலில் குமைந்தான் நரசிம்மன்.

“என்ன மோசமாப் போய்ட்டாரு இப்ப?”

“நீ போய்ப் பார்த்தால்ல தெரியும்?”

“எதை?”

“அவன் குழையறதைத்தான் அவளைக் கண்டுட்டா என்னமோ அஞ்சுமுகமும் குத்து விளக்கை ஏத்தி வச்சாப்பல அவன் மலர்ந்து போறதையும் பேசறதையும்...”

“எனக்கு ஒண்ணும் அப்படித் தெரியலியே! நானும் எத்தனையோ தடவை அவருக்கு முன்னாலே அவளைப் பார்த்திட்டுத்தானே இருக்கேன்.”

“உனக்குக் கண்ணு இல்லே.”

“கண்ணு இருக்கே உங்க கண்ணு மாதிரிஇல்லே.”

“அப்பன்னா நான் பொய் சொல்றனா?”

“பொய் சொல்லலே. உங்க கண்ணுக்குத் தப்பாப் பட்டுதுன்னா?”

“நீ இப்ப என்ன, இங்கிலீஷிலே பேசறியா? ஆளுக்குக் கூலி அளந்து கொடுக்கிறது, சாமான் வாங்கியாறச் சொல்றது, கணக்கு எழுதறது, பணம் எடுத்துக்கொடுக்கிறது, வரவு செலவு பண்றது—எல்லாம் செங்கம்மா நாச்சியார்தான் அங்கே.”

“இருந்தா என்னவாம்?”

“என்னவாம்... முண்டம் முண்டம்!” என்று பல்லைக் கடித்தான் நரசிம்மன். “இதபாரு. உனக்குத் தெரிஞ்சா ஏதாவது பேசு. சும்மா எதிர்த்து எதிர்த்து வாயாடிக்கிட்டு நிற்காதே.”

“நான் வாயாடவா செய்யிறேன் இப்ப?”

“இது என்ன?”

"உங்க மனசு போறதைப் பார்த்து எனக்குப் பயமாயிருக்கு, ஏதோ சொல்றேன். வாயாட எனக்கென்ன ஆசையா? என்னக்கி உங்களோட இப்படியெல்லாம் பேசிகிட்டு நின்னுருக்கேன்?"

"– – –"

"இந்த மாதிரி நினைப்புக்கு இடம் கொடுத்தா வளர்ந்துகிட்டே வரும். அது அப்புறம் நெசம்னே தோண ஆரம்பிச்சுடும்."

"அத்தனை புரிஞ்சிக்காத மட்டின்னு நெனச்சியா என்னை? அவ கூடத்திலே வந்து நின்னாலே, இவன் வாயெல்லாம் பல்லாயிடுதே."

"அவளை யாரு பார்த்தாலும் பல்லாத்தான் ஆயிடறாங்க" என்று அவள் சொன்னதும், அவளை முறைத்துப் பார்ப்பதா, குனிந்துகொள்கிறதா என்று புரியாமல் இரண்டு மூன்று விநாடி திணறினான் நிரசிம்மன்.

"அவ அப்படியிருக்கா, அதனாலே யாரு பார்த்தாலும் அப்படி ஆயிடறாங்க. ஊர்ப் பொம்பளைங்களுக்கு அவளை வேலை வாங்கத் தெரியுது. ஆனா அவளைப் பார்த்தா அசிகையாயிருக்கு. ஆம்பிளைங்களுக்கானா, எவனையோ போய் கட்டிக்கிட்டாளேன்னு சாமியே கரியைப் பூசினாப்பல வேதனையா இருக்கு. இந்தக் கிழட்டு அம்பாகடாட்சம் ஐயாறு முதலியாருக்கே அவளைப் பார்த்தா மூஞ்சியிலே அஞ்சு முகமும் ஏத்திக்கலெ நீங்க சொல்றாப்பல? இப்ப தனியா இல்லாம, ஒரு பெரிய மனுஷன் வீட்டிலே கட்டும் காபந்துமா ஆனவுடனே எல்லாருக்கும் கோபம் வருது. வீட்டோட இருந்தா கொல்லைப் பக்கம் பல்லுத் தேய்க்க வருவா, மாடு கறக்க வருவா, கொல்லைப் பாதையிலே என்னமோ வயலுக்குப் போறாப்பல குறுக்கியும் நெடுக்கியும் போய் பார்த்துக்கிட்டே போய்க்கிட்டிருப்பாங்க. என்னமோ ஆளைக் கூப்பிடறாப்பல அவ வீட்டுக் கொல்லைக்கு நேர நின்னுட்டு, கிழக்கேயும் மேற்கேயும் பார்த்துக் குரல் கொடுப்பான் இந்தத் திருநாவு, அப்பூதி ரண்டு பேரும். இப்பதான் சமையப் பண்றேன்னு வேறே எங்கியோ போய் அடைஞ் சிட்டா. கொல்லைப் பாதையிலே நடந்து பிரயோசனம் இல்லே. கோபம் வருது" என்று சொல்லிக்கொண்டே அடுக்களைக்குள் போய்விட்டாள் லக்ஷ்மி.

நரசிம்மனுக்குச் சிறிது நேரம் பேச்சு எழும்பவில்லை. லக்ஷ்மி குறிப்பிட்ட அத்தனை ஆண் பிள்ளைகளின் கூட்டத்தில் தானும் இருக்கிறோமா என்று அவனையறியாமல் ஒரு சந்தேகம். அந்தத் திகைப்பையும் குழப்பத்தையும் பார்த்து விடுவித்துக்கொள்வதற்குள் அவள் அடுக்களைக்குள் மறைந்துவிட்டாள்.

அவனுக்குக் கோபம் வந்தது. வருத்தமாகவும் இருந்தது.

“இப்படி வாயேன்” என்று கூப்பிட்டான்.

தேய்த்துக் கழுவின டம்ளர் ஒன்றைத் துணியால் துடைத்துக் கொண்டே வந்து நின்றாள் அவள்.

“நீ யாரைச் சொன்னே இப்ப? ஊரிலே இருக்கிறவங்களையா? இல்லே...” என்று முடிக்காமல் நிறுத்தினான். குரல் அமைதியாக இருந்தது.

“ஊரிலேதான் சொல்றேன் பித்துப் பிடிச்சு அலையறவங் களை ... ஏன்?”

“இல்லே, என்னையும்தான் சொல்றியோன்னு பார்த்தேன்.”

“எனக்கு என்ன பொறாமையா, ஆங்காரமா, இல்லாததையும் நம்பாததையும், இருக்கிற மாதிரியும் நம்பற மாதிரியும் பேசறதுக்க?” என்று சிரித்தாள் லக்ஷ்மி.

“பொறாமை, ஆங்காரம் என்ன இதெல்லாம்?” அவளுடைய சிரிப்பைக் கண்டு அவன் கோபம் சற்று விம்மிற்று.

“ஆமாம். சிநேகிதன்னா நீங்க என்னமோ உங்க சொத்து மாதிரி நினைச்சிக்கிறீங்க. பெண்டாட்டி சொத்தா இருக்கிறது போதாதுன்னு சிநேகிதனும் உங்களோடதான் பேசணும், உங்களோடதான் வெளியே போகணும், உங்க யோசனையைத்தான் கேட்கணும், உங்க மூலமாகத்தான் அவனோட மத்தவங்க பேசணும்னு நெனைச்சிக்கிட்டா முடியுமா? நீங்க என்னமோ நெனைச்சிக்கிட்டு, பொறாமைப்பட்டா முடியுமா? அவரும் மனுஷன்தான்.”

“நான் இப்ப உங்கிட்டதானே சொன்னேன். ஊரேல்லாமா சொல்லிக்கிட்டிருக்கேன்.”

“அதைத்தான் நானும் சொன்னேன். நீங்க கேக்கலே வளர்த்துக்கிட்டே போய்ட்டீங்க.”

நரசிம்மன் குழந்தை மாதிரி ஆகிவிட்டான் இப்போது. மன்னிப்புக் கேட்கிறாற்போல் பேசவும் கூச்சமாயிருந்தது. கணவன், வயது—இரண்டும் குறுக்கே நின்றன.

“அப்படின்னா நான் சொன்னதை நம்பலே நீ?” என்று அவள் அருகில் சென்று அவளை அணைத்துக்கொண்டே கேட்டான்.

“நீங்களே நம்பலையே!”

அதைக் கேட்டதும் அவனுக்கு என்னமோ குளிர்விட்டாற் போலும் ஒரு திகைப்பும் சந்தோஷமும் உள்ளே புகுந்தாற்போலும் இருந்தது.

"விடுங்களேன். குழந்தை முழிச்சிக்கப் போவுது!" என்று விடுவித்துக்கொள்ள முயன்றாள் லக்ஷ்மி.

திரும்பிப் பார்த்த நரசிம்மன் மகன் புரண்டு அவர்கள் பக்கம் திரும்பிப் படுப்பதைக் கண்டான். விலகி மீண்டும் ஊஞ்சலில் வந்து உட்கார்ந்துகொண்டான்.

"ஏன் உட்கார்ந்துட்டீங்க?"

"ஏன்?"

"போய் உங்க அத்தான் வந்தாச்சா பார்த்துட்டு வாங்களேன்!"

"எதுக்கு?"

"சும்மா கொஞ்ச நேரம் பேசிட்டுவரது."

"இத்தனை நாளிக்கு மேலே என்ன?"

"அவரு ராத்திரி தூங்கறதில்லேன்னு சொன்னீங்களே."

"ஏன் இப்படி விரட்றே என்னை?"

"விரட்டலே. ஏதோ தப்பா ஒரு எண்ணம் வந்தது. நல்ல வேளையாத் தொலைஞ்சும் போச்சு, இந்த சூட்டோட அவுங்க ளோட வாயா வார்த்தையா பேசிட்டு வந்தா சரியாய்ப்போயிடும்."

அதுவும் நல்லதாகத்தான் பட்டது நரசிம்மனுக்கு. எழுந்து வெளியே வந்தான்.

சிறிது நேரம் லக்ஷ்மியைப் பார்க்காமல் இருந்தாலே நல்லதெனத் தோன்றிற்று அவனுக்கு கண்யக் குறைவான எதையோ சொல்லிவிட்டதுபோல் உள் மனம் தலைகுனிவோடு சிரமப்பட்டுக் கொண்டிருந்தது. பூவராகனை எப்படியாவது பார்த்துப் பேசினால்தான் இந்த உளைச்சல் தீரும்போல்இருந்தது.

12

பூவராகனின் வீட்டு வாசல் கொட்டகையில் கார் இல்லை கட்டில்களும் வெறுமே கிடந்தன. பொன்னுச்சாமியுடன் போனவன் இன்னும் திரும்ப வில்லை போலிருக்கிறது. உள்ளே கூடத்தில் விளக்கு எரிவது தெரிந்தது. கணேசபிள்ளையின் பேச்சுக் குரலும் கேட்டது. செங்கம்மாளும் அவரும் இன்னும் வீட்டுக்குப் போகவில்லைபோலிருக்கிறது.

காற்று குளிர்ந்து வீசிக்கொண்டிருந்தது. மார்கழி மாதக் குளிர் சற்றைக்கொருமுறை குத்துவது போலிருக்கும். அந்த வாடையில் ஏதோ கார் வருவதுபோல் தொலைவில் கேட்டது. பூவராகன் வருகிறானோ என்று தெருக்கோடிவரை சென்று திரும்பி, சாலையைப் பார்க்க நடந்தான் நரசிம்மன்.

சாலையையும் ஊரையும் இணைத்த பழைய தென்னங்கட்டைப் பாலம் இப்போது இல்லை. மூன்று பார வண்டிகள் பக்கத்தில் பக்கத்தில் நிற்கலாம்—அந்த அகலத்திற்கு ஒரு சிமெண்டுப் பாலமே வந்துவிட்டது. அதுவும் பூவராகன் கட்டினது தான். வந்த புதிதில் மராமத்து இலாகாவுக்கு பூவராகனும், நரசிம்மனும் ஏழெட்டு நடை போய் விட்டு வந்தார்கள். ஏழாவது நடையில் பாலம் இந்த வருஷத்து வரவு செலவுத் திட்டத்தில் சேர்க்கப் படவில்லை என்றும், தண்ணீர் வடிந்த பிறகு இன்னும் எட்டு ஒன்பது மாதம் கழித்துத்தான் கவனிக்க முடியும் என்றும் எஞ்ஜினீயர்கள் கையை விரித்தார்கள். அதற்குள் இரண்டு மாதமாகிவிட்டது. கடைசியில் பூவராகனே, சொந்தமாக தொழில் நடத்துகிற ஓர் எஞ்சினீயரைக் கூப்பிட்டு வேலையை ஆரம்பித்தான். ஊருக்குத் தெற்கே கோயில் வேலை ஆரம்பித்த கையோடு வடவண்டைப் புறத்தில் இந்த வேலை ஒரு மாதத்தில் முடிந்துவிட்டது. அதிகாரிகள் தவறாக நினைத்துக்கொள்ளப் போகிறார்களே

என்று அவர்களுக்கும் தெரிவித்து செலவையெல்லாம் தானே ஏற்றுக்கொள்வதாகச் சொல்லி எஞ்சினீயரையும் ஊருக்கு வரும்படி அழைத்துவிட்டும் வந்தான். அவரும் ஒருநாள் வந்து டிபன் காப்பி எல்லாம் சாப்பிட்டுவிட்டு, இதுதான் உண்மையான கிராம சுயராஜ்யம் என்றும், சர்க்காரை எதிர்பார்க்காமல் தானே செய்துகொள்வதுதான் உண்மையான குடிமை என்றும் எவனும் தன்னைத் தானேதான் உயர்த்திக்கொள்ள முடியுமே தவிர, வெளிக் கைகளை எதிர்பார்ப்பது அழகல்ல என்றும் பகவத் கீதையிலிருந்து, ஒரு சுலோகத்தையும் நிமிர்ந்து நின்று சொல்லிவிட்டுத் திரும்பிப் போனார்.

அந்த ஞாபகத்தில்தான் செங்கம்மாளுக்கும் இந்த மாதிரி ஊர்ச் சாகுபடியையே தன் தலையில் போட்டுக்கொள்ளுமாறு பூவராகனிடம் சொல்லத் தோன்றிற்றோ என்னவோ?

பாலத்தின் கட்டைச் சுவர்மீது நரசிம்மன் உட்கார்ந்து கொண்டான். வாய்க்காலில் நீர் அரித்தாற்போல ஓடிக்கொண் டிருந்தது. தெரு விளக்கைப் போலவே ஊர்ப் பாதைக்கு வழிகாட்டும் மின்சார விளக்கும் ‘இதோ பாலம்’ என்று மாத்திரம் சூசனையாகக் காட்டுவது போல், கண்வலி வந்த கண்ணைப் போல கொசுவும் பூச்சியும் மொய்க்க மங்கிச் சோர்ந்து மினுங்கிக்கொண்டிருந்தது. அதைவிடப் பிரகாசமான ஒளிபோல ஒரு பளீர் நீலப் பொட்டு சாலையின் அந்தப் பக்கத்தில் வேலிக்காலில் மெதுவாக நகர்ந்துகொண்டிருந்தது.

மனைவி பேசினதெல்லாம் நினைவிற்கு வந்தது நரசிம்மனுக்கு. பூவராகன் தன்னைக் கேட்காமல் வேறு யார் யாரையோ யோசனை கேட்பதுதான் அவனை அரித்துக்கொண்டிருந்தது. லேசான பொறாமையும், ஒதுக்கப்பட்ட கோபமும்தான் அவனை என்னென்னவோ பிதற்றுகிற மாதிரி செய்துவிட்டன. மனைவி அதை எடுத்துக் காட்டியபோதுதான் அவனுக்கே அது புரிந்தது. அசட்டுத்தனமாக எதையோவெல்லாம் உளறிவிட்டோமே என்று நாணம் கவிந்துகொண்டது. மனைவியின் மதிப்பில்கூட வெகு வாழ்வாக இறங்கி இருப்போமோ என்று ஒரு பயத்திலும் அவமானத்திலும் பாலத்தில் உட்கார்ந்திருந்த அந்த முகம் சுளித்துக்கொண்டது. ‘ச்சீ!’ என்று வாயும் முணுமுணுத்தது.

சாலையில் கார் வெளிச்சம் தூரத்தில் தெரிந்தது. வீசியடித்த அந்த வெளிச்சத்தில் ஓர் உருவம் நடந்து வருவதும் தெரிந்தது. சிறிது நேரத்தில் உருவத்தைக் கடந்துகொண்டு முன்னே வந்தது வெளிச்சம். கார் இல்லை, ஏதோ லாரி. சிறிது நேரத்திற்குள் பாலத்தைக் கடந்துகொண்டே சாலையில் தன் வழி போயிற்று அது. இரண்டு நிமிஷத்திற்கெல்லாம் நடந்து வரும் வருவமும்

அருகே வந்துவிட்டது. பாலத்தருகே வரும்போதுதான் அது பழனிவேலு என்று தெரிந்தது.

"யாரு?" என்றான் பழனி.

"நான்தான்."

"சிங்குவா?... எங்கே இத்தனை நேரத்திற்கு மேலே மதகிலே வந்து உட்கார்ந்திருக்கிறே" என்று ஒரு கையில் குச்சியும் இன்னொரு கையில் இரண்டு புத்தகங்களும் பத்திரிகைகளுமாக நின்றான் பழனி.

"சும்மாத்தான். தூக்கம் வல்லே. இப்படி வருவமேனு வந்தேன். பூவு மாயவரம் போயிருக்கிறானாம். கார் வெளிச்சம் தெரிஞ்சுதே. அது அவன் காரோன்னு பார்த்தேன். லாரி."

"ஆமாமா, லாரிதான்."

"எங்கே போயிட்டு வராப்பல?"

நரசிம்மன் அதைக் கேட்க வேண்டிய அவசியம் இல்லை. பழனிவேலுவை ஊரில் பார்க்கவே முடியாது. அவனுக்கு வீடும் குடும்பமும் நிலமும் ஆறுகட்டியிலிருந்தனவே தவிர, அவன் மனசு, பாசம் எல்லாம் அடுத்த ஊரில் குடியிருந்தன. காலையில் வயலுக்குப் போகிறவன் வந்து பலகாரம் பண்ணியவுடன், ஒரு நடை அடுத்த ஊருக்குப் போய்விட்டு, உச்சிப் பொழுதுக்குத்தான் திரும்புவான். மாலையில் சாப்பிடுவதற்கு முன்போ பின்போ ஒரு நடை போய் உட்கார்ந்து இரவு படுக்கத்தான் திரும்புவான். பெரிய இடங்களில் பழகி பழக்கப்பட்டவன் என்ற தோரணையில் தான். ஆறுகட்டி ஆத்மாக்களோடு அவன் பேசும் பேச்சு, நடவடிக்கையெல்லாமே மேலே இருந்து கீழே பார்க்கிறாற்போல, தட்டிக் கொடுக்கிறாற்போல இருக்கும்.

"கடம்பங்குடிக்குத்தான் போய்ட்டு வரேன். சாமிநாதப் பிள்ளை சின்ன மருமவன் வந்திருக்கிறான். போன வாரம்தான் அமெரிக்காவில் இருந்து திரும்பி வந்தானாம். நாளைக்குப் போறானாம் திரும்பி மெட்ராசுக்கு. 'வாங்களேன் ஒழிஞ்சாப்பல, ரண்டு மணியாவது பேசறாப்பல'ன்னு காலமேயே துளைச்சு எடுத்தான். அதான் போயிட்டு வரேன். இப்பவும் விடலே, காலை யிலே போகலாமேன்னான். முடியாதுராப்பான்னு வந்தேன்."

"ஆமாமா, சொன்னாங்க. ஆறேழு மாசமாச்சுல்ல போயி?"

"ஒரு வருஷம் ஆச்சு!"

"எதுக்குப் போனாராம்?"

“ஏதோ அவங்க இலாக்கா சம்பந்தமாவே ஒரு பயிற்சியாம். முடிச்சிக்கிட்டு வந்திட்டான். அதெல்லாம் சொல்லிக்கிட்டிருந்தான். எனக்கும் நேரமே தெரியல்லே. அதுவும் நல்ல பையனா இருக் கிறானா! பெருமை டம்பமெல்லாம் கிடையாது. பேச்சிலே ஒரு அளவு; காசிலே இருக்கிறாப்பல ஒரு சிக்கனம். என்ன இருந்தாலும் பரம்பரைப் பெரிய மனுஷன்னா பெரிய மனுஷன்தான். முப்பாட்டன் திருப்பாட்டன்னு தலைமுறை தலைமுறையாய் பெரிய மனுஷங்களா இருக்கிறவங்க. அத்தைப் பண்ணிப்பிடறேன் இத்தைப் பண்ணிப்பிடறேன்னு முந்திரிக்கொட்டை மாதிரி குதிக்கிறதில்லை. பரம்பரைக்குத் தகுந்தாப்பல ஒரு அழுத்தம், ஒரு அளவு. பார்க்கிறப்பவே இன்னும் இரண்டு மணி நேரம் உட்கார்ந்து பேசமாட்டமான்னுதான் இருக்கு” என்றான் பழனி.

“அழுத்தம், அளவெல்லாம் இருக்கறது சரி. ஆனா சாதாரணமா யிருந்து உழைச்சு சம்பாரிச்சவனுக்குத்தான் பணம் எப்படி எதுக்கெல்லாம் உதவும்னு தெரியும். பணத்தை சம்பாரிக்காம, பரம்பரையா அடைஞ்சவன்களுக்கு என்ன தெரியும்? ஊஞ்சலுக்கு வெள்ளிப்பூண் போடணும் பெரிய இடமாப் பார்த்துத்தான் பொண்ணு எடுக்கணும். கலியாணத்திற்குப் பெரிய மேளம்தான் வைக்கணும்–இதெல்லாம்தான் தெரியும். பணம் சம்பாதிக்கிறதுக்கு எத்தனை கஷ்டப்படணும்னு தெரியுமா? கூட இருந்து கஷ்டப் படறவங்க எல்லாருக்கும் கொடுக்கணும்னுதான் தெரியுமா? கஷ்டப்பட்டுச் சம்பாதிச்சுப் பணக்காரனா ஆறவனுக்கு பரம்பரையா இந்தப் பணம் நிக்கும்னு தெரியாது, நிக்கணும்னும் கவலைப்படவும் மாட்டான் பாதிப் பேரு” என்று நரசிம்மன் நிதானமாகச் சொன்னான். ஆனால் உள்ளே படபடப்பு விசிறிக்கொண்டிருந்தது.

“புதுசாப் பணம் வந்துதுன்னா எல்லாருமா நடுராத்திரியிலே குடை பிடிப்பாங்க? இல்லே புதுசாப் பணம் வந்தவன் எல்லோரும் தான் கிளம்பிடறானா ஊருக்கு அத்தைப் பண்ணிடறேன், இத்தைப் பண்ணிடறேன்னு முந்திரிக்கொட்டை மாதிரி..? நல்லது பண்றத்துக்கு முந்திரிக் கொட்டையாக் கிளம்பறதிலே ஒண்ணும் பிசகு இருக்கிறதாகவும் தெரியலியே எனக்கு!” என்று நரசிம்மன் மேலும் தொடர்ந்து பொரியத் தொடங்கினான். மூக்கு மலர்ந்தது. சற்று குரல்கூட ஏறிற்று. பூவராகனுக்கு ஒரு கணம் மனதில் தவறு நினைத்ததற்கு ஈடுகட்ட ஒரு சந்தர்ப்பத்தை விதி உடனேயே கொண்டுவிட்டதுபோல் அவன் உடலுக்குள் ரோசமும் சக்தியும் துள்ளத் தொடங்கின.

“பழனி! நான் இப்ப ஒண்ணுமே உன்னைக் கேக்கலே. எங்க போய்ட்டுவரேன்னு கேட்டேன். கடம்பங்குடிக்குன்னு

சுருக்கமா ஒரு வார்த்தையிலே பதில் சொல்லியிருக்கலாம். பரம்பரைப் பெரிய மனுஷன் யாரு, புதுப்பணக்காரன் யாருன்னு நான் ஒண்ணுமே கேக்கலே, சரி, சொல்லத்தான் சொன்னே, சாமினாதபிள்ளை மருமவன் குணத்தோட நிறுத்தியிருக்கலாம். பரம்பரை பணக்காரன்தான் பெரிய மனுஷன்னு நீ சித்தாந்தம் பண்ணி வச்சுக்க, நான் வாண்டாம்னு சொல்லலே. எதுக்காக மத்தவங்களை ஜாடைமாடையாக் குத்த ஆரம்பிச்சேன்னுதான் புரியலே. நீ யாரைச் சொல்றேன்னு எனக்குப் புரியாதுன்னு பேசினியா?"

நரசிம்மனுக்குக் குரல் முன்னைவிட உயர்ந்ததே ஒழிய அப்படி வெகுதூரம் கேட்குமாறும் உயர்ந்துவிடவில்லை. குரலில் நிதானமும் தவறிவிடவில்லை.

"நான் யாரைச் சொல்லிட்டேன் இப்ப?" என்று பழனி கேட்டுக்கொண்டே மதகின் மீது உட்கார்ந்துகொண்டான்.

"எங்க அத்தானைத்தான். எங்கிட்டப் பேசறப்ப... வேற யாரைச் சொல்றதுக்கு இருக்கு?"

"அப்படி நீ நினைச்சுக்கிட்டா நான் என்ன பண்ணுவேன்?"

"என்ன பண்ணுவேனா? பேசறதையும் பேசிட்டு நான் நினைக்கப்படாதுங்கறியே பழனி! பழுதைன்னும் மிதிக்க முடியலே உன்னை, பாம்புன்னும் ஒதுங்க முடியல்லே. பரம்பரைப் பெரிய மனுஷனோடல்லாம் பழகிட்டுவரே! ஆனா அந்தக் குணம் ஒண்ணுகூட உங்கிட்ட ஒட்டிட்டதாவே தெரியலியே!"

பழனி அதற்குப் பதில் சொல்லவில்லை. தூரத்தில் பார்த்துக் கொண்டே சற்று நேரம் உட்கார்ந்திருந்தான். பிறகு "சரி, நான் வரட்டுமா?" என்று எழுந்தான்.

"சரி வா. ஒண்ணு மட்டும் சொல்லிடறேன். பூவு உன் ஜோலிக்கே வர்றதில்லை. ஆனா நீ அவன் மேலே ரொம்பக் காயறாப்போலப்படுது. நிலத்திலெ என்னமோ புதுசாப் பண்ணிப் பார்த்துவிடணும்னு ஊருக்காகவே தானே செலவு பண்ணிப் பார்க்கலாம்னு கிளம்பினான். உனக்கு சேர்ந்துக்க இஷ்டமில்லே, அவனும் விட்டுட்டான்."

"ஆமா, எனக்காக இன்னொருத்தன் ஏன் செலவு பண்ணணும்! நான் என்ன கையொடிஞ்சு போனவனா?"

"சரி சரி, மத்தவங்க கையும் இப்ப ஒடிஞ்சு போயிடலே. ஒரே மாதிரியா இருக்கட்டுமேன்னு ஏதோ ஆரம்பிச்சான் அவன். நீ

ஒத்துக்கலே, அவனும் சரின்னிட்டான். நீதான் இப்படி ஏதாவது சொல்லி குத்திக்கிட்டேயிருக்கே. இனிமே இது வாண்டாம்."

"நான் குத்தவும் இல்லெ, கிளறவும் இல்லெ. இத்தினி பேருக்கும் சும்மா செலவு செய்யறேன்னு யாரும் கிளம்ப மாட்டாங்களேன்னு ஒரு சந்தேகம் எனக்குத் தோணிக்கிட்டேயிருக்கு. அதனாலெ ஏதாவது சொல்லி இருப்பேன். யாரைக் குத்தி என்ன ஆகணும் எனக்கு?" என்று விர்ரென்று அந்த இடத்தை விட்டு நகர்ந்தான் பழனிவேலு.

"என்னது!" என்று அவனைப் பார்த்துக் குரல் கொடுத்தான் நரசிம்மன்.

பதிலே வரவில்லை. வேகமாக நடந்துகொண்டிருந்தான் பழனி. அப்படியே பின்னால் ஓடிப்போய் அவனைக் கீழே தள்ளி மிதிக்க வேண்டும்போல் உடம்பெல்லாம் பறந்தது, அவனுக்கு. உண்மையாக அது செயலில் காட்டக்கூடிய, காட்ட வேண்டிய எண்ணம்தான் என்று அவனுக்கு அப்படி ஒரு தீர்மானம் வருவதற்குள், பழனிவேலுவின் உருவம் தெருவுக்குள், பொந்துக்குள் எலி நுழைவதுபோல் திரும்பிவிட்டது.

தோன்றின கணமே செய்து காட்டவில்லையே என்று பச்சாத்தாபமாக இருந்தது நரசிம்மனுக்கு.

இதை இப்படியே விட்டுவிடுகிறதா? அல்லது எலியை எப்படியாவது வெளியே கிளப்பி அடிக்கிறதா என்று குழம்பிக் கொண்டே பாலத்துக் கட்டை மீது உட்கார்ந்திருந்தான்.

ஊர் மண்ணை நினைத்து வெட்கமாக இருந்தது அவனுக்கு. சூதுவாதில்லாத ஜனங்கள் எனறுதான் இந்த வயலுக்கும் காற்றுக்கும் இடையே குடியிருக்கிறவங்களை நினைத்து பூவராகன் இங்கே வர முதலில் ஆசைப்பட்டிருப்பான். அவனை நினைத்தால் இன்னும் இரட்டைப் பங்கு வேதனை. எதற்காக, யாருக்காக, இப்படிக் கிடந்து அல்லாடுகிறான் அவன்!

இரண்டாம் போகம் சாதாரணமாக இல்லை. விவரம் தெரிந்த நாள் முதல் அவன் காணாத காட்சியாக வயல் வெளி யெல்லாம் ஒரே கோலாகலமாகக் கிளம்பியிருக்கிறது. நெல்லும் கதிரும் இப்படிச் சுமந்து வரமுடியும் என்று அவன் கண்டதும் இல்லை, நினைத்ததும் இல்லை. பிறவிக் குள்ளன் திடீரென்று வாட்டசாட்டமாகிவிட்டாற் போலிருந்தது. ஊட்டமும் வாளிப்பு மாக வளர்ந்த பெரிய இடத்துப் பெண் கருவுற்றிருப்பது போல் ஒரு தோற்றம் நரசிம்மனுக்கு அடிக்கடி வரும். ஆறுகட்டிக்கு அடித்த யோகத்தை நம்பத்தான் முடியவில்லை.

குளிர் வெடவெடவென்று நடுக்கிற்று. வாழைக் கொல்லை, வாய்க்கால் ஓரங்களிலிருந்து தவளைகள் முறைவைத்துக் கொரகொரத்துக் கொண்டிருந்தன. சிள்வண்டுகளின் அடங்கின இரைச்சலும், வேலி ஓரத்துச் செவ்வட்டைகளின் நீல ஒளியும், சாலை விளக்கின் கண் வலி மங்கலும், கொசு மொய்ப்பும் குளிரின் குத்தலும் பாலத்துச் சுவரின் சில்லுப்பும் லேசாக ஒரு வேதனையையும் இனம் புரியாத கவலையையும் அச்சத்தையும் வயிற்றுக்குள் பூசுவது போலிருந்தது. பழனிவேலு வேறு என்னமோ பூடகமாகச் சொல்லிப் போனதும் கோபத்தோடு ஒரு சிறு பயத்தையும் நரசிம்மன் நெஞ்சில் மூட்டிவிட்டது. அந்தத் தனிமையிலும் குளிரிலும் இரவிலும் அந்தக் கவலை பெரிய வடிவமாக உப்பிப்போயிற்று. பூவராகனுக்கு ஏதோ சங்கடம் வரப்போவது போலவும், அவன் பத்திரமாக ஊருக்குள் வந்து சேர்கிறவரையில் இந்த இடத்தைவிட்டு நகராமல் இருப்பதுதான் நல்லது என்றும் நரசிம்மன் பயந்து, கட்டையின் சில்லுப்பே கதியென்று உட்கார்ந்திருந்தான்.

பழனிவேலுவை நினைத்தபொழுது அவனுக்கு வயிற்றில் சற்று குமுறிற்று. எப்படி இத்தனை கோபத்தையும் காரணமில்லாமல் ஒரு ஜீவன் நெஞ்சில் வளர்த்துப் பேண முடியும்? பூவராகன் இவனுக்கு அப்படி என்ன செய்துவிட்டான்?

13

ஊர்க்காரர்கள் ஊர்ப் பொது மான்யங்களைப் பற்றிப் பேச ஆரம்பித்தால் குப்பை மேட்டு நாய்களைப் போலக் குரைக்க தொடங்கிவிடுவார்கள். ஒரு காரணமும் இல்லாமல் இருபத்தைந்து ஏக்கரா நிலங்கள் பல வருடங்களாகத் தரிசாகக் கிடந்தன. காரணம் மிகவும் அற்பம். திருநாவுவின் களத்துப் பட்டறையிலிருந்து ஒன்பது வருடங்களுக்கு முன்னால் இரண்டு மூட்டை நெல் திருட்டுப் போய்விட்டது. முதல் நாள் மாலை அவன் நெல்லை அம்பாரமாகக் குவித்து, அதன் கூம்பு வளைவு முழுவதிலும் திருநாவு என்று சாணிப்பால் குறிபோட்டு, தாள்களைப் போட்டு மூடிவிட்டு வீடு வந்து சேர்ந்தான். காலை யில் திரும்பிப் போய் பார்த்தபொழுது தாள்கள் அப்படியேதான் இருந்தன. எடுத்துப் பார்த்தபொழுது தான், சாணிப்பால் கோட்டில் நாவன்னாவையும், வுனாவையும் காணவில்லை. தெற்கிலும் மேற்கிலும் அம்பாரம் பள்ளம் கண்டிருந்தது. அளந்து பார்த்தால், வள்ளிசாக ஐம்பது மரக்காலைக் காணவில்லை. திருநாவுக்குப் பகீரென்றது. தனக்கு மட்டும் தெரியாமல், கூடவந்த இரண்டு ஆட்களுக்கும் தெரிந்துவிட்டதால், கோபத்தைவிட அவமானம் ஓங்கிற்று.

எல்லாருமிருக்கத் தன்னை மட்டும் யாரோ இளிச்சவாயனாக்கிவிட்டதை நினைத்து வயிற்றில் ஒரு தீ மூண்டு, அவன் புத்தி, விவேகம், நிதானம் – எல்லாவற்றையும் முடக்கிவிட்டது. களத்தில் நின்று கொண்டே கத்த ஆரம்பித்தான். “ஊருக்கு நாசகாலம் வந்திருக்குடா இனிமே இந்த ஊரு உருப்படவா போவுது!” என்று ஊரைப் பிடித்துக்கொண்டான். காது கேட்க முடியாத சொற்கள் வாயிலிருந்து கொப்பளித்து வந்தன. இன்னார் என்று வெளிப்படை யாகச் சொல்லாமல், ஆனால் இன்னார் என்று புரிந்து கொள்ளும்படியாக, ஊரில் ஒரு வீடு மிச்சமில்லாமல்

இழுத்து திட்டிக்கொண்டேயிருந்தான், சாபங்களை வாரி வாரி ஊர் மீது வழங்கினான். காலையில் களத்துக்கு வந்திருந்த ஐயாறு, அம்பாகடாட்சம், பழனி, அப்பூதி, வெளியூரிலிருந்து அறுப்புக்காக வந்திருந்த நாலைந்து உள்ளூர் மிராசுதார்கள்–இப்படி ஒரு பத்துப் பன்னிரண்டு பேர் அதைக் கேட்டுக்கொண்டே நின்றார்கள், அருகே வந்தார்கள், சமாதானம் சொன்னார்கள்.

“திருநாவு! திருட்டுப் போயிடுத்து. திருடினவன் யாருன்னு கண்டுபிடிக்கறத்துக்கு வகை பண்ணுவம். சகட்டு மேனிக்குத் திட்டினா, திருடன் அகப்படப் போறானா? எதுக்காக ஒருத்தன் பாக்கியில்லாம பாட்டு விட்டுகிட்டே இருக்கே?” என ஐயாவு முதலி அவனை ஆற அமரத் தணிக்கப் பார்த்தார். அது கருங்கல் மீது வீசின செங்கல்லாக உடைந்து, எல்லோர் மீதும் திரும்பி இறைந்தது. திருநாவு தணியவுமில்லை, நினைக்கவும் இல்லை. இன்னும் இரண்டு நாழிகை கத்தினான். ஒவ்வொருவராக இடத்தைவிட்டு நகர்ந்தார்கள். திருட்டுப் போன ஐம்பது மரக்காலுக்கும் அவன் திட்டின திட்டுக்களுக்கும் சரியாய்ப் போய்விட்டது என்று சொல்வது போலிருந்தது அவர்கள் போன போக்கு. தலையாரியையும் வெட்டியையும் ஊர்க்காவலை விட்டு நீக்க வேண்டும் என்று திருநாவு அன்று முற்பகல் பேசத் தொடங்கியபோதுதான் அது தெரிந்தது. ஆதிமூலம் அப்போது பட்டாமணியம் பார்த்துக்கொண்டிருந்த காலம்.

“நீ களத்திலே நின்னுகிட்டு கத்தினதைப் பார்த்தா நாங்களெல் லாம் சேர்ந்துல்ல உன் பட்டறையைக் களவாடினாப்பல இருந்தது!” என்றார் அவர்.

அதைப் புரிந்துகொள்ளாமல், “ஆமா, ஒரு இடத்திலே திருட்டுப் போச்சின்னா, ஊர்தான் பொறுப்பாப் பார்த்து செய்யறதைச் செய்யணும்” என்று தொடங்கினான் திருநாவு.

“அது சரி, அதுக்காக முன்னாலேயே ஊருக்குச் சாபம் கொடுக்கணுமா?”

“சரியா கவனிச்சிருந்தா திருட்டுப் போயிருக்குமா? வெட்டியான், தலையாரியெல்லாம் சரியான ஆளாப் போட்டிருந்தா, இப்படி நடக்குமா?”

“சரியான ஆளாப் போடல்லேன்னுதான் சத்தம் போட்டியா?”

“எனக்கு இந்தப் பேச்செல்லாம் வராது. முதல்லே இந்த வெட்டியையும் தலையாரியையும் நீக்கிவிட்டு வேற ஆளைப் போடுங்க.”

"நாலு பேரைக் கேட்டுல்ல செய்யணும் அதை. நான் ஊரை மதிக்காம இருக்க முடியுமா?"

"பின்னே என் நெல்லுக்கு என்ன ஆச்சு?" என்று திடீரென்று கத்தினான் திருநாவு.

"விசாரிச்சு காவல் சரியில்லேன்னா அபராதம் போடறேன். திருட்டுப் போன நெல்லைக்கூடத் திருப்பித் தரச் சொல்லலாம். வேலையை விட்டுத் தள்றதுன்னா முடியுமா? உன் பட்டறை களத்துக்கு நடுமையத்திலே இருக்கு? அத்தனை பட்டறையையும் தாண்டிக்கிட்டு உன் பட்டறையைக் கலைக்கிறதுன்னா, உனக்குப் பிடிக்காத பயங்கதான் யாரோ செஞ்சிருக்கணும். நேத்து தலையாரி சம்சாரத்துக்கு உடம்பு சரியில்லேன்னு மாயவரம் ஆஸ்பத்திரியிலே கொண்டுபோய்ச் சேக்கறத்துக்காகப் போயிட் டான். வெட்டியானுக்கு நல்ல நருட்டுக் காய்ச்சல். அத்தோட அவன் களத்திலே பரணிலே படுத்து மயக்கம் போட்டாப்பல தூங்கிப் போயிருக்கான். ரொம்பத் தாங்க முடியாம போனப்பறம் தான் மெதுவா நடந்து வீட்டுக்குப் போய் அம்மாக்காரியை அனுப்பிச்சிருக்கான். இந்தச் சமயம் பார்த்து, உன் பட்டறை கலைஞ்சிருக்கு. நெல்லுக்கு ஆசைப்படறவன் ஓரமாயிருக்கிற பட்டறையைக் கலைச்சிருப்பான். மூணு ஏக்கரா களத்து மேட்டிலே நட்ட நடுவிலே இருக்கிற உன் பட்டறையை வந்து ஏன் கலைக்கணும்? யாராவது வேண்டாத ஆள்தான் செஞ்சிருப்பான். தீர விசாரிச்சு ஆளைக் கண்டுபிடிக்கணும். திடுதிப்புனு வெட்டியானையும் தலையாரியையும் கழுத்தைப் பிடிச்சுத் தள்ளுன்னா?–"

"தெரியும்யா... அந்த ரெண்டு பயலுவளுக்கும் என்னைக் கண்டா அத்தனை மதிப்பு! அப்படி ஊரிலே இருக்குறவங்க பண்ணி வச்சிருக்காங்க."

"வெட்டியான்கூட மதிக்காம இருக்கிறதுக்கு நீ என்ன செஞ்சுப்பிட்டே? அவங்களைக் கிளப்பிவிட்டு, வேடிக்கை பார்க்கும்படியா ஊரிலிருக்கிறவங்களுக்கு உன் மேலே என்ன அத்தனை கோபம்?"

"பொறாமைதான்."

"பொறாமைப்படறத்துக்கு நீ அப்படி ஒண்ணும் எட்டுக் கண் வீட்டு எறியறாப்பலவோ, சொத்து சுதந்திரமாவோ சாமர்த்திய மாகவோ இருக்கறாப்பல தெரியல்லியேப்பா. நீ என் மாதிரி சாதுவாத்தானே இருக்குறே! இத பாரு, சும்மா நொந்துகிட்டே இருக்காதே! உனக்குக் கோபம் வந்துதுன்னா ஆளுங்களை

இன்னதுதான் பேசறதுன்னு இல்லாம திட்டக் கிளம்பிடறே. திட்ட ஆரம்மிச்சா கவிராயன் மாதிரி வார்த்தைகள்ளாம் அப்படியே நான் நான்னு உன் வாயிலே வந்து நர்த்தனமாடுது. பரம்பரையா நம்ம ஊட்டுக்கு வேலை செய்யறவனா இருந்தாலும், கீழ் வாரிசுங்களும் அப்படியே கேட்டிட்டிருக்குமா? இப்ப எல்லாரும் பள்ளிக்கூடம் போறவனுவ. ஸ்லேட்டு குச்சி எல்லாம் வச்சுக்கிட்டு எழுதறவனுக. எசமான் ரொம்ப பிரியமாத்தான் இப்படிக் கீழ்வாலக்கத்திலே திட்டறாருன்னு இவங்களுக்குப் புரியணுமே? உன் சொல்லுப் பொறுக்காம யாராவது பட்டறையிலே கை வெச்சிருப்பான் வீம்புக்கு!"

"நீங்க பேசறதைப் பார்த்தா, திருட்டுப் பயலே உங்களைக் கேட்டுக்கிட்டில்லே செஞ்சிருப்பான் போலிருக்கு... நல்லாருக்கே பட்டாமணியம் பார்க்கறது" என்று குறுக்கே விழுந்தான் திருநாவு.

ஆதிமூலம் சிறிது நேரம் உணர்ச்சியில்லாமல் அவனைப் பார்த்தார். "நீ இனிமே இப்படியே பேசிகிட்டுருந்தா அதுகூட நடக்கும்" என்று திண்ணையிலிருந்து எழுந்துகொண்டார். நறுக்கென்று எழுந்து தெருவிலிறங்கி, கிழக்கே பார்க்கப் போய் விட்டார்.

தலையாரியையோ வெட்டியையோ அவர் வேலையை விட்டு நீக்கவில்லை. அபராதம் போட்டார். அந்த வருடம் மானியத்தைக் கொடுக்க மறுத்தான் திருநாவு. ஊர்ப் பொதுவுக்காக தான் விட்டிருந்த பங்கை வழக்குப் போட்டுப் பிரித்து எடுத்துக் கொண்டான். அந்த வழக்குத் தீர ஒரு வருடம் ஆயிற்று. மற்றவர்களையும் கிளப்பிவிட்டான். ஆனால் அவர்களுக்குக் கோர்ட்டுக்குப் போகத் தைரியமுமில்லை, நேரமுமில்லை. மற்றத் தூண்டுதல்களுக்கு மட்டும் வளைந்து கொடுத்தார்கள். ஊர் மான்யங்களை அவன் திட்டுக்குப் பயந்து நிறுத்தினார்கள். பக்குவமாயிருந்த ஊர், இப்போது அளிந்துபோன வாழைப் பழமாகிவிட்டது. ஒன்றைத் தொட்டு ஒன்றாக வீம்பும் பிடிவாதமும் கிளைத்துக்கொண்டே வந்தன. ஊரிலே திருவிழாக் காப்புக் கட்டு நின்றது. சிவன் கோயில் உற்சவம் நின்றது. பெருமாள் கோயில் பூசையும் நின்றது. மான்யத் தொழிலாளிகள் மூன்று, நாலு பேர் ஊரை விட்டே வெளியேறினார்கள். இருபத்தைந்து ஏக்கர் நிலம் கேட்பாரற்றுத் தரிசாகக் கிடந்தது. கோரையும் களையும் மண்டி, பச்சை வயல்களுக்கு நடுவில் தலை சொட்டை விழுந்ததுபோல் ஆங்காங்கு பார்க்கும் கண்களை அராவிற்று.

ஒன்பது வருடமாக விழுந்த அந்தச் சொட்டையைக்கூட பூவராகன் நீக்கிவிட்டான். கலெக்டரையும் தாசில்தாரையும்கூட நாடாமல் தானே செலவுசெய்து செப்பனிட்டு, மான்யத்தைக் கொடுத்துவிடுவதாகச் சொல்லி எடுத்து நடத்த ஆரம்பித்தான். கலெக்டரும் தாசில்தாரும் நாலைந்து வருடம் முன்பு வந்து என்னென்னவோ சொல்லிப் பார்த்தார்கள். நடக்கவில்லை. அவர்கள் இருக்கிறவரையில் பேசாமலிருந்துவிட்டுப் போனதும் குப்பையைக் கிளறிக்கொண்டே சத்தம் போட்டுக்கொள்வார்கள். சில சமயம் குரைப்பது போலவே இருக்கும். தரிசாகப் போட்டால் சர்க்காரே எடுத்துக்கொண்டு நடத்தும் என்று சர்க்கார் அதிகாரிகளே சொல்லிப் பயமுறுத்திப் பார்த்தார்கள். அதைச் செயலில் காட்டமாட்டார்கள் என்று எண்ணமோ என்னவோ, அதற்கும் ஊர் அசைந்துகொடுக்கவில்லை.

பூவராகன் மற்றவர் நிலங்களுக்கு உரமும், புது விதையும் வாங்கிக் கொடுத்துவிட்டு கடைசியில் ஊர்ப் பொது நிலங்களைப் பற்றிப் பேச ஆரம்பித்ததுமே ஊர்க்காரர்கள் வழக்கமாக எழுப்புகிற குறையை எழுப்பாமல் வெறும் உறுமலாகத் தொடங்கிக் கடைசியிலே குழைவாக வாலை ஆட்டினார்கள். திருநாவு உட்பட எல்லோரும் மான்யப் பங்கை பூவராகனிடமே ஒப்படைத்ததைக் கண்டு நரசிம்மனுக்கு வியப்புத் தாளவில்லை... அந்த வியப்புக்குக்கூட மாற்றாகக் கடைசியில் ஒரு குரல் எழுந்தது. “என்னை விட்டுடுங்க” என்று சுருக்கமாகச் சொல்லிற்று பழனிவேலுவின் குரல்.

நரசிம்மன் ஆனமட்டும் அவனை அசைத்துப் பார்த்தான். அவன் மசிவதாகத் தெரியவில்லை.

“ஏன் அப்படிச் சொல்றே?”

“எனக்கு வாண்டாம்.”

“அப்ப, நீயாவது தரிசாப் போடாம உன் பங்கை சாகுபடி பண்ணுவீல்ல?”

“அதை நான் எப்படியோ செஞ்சுக்கறேன்... அப்ப நான் வரட்டுமா? எனக்கு வேலையிருக்கு” என்று திண்ணையில் உட்கார்ந்திருந்தவன், எழுந்து நின்றான், நரசிம்மனுக்கு விடை கொடுப்பது போல.

“எதுக்கும் கட்டுப்பட மாட்டேங்கறியேப்பா” என்று நரசிம்மன் உட்கார்ந்துகொண்டே சொன்னான்.

பதில் சொல்லாமல் உள்ளே போவதற்காக, அல்லது நரசிம்மன் எழுந்து போவதற்காகக் காத்து நின்றான் பழனி. "ம்" என்று ஒரு பெருமூச்சுடன் நரசிம்மனும் திண்ணையைவிட்டு எழுந்து தெருவில் இறங்கினான்.

ஊர் முழுவதிலும் என்றுமில்லாத ஒரு புதுப் பரபரப்பு ஆட் கொண்டிருந்தது. திண்ணை வம்புகளை வயல் வம்புகளாக மாற்றிவிட்டிருந்தார் பொன்னுசாமி. இரண்டொரு நாளைக் கொரு தடவை ஏதாவது புத்தகம், கடுதாசி, பத்திரிகை என்று கொண்டு கொடுப்பார். தானே போயும் கொண்டு கொடுப்பார். ஆதிமூலம் முதல் அந்தத் தலைமுறை, இந்தத் தலைமுறை இரண்டும் வரப்பும் கொல்லையுமே வீடாகக் கொண்டது போல நின்றுகொண்டிருந்தன. மருந்து தெளிக்கிறதும், எலி பிடிக்கிறதும், களை எடுக்கிறதும் உர 'ட்ரெஸ்'ஸுமாக அலைந்து கொண்டிருந்தன. பாட்டனும் முப்பாட்டனும் சொத்து என்று ஏதோ மண்ணைத் தலையில் கட்டிவிட்டாற்போல நினைத்து இத்தனை நாளும் தூங்கி வழிந்துகொண்டிருந்த அத்தனை பேரும் சவுக்கடி கொடுத்தாற்போல் பரபரத்துக் கொண்டிருந்தார்கள். பெற்றவர்கள் வேண்டாத வேலைக்காரனை சுமத்திவிட்டுப் போனாற்போல வேலையை மட்டும் வாங்கிக்கொண்டு உபசாரம் செய்துகொண்டிருந்தார்கள். அநாவசியச் சண்டை, தர்க்கம் எல்லாம் எங்கோ போய் ஒளிந்துகொண்டிருந்தன. மனத்துக்குள் நிரந்தரமாக ஒரு சந்தேகத்தை வைத்துக்கொண்டு ஒப்புக்குப் பேசுவது, சிரிப்பது, விசாரிப்பது இந்தப் பழக்கங்களைக்கூட ஊர் மறந்துவிட்டாற்போலிருந்தது. எல்லா மனங்களையும் ஒரு நூலில் சேர்த்தாற்போல் அத்தனை பேரும் ஒத்து ஆடிக் கொண்டிருந்தார்கள். நூலின் நுனியை பொன்னுசாமி ஆட்டுகிறாரா, பூவராகன் ஆட்டுகிறானா என்று கண்டுபிடிக்க முடியாமல் அந்த இரண்டு பேரும் நடந்துகொண்டிருந்தார்கள்.

பழனிவேலுதான் மூலையில் விழுந்து கிடந்தான்.

இத்தனை நாளாக அவன் ஒன்றும் சொல்லவில்லை. எப்போதும்போல 'பெரிய மனித'ப் பார்வையுடன், கடுகடுவென்று எதையும் பார்க்காமல் நடந்துகொண்டிருந்தான். இத்தனை பேரும் பைத்தியம் என்று நினைத்துக்கொண்டு அவன் நடப்பது போலிருந்தது. இந்தக் கோலாகலத்துக்கு நடுவில் இப்படி ஒரு சிடுமூஞ்சியிருப்பதைப் பார்த்து, நரசிம்மனுக்குச் சிரிப்பாக இருக்கும், பரிதாபமாக இருக்கும்.

ஆனால் இன்று அவன் சொன்னதைக் கேட்டு ஒரு பயமும் மூண்டுவிட்டது. இத்தனை பேருக்கு எதிராக அவன் என்ன செய்துவிட முடியும் என்று நினைக்கும்போது சற்று தைரியமாக இருக்கும். ஆனால் ஆறுகட்டி மண்ணில் பிறந்தவர்கள் மீது அடி மனத்தில் இருந்து ஒரு அவநம்பிக்கை மட்டும் அவனை விடவில்லை. அந்தக் குளிருக்கு நடுவில் பயமும் துணிவுமாக மாறி மாறி உதைத்துக்கொண்டு உட்கார்ந்திருந்தான். திடீர் திடீர் என்ற ஒரு வெறி வரும். பழனிவேலு சாலையில் நடந்து போவதுபோலவும், தானே அவனை வளைத்துக்கொண்டு நொறுக்கி கையையும் காலையும் முருங்கைக் குச்சியைப் போல மளக் மளக்கென்று முறித்துப் பந்தாகத் தூக்கி வயல் சேற்றில் எறிவது போலவும் ஒரு காட்சியை ஒரு இரண்டு நிமிஷம் தனக்குள்ளேயே பார்த்துக்கொள்வான். ஊரில் அத்தனை பேரையும் கூட்டி, ஊரோடு ஒத்துப் போவதற்காக அவனை விசாரித்துத் தீர்ப்பளித்து மேலக் குளத்துப் புளிய மரத்தடியில், காலில் கயிற்றைக் கட்டி அத்தனை பேரும் பார்க்கத் தொங்கவிடுவது போல் தோன்றும். இப்படிப் பல வதைகளைத் தன் மனதிற்குள்ளேயே அவன் பார்த்து உட்கார்ந்துகொண்டிருந்தபோது திடீரென்று சாலை மூங்கில் கொத்து மீது வெளிச்சம் தெரிந்தது. திரும்பிப் பார்த்தான். கார் வந்துகொண்டிருந்தது. கண்ணைப் பறித்துக்கொண்டே நெருங்கி வந்து பாலத்தில் திரும்பி சட்டென்று நின்றது.

“என்ன சிங்கு?” என்று பூவராகன் குரல் கேட்டது. “எங்கே இப்படி இந்நேரத்துக்கு?”

“தூக்கம் வல்லே. நீயும் மாயவரம் போயிருக்கியா? வர்ரியோன்னு பார்த்து உட்கார்ந்திருக்கேன். பொன்னுசாமி வல்லியா?”

“வேலை பாக்கியிருக்கு. முடிச்சிட்டு நாளைக்கு வரேன்னு தங்கிட்டாரு... உட்கார்ந்துக்கவேன், போவம்” என்று கதவைத் திறந்துவிட்டான் பூவராகன்.

“அவசரமா ... கொஞ்ச நேரம் இப்படித்தான் உட்கார்ந்து பேசுவோம்” என்றான் நரசிம்மன்.

“பேசலாம். வண்டிக்குள்ள உட்கார்ந்துதான் பேசலாமே. குளிருக்கு அடக்கமாயிருக்கும்.”

நரசிம்மன் ஏறி உட்கார்ந்துகொண்டான். என்ஜின் நின்றது. “என்னாத்துக்கு இந்தக் குளிர்லே வந்து உட்கார்ந்திருக்கே? வாடையா குத்துது.”

“நீ குளிரிலே யாருக்காகவெல்லாமோ அலையறப்ப, நான் வந்து உட்கார்ந்திருக்கப்படாதா?”

அதில் பதுங்கியிருந்த புகழ்ச்சியை கண்டு, வெட்கத்துடன் பேசாமல் உட்கார்ந்திருந்தான் பூவராகன்.

“ஏன் இப்படிக் கிடந்து அலையறே மாயவரத்துக்கும் ஆடுதுறைக்கும் பட்டணத்துக்கும்? நிம்மதியா உட்கார்ந்திருக்க உனக்கு என்ன குறைச்சல்?”

“நான் என்ன அலையறேன் இப்ப? என் வேலையைச் செஞ்சிட்டிருக்கேன். அதுக்கு கொஞ்சம் வெளியிலே போய்ட்டு வரவேண்டியிருக்கு. இதைக்கூடச் செய்யாட்டி எப்படி நிம்மதியா இருக்க முடியும்? நிம்மதின்னா என்னவாம்? பேசிட்டேயிருக்கிறதுதான் நிம்மதி. வேலை செஞ்சிட்டே யிருக்கிறதுதான் நிம்மதி. கவலைப்பட்டுக்கிட்டேயிருக்கிறதுதான் நிம்மதி. சும்மாவே இருந்துகிட்டு நிம்மதியாயிருக்கிறது தாயுமான சாமிக்கில்ல? நமக்கெல்லாம் எப்படி முடியும் அது?”

“உடனே ஏதாவது வேதாந்தத்துக்குப் போயிடறே!”

“வேதாந்தத்துக்குப் போக முடியாதுன்னுல்ல சொல்லிட் டிருக்கேன்! அலைஞ்சுக்கிட்டேயிருக்கறதுதான் நிம்மதின்னு சொல்ல வந்தேன். பூமி கீமியெல்லாம் சுத்தாமல் அப்படியே நின்னு போனா, எங்கே நிக்கமுடியும் அந்தரத்திலே? அந்த மாதிரிதான்.”

நரசிம்மன் பதில் பேசவில்லை. தவளைகள் கொரகொரத்தன. ‘க்ராச் க்ராச்’ என்ற ஒரு ஆந்தை அலறிற்று.

“என்ன சிங்கு? என்ன யோசனை?”

“நான் பூமி நிக்கறதைப் பத்தி யோசனை பண்ணலே. இந்தப் பழனிவேலுவைக் கையையும் காலையும் எப்படி ஓசைப்படாம முறிச்சுப் போடலாம்னு நெனச்சிட்டிருக்கேன்.”

“என்னது!”

“ஆமாம். அந்தப் பயலைக் கண்டா எனக்கு அப்படியே அப்படியே...” என்று முஷ்டியை மடக்கினான் நரசிம்மன்.

“உன்னை என்ன பண்ணினான் அவன்?”

“என்னைப் பண்ணலெ, உன்னைத்தான் ஏதாவது பண்ணிடு வானோன்னு பயமாயிருக்கு.”

“என்னை என்ன பண்ணறது? எதுக்காக? அவன் என்னோட பேசறதுகூட இல்லியே. தப்பித் தவறி சாலையிலே நான் நின்னுக்கிட்டிருக்கறப்ப, தூரக்க என்னைப் பார்த்தான்னா, ஏதோ காரியம் இருக்கிறாப்பல எங்கேயாவது கொல்லையைப் பார்த்து யாரையே கூப்பிட்டுகிட்டே திரும்பிப் போயிடறானே.”

“ஆனா எப்பவும் உன்னைத்தான் நினைச்சுக்கிட்டிருக்கான்னு தோணுது. சுருக் சுருக்குனு உன்னைப் பத்தி ஏதாவது சொல்லிக்கிட்டேயிருப்பான் போலிருக்கு. எந்தப் பேச்சுப் பேசினாலும், உன்னை வசை பாடறதுக்கு இடுக்கு பண்ணிக்கிறான்” என்று ஒரு மணி நேரத்துக்கு முன் நடந்ததையெல்லாம் சொல்லித் தீர்த்தான் நரசிம்மன்.

“என்னாத்தைச் செஞ்சிடப்போறான்? கடம்பங்குடியிலேதான் அவனுக்கு சிநேகிதம் பூரா. அங்கேபோய் என்னைப் பத்தித் திட்டிக்கிட்டிருப்பான். அட, ஜாஸ்தி போனா, ரண்டு வைக்கல் போரைக் கொளுத்திவிடச் சொல்லட்டும். இல்லை, நாலு ஆளை விட்டு திருட்டு அறுப்பு அறுக்கச் சொல்லட்டும். சரி, ரோட்டிலியே நின்னு திட்டட்டும். அவ்வளவுதானே.”

“இதுக்கு மேலே பெரிசா ஒண்ணும் உனக்குத் தோணலியாக்கும்?” என்றான் நரசிம்மன்.

“மடியிலே கனமிருந்தா வழியிலே பயம். எங்கிட்டே வேற என்ன இருக்கு?”

“பூவு, நானே உன்மேலே கொஞ்சம் சந்தேகப்பட்டு விட்டேனே – செங்கம்மா விஷயமா.”

பூவராகன் அதைக் கேட்டுச் சிரித்தான். பின்னால் சாய்ந்து கொண்டான்.

14

இருவரும் சிறிது நேரம் பேசவில்லை.

அந்த இருளில், வெகு தொலைவிலிருந்து தமுக்குச் சத்தம் லேசாகக் கேட்டது. அருகில் சுவர்க் கோழியும் தவளைகளும் இரைந்துகொண்டிருந்தன.

"ஏன் சிரிச்சே, பூவு?" என்று கேட்டான் நரசிம்மன்.

"நீ செங்கம்மாவையும் என்னையும் பார்த்து சந்தேகப்பட்டேங்கிறபோது சிரிக்காம என்ன பண்றது?"

"சிரிக்க என்ன இருக்கு இதிலே? கோபிச்சுக்க லாம்."

"நீயேன்னு சொல்லிக்கிட்டதை நினைச்சுத்தான் சிரிச்சேன்."

அவன், மேலே என்ன சொல்லப் போகிறான் என்று காத்து, பேசாமலிருந்தான் நரசிம்மன்.

"எனக்கே என் மேலே சந்தேகமாத்தான் இருக்கு... சிங்கு, நான் என்ன சொல்றது, எப்படிச் சொல்றதுன்னு புரியலே. சாதாரணமாப் பார்த்தா அவ, காரியக்கார கணேசபிள்ளை சம்சாரம். எல்லோரும் அப்படித்தான் தோணும். எனக்குக் கூட அப்படித்தான் தோணிக்கிட்டிருந்தது முன்னெல்லாம். இப்ப நான் அந்த மாதிரிப் பார்க்கலே அவளை. 'அவளை'ன்னு சொல்றதுக்குக் எனக்குக்கூட என்னமோ போல இருக்கு. 'அது'ன்னு சொன்னாத்தான் பொருத்தமாயிருக்கு. அவ ஆண்பிள்ளை இல்லே. ஆனா பொம்பளைன்னு நினைச்சுப் பேசவும் முடியலே என்னாலே. ஆனா என்ன பண்றது? பெண்ணாப் பிறந்துவிட்டா அவ. பெண்ணோட லட்சணங்கள், அடையாளங்கள், எல்லாம் அவளுக்கும் இருக்கு. ஆனா அவ பொம்பிளை யும் இல்லை, ஆம்பிளையும் இல்லே! எல்லாம்

சேர்ந்த அது. கணேசபிள்ளை அவளைப் பெண்டாட்டியாத்தான் ஆண்டுக்கிட்டிருக்கார். நானும் சமையக்காரியா வேலை வாங்கிட்டிருக்கேன். மனுஷனாப் பிறந்தா இதை எல்லாம் செஞ்சுதான் ஆகணும். கிருஷ்ணன் தேர் ஓட்டினான், திருடினான். ராமன் அழுதான், கோச்சுக்கிட்டான். எல்லாருக்கும் உடம்பு ஒண்ணுதான். உள்ளுக்குள்ள இருக்கறதுதான் எல்லாத்தையும் பிரிச்சு தனித் தனின்னு காமிச்சிட்டிருக்கு. செங்கம்மா இதையெல்லாம் மீறின ஜந்து. அதுக்கு ஒரே ஒரு நோக்கம்தான். எல்லாரையும் பிரியத்தினாலே கட்டி – அதாவது உலகம் முழுக்கப் பிரியத்தினாலெ அதைக் கட்டி அமுக்கி நசுக்கி அழிச்சுப்பிடணும். அகமுடையான் செத்துப் போனவுடனே ஒரு பொம்பிளையை எல்லாருமாச் சூழ்ந்து கட்டி நசுக்கறாங்க பாரு. இரக்கப்படறாப்பல அத்தனை பேரும் கட்டி அம்மி நசுக்கி சாக அடிக்கவே தயாராயிருப்பாங்க...”

“என்ன, இது பிரியத்தைப் பத்திப் பேசறப்ப, என்னமோ சொல்றியே?” என்று அதைத் தாங்க முடியாமல் குறுக்கிட்டான் நரசிம்மன்.

“இதுவும் அதுவும் ஒண்ணுதான். அழிவு எப்படி வந்தா என்ன? செங்கம்மாவுக்கு எல்லாரும் பிரியத்தினாலெ தன்னைச் சுத்தி அமுக்கி நசுக்கி அழிச்சு போடணும்னு ஆசை. அது நடக்கல்லே. அதைக் கண்டா எல்லாருக்கும் பொறாமயா இருக்கு. அதனாலே அதுதான் எல்லார் மேலேயும் தன் பிரியத்தையெல்லாம் கொட்டி கரைஞ்சு போய் அழிஞ்சு போயிடணும்னு பார்க்குது.”

“நீ சொல்றது எனக்குப் புரியலியே.”

“அது யாரையும் திருப்திப்படுத்தத் தயார்னு சொல்ல வந்தேன்.”

“எப்படி!”

“எப்படி வேணுமானாலும்.”

“எப்படி வேணுமானாலும்?”

“எப்படி வேணுமானாலும்.”

“என்ன பூவு இது?”

“ஆமாம்,”

“அப்படின்னா... இத்தனை பேர் சந்தேகப்படறது எல்லாம் தவறில்லை?”

“தவறுதான்.”

"என்ன இது!"

"எல்லாரையும் அது திருப்திப்படுத்தத் தயார்னுதான் நான் சொன்னேன்."

"தயாரா மனசை வச்சுக்கிட்டா என்ன? திருப்தி பண்ணினா என்ன? ரண்டும் ஒண்ணுதானே!"

"ஆனா... ஒரு புருஷனோடு இருந்து அவனுக்கு உண்மையாக இருக்கிறதாக வாக்குக் கொடுத்துவிட்ட பிறகு அப்படி மாற முடியாது, அது மாறாது. அது பொய் பேசாது. பொய்யா நடக்காது. கலியாணம் பண்ணிக்காம இருந்தா நீங்க நினைக்கிற மாதிரி, நான் இப்ப சொல்ற மாதிரி இருக்குமோ என்னவோ? ஆனா இப்ப அந்த மாதிரி மனசிலேகூட அதுக்குத் தோணாது. அப்படி ஒரு சத்தியத்தக்குப் பலி கொடுத்துக்கிற ஆத்மா அது. அதனாலே அதுக்கு உலகம் முழுக்க குழந்தையா ஆயிடுத்து. நான் வேணும்னா உனக்குச் சாட்சியம் சொல்லத் தயார்! எனக்குத் தலைவலி வந்து, தலையைப் பிடிச்சுவிட்டிருக்கு. இடுப்பு வலி வந்து, இடுப்பு, காலெல்லாம் பிடிச்சு விட்டிருக்கா. நீங்க நினைக்கிற மாதிரி எனக்கு ஒண்ணும் தோணல்லே. அது மாதிரி தோணியிருந்துன்னா, அது உடனே எழுந்து போயிருக்கும். இல்லே, 'ச்சீ பைத்தியம்'னு போசாம காலைப் பிடிச்சுவிட்டுகிட்டே இருந்திருக்கும்."

"பூவு, மறுபடியும் சொல்றேன். இதெல்லாம் எங்கிட்ட மாத்திரம் சொல்லு – எனக்கே என் மேலே நம்பிக்கையில்லே –"

"நீங்கள்ளாம் அந்த மாதிரி நினைப்பீங்கன்னுதான் அது நாலு பேர் பார்க்க இந்த உபசாரம் எல்லாம் பண்றதில்லே! கணேசபிள்ளையும் ரங்கநாயகியும் இருந்தா பேசாம அதுபாட்டுக்கு செய்துகிட்டிருக்கும்."

"கணேசபிள்ளைக்கு முன்னாலியா?"

"அவரு ஒருத்தர்தான் அதை முழுக்கப் புரிஞ்சுகிட்டவரு. ஏன்னா... அவரும் அதே வார்ப்புதான்."

"நீ ரொம்ப ஜாக்கிரதையாயிருக்கணும், பூவு."

"ரொம்ப ஜாக்கிரதையாத்தான் இருக்குறேன். இந்த தேசத்திலேயே ஜாக்கிரதையாத்தான் இருக்கணும். 'வயசு வந்த மகளா இருந்தா, அதோட தனியா இருக்காதே'ன்னு நீதி சாஸ்திரம் எழுதி வச்சிருக்கிற புண்ணிய தேசமாச்சே இது. ராவணன் சீதையைத் தூக்கிட்டுப் போறப்ப, சீதை ஒரு பக்க ஆபரணங்களெல்லாம் கயட்டிப் போட்டா, வானரங்க

மத்தியிலே விழுந்தது அது. பின்னாலெ ராமனும் லக்ஷ்மணனும் வந்தப்ப, லக்ஷ்மணன் சொன்னானாம். 'எனக்கு காது நகை தெரியாது, மூக்கு நகை தெரியாது, கை நகை தெரியாது – கால் கொலுசுதான் தெரியும்'னு. கற்புக்கனல், அருள் வீசற முகம் – அதைப் பார்க்கவே கூசினானாம் இவன், அவ்வளவு சுத்தாத்மா! ராமாயணம் எழுதின மகானா இந்த அசிங்கத்தை எழுதுவான்! பின்னாலெ வந்த நாட்டாமைக்காரன் எவனோ அப்படி சாமர்த்தியமாச் செருகியிருக்கிறான். ஆகா ஆகா எப்பேர்ப்பட்டவன், எப்பேர்ப்பட்டவன்னு எத்தனை ஆடுங்க தலையாட்டிக்கிட்டே வருது அன்னியே பிடிச்சு! சீதையை அசோகவனத்திலேருந்து பல்லாக்கிலே ஏத்திக்கிட்டு வரப்ப, 'எல்லாரும் பாக்கட்டும், திரையை விலக்குங்கடா'ன்னு ராமப்பிரபு உலகத்துக்கு அந்த அருளைப் பளிச்சுனு திறந்து காமிச்சான். லக்ஷ்மணன் கால் நகைதான் தெரியும்னு சொன்னானாம். அத்தனை அயோக்கியனா அவனைப் பண்ணணும்னு தோணிச்சே பின்னாலெ வந்த நாட்டாமைக்காரங்களுக்கு! எப்பேர்ப்பட்ட புண்ய பூமி! என்ன பண்பாடு 'ஃப்ராய்ட்' எல்லாம் தோத்துப் போகணும். நான் ஜாக்ரதையாத்தான் இருக்கேன். பயப்படாதே" என்று ஸ்டார்ட்டரைத் திருகினான் பூவராகன். என்ஜின் மூச்சு விடத் தொடங்கிற்று.

"ஆரமிக்கறதுதான் ஆரமிச்சே, முழுக்கச் சொல்லிப்போடேன். ஏன் வண்டியைக் கிளப்பறே?" என்றான் நரசிம்மன.

"அப்படியா? இத்தினி நேரம் பொரிஞ்சுது பத்தாதா?... சரி, இனிமே நீ பொரி. நான் கேட்டுக்கிட்டிருக்கேன்" என்று என்ஜினை அணைத்தான் பூவராகன்.

"என்ன இத்தனை ஆவேசம் வந்துது உனக்கு? ராமாயணத்து மடியிலேயே கை போட்டுட்டியே!"

"நான் போடலே. நாமெல்லாம் கெட்டுப் போயிடப்படாதுன்னு கண்ணிலே விளக்கெண்ணெயைப் போட்டுக்கிட்டு கவலைப்பட்டு புதுசு புதுசா சேர்க்கறாங்களே, அவங்களைல்ல சொன்னேன் சிங்கு! சும்மா என்னத்தைச் சொல்றது? செங்கம்மா மாதிரி இந்தப் பட்டிக்காட்டிலே இல்லை. எங்கியுமே பார்க்க முடியாது. அந்த மாதிரி ஜன்மங்கள் உலகத்திலேயே மூணு நாலுதான் இருக்கும். மகாராஜா வம்சத்திலேயும் பிறக்கும், தெருவோரத்திலேயும் பிறக்கும். இடத்துக்கும் அதுக்கும் சம்பந்தமில்லை. எனக்கு அந்த மாதிரி ஆகணும்னுதான் ஆசை. அந்த மாதிரி பிரியம் வச்சு வச்சு, சர்க்கரையா கரைஞ்சு போயிடணும். ஒண்ணுமே இல்லாமப் போயிடணும்."

"ஒண்ணுமே இல்லாமப் போயிடணுமா?"

"ஆமா."

"அதுக்கு இங்க வந்து பங்கு வாங்குவானேன்!"

"வாங்கினப்பறம்தான் எனக்கு இந்த மாதிரி தோணிக்கிட்டே யிருக்கு. பட்டணத்திலே இருக்கறப்ப கத்தை கத்தையா நோட்டைப் பார்த்துக்கிட்டேயிருப்பேன். சிதறுதேங்கா உடைக்கறப்ப பிள்ளையார் கோவில்லெ கூட்டத்தைப் பார்க்கணுமே! ஒருத்தனை ஒருத்தன் அடிச்சுப் புடிச்சுத் தள்ளிக்கிட்டு முழங்கை காலெல்லாம் சிறாச்சிக்கிட்டு பிறாண்டிக்கிட்டு விழுந்து விழுந்து பொறுக்குவானுவ. இங்கே வந்தப்பறம் மாறிப்போச்சு எல்லாம். பயிர் கொஞ்சம் கொஞ்சமா வந்து கறுப்பு மண்ணை மறைச்சு எழுந்து பச்சை பசேல்னு மண்டிக்கிட்டு நிக்கறதைப் பார்த்தபோது, எனக்கு உடம்பெல்லாம் சிலிர்த்துது. அப்பத்தான் உழைச்சு உழைச்சு ஒண்ணுமே இல்லாமே கரைஞ்சு போயிடணும்னு தோணிச்சு. மண்ணையும் செங்கம்மாவையும் பார்த்துத்தான் அந்தப் புத்தி வந்தது எனக்கு. மண்ணுன்னு பயிரைச் சொல்றேன். செடி கொடி எல்லாத்தையும்தான் சொல்றேன். நான் இப்ப இருக்கற மாதிரி சந்தோஷமா இருந்ததே இல்லை. நான் எப்படிச் சொல்லுவேன்? இந்த ஆத்மா உலகத்துக்காகப் பிறந்தது. இந்த வீட்டிலே வந்து நடமாடுது. இப்ப நம்ம குடும்பம், நம்ம பெண்டாட்டி நம்ம பிள்ளை, நம்ம பொண்ணு, நம்ம வீடு, நம்ம சிநேகிதன்னு வட்டம் ஒண்ணு போட்டுக்கிட்டிருந்தேன் பிறந்ததிலேருந்து. இப்ப கொஞ்சம் கொஞ்சமா அது பெரிசாயிட்டே இருக்கு. நம்மது, நம்ம சிநேகிதன், நம்ம குஞ்சு குழந்தைன்னு எல்லாம் ஒண்ணும் கிடையாதுன்னு தோணிக்கிட்டேயிருக்கு. இந்த செங்கம்மாவைத் தினமும் காலை, மாலை, உச்சிப் போதெல்லாம் பார்த்துக்கிட்டிருக்கேன். ஒரு ஒரு தடவை பார்க்கறபோதும் என் மனசு இருதயம் எல்லாம் ஒரு சுற்றுப் பருத்துக்கிட்டே வருது. ஒரு ஒரு தடவைக்கு ஒரு ஒரு 'நம்முது' சேர்ந்துக்கிட்டே வருது. இந்த உலகம் முழுக்க நம்முதுன்னு ஆறவரைக்கும், மனசு பெருத்துக்கிட்டேயிருக்கும். அப்பறம் நம்முதுன்னு ஒண்ணு இல்லாமலே போயிடும்."

பூவராகன் நரசிம்மனைப் பார்க்காமல் கண்ணாடி வழியாக மங்கிய இருளைப் பார்த்தவாறே பேசிக்கொண்டிருந்தான்.

"அதனாலேதான் சிங்கு, சொல்றேன் – பழனிவேலுவைப் பத்தி நீ சொல்றப்ப எனக்குக் கோபம்கூட வரமாட்டேங்குது. என் மேலே யாராவது வர்மம் வச்சிட்டிருக்கான், பொறாமைப்படறான்,

ஆங்காரப்படறான்னு சொன்னா இப்பல்லாம் சிரிப்பு வருது. இதெல்லாம் என்னன்னே தெரியாத ஆத்மாக்களோட பழகிப் பழகி, இதெல்லாம் இருக்குன்னு சொன்னா புரியறதே கஷ்டமாயிருக்கு."

"பூவு, நீ எங்கொல்லாமோ போயிட்டிருக்கே. எனக்கு உன்னோட வர முடியலே. இப்படி எல்லாம் உணர முடியும்னு எனக்குத் தெரியவும் இல்லே."

"எனக்கும் அவ்வளவாத் தெரியாது. பட்டணத்திலே இருந்தபோது கொஞ்சம் கொஞ்சம் தெரிய ஆரம்பிச்சுது. இங்கே வந்தப்பறம்தான் தீவிரமா எதையும் உணரத் தெரிஞ்சுது. அதுவும் உன்னாலேதான். நீ இந்த கணேசபிள்ளையையும் செங்கம்மாவையும் கொண்டுவிடாம இருந்தா—"

சற்றுக் கழித்து நரசிம்மன் சொன்னான். "நான்தான் இனிமே ஜாக்கிரதையா இருக்கணும் பூவு."

"என்ன?"

"உன் மேலே சந்தேகப்பட்டேன். அந்தச் சின்னத்தனம் எல்லாம் வராம என் மனசை ஜாக்கிரதையாய் பார்த்துக்கணும்."

நரசிம்மன் சொன்னது அதுதான். ஆனால் மனத்தில் நினைத்தது வேறு. 'நல்ல பட்டிக்காட்டிலே வந்தும் எங்கேயோ போய் உட்கார்ந்துட்டிருக்கே—பசுங்கன்னு புலிகிட்ட பால் குடிக்கிற மாதிரி இனிமே நான்தான் உன்னை ஜாக்கிரதையாப் பார்த்துக்கணும்' என்று நினைத்துக்கொண்டான்.

15

மார்கழி கழிந்து மணியும் பொங்கலுமாகத் தை பிறந்தது.

வழக்கம் போன்ற பொங்கலாக இல்லை அது.

ஆறுகட்டி அமளிப்பட்டது.

விவரம் தெரிந்த நாளாக யாரும் பார்த்திராத அளவுக்கு வயல்வெளியெல்லாம் கதிரும் மணியுமாகச் சுமந்து கிடந்தன. விவரம் தெரிந்த நாளாகக் காணாத உறவும் ஒட்டுதலும் ஊர் முழுவதையும் வளைத்து ஒன்று சேர்த்திருந்தன. இரைச்சலும் சிரிப்பும் வாய்விட்டு, மனசோடு தாராளமாகப் பொங்கி வந்துகொண்டிருந்தன.

அன்று மாலை நாலு மணிக்கு ஏழெட்டுப் பேராக பூவராகன் வீட்டிற்குள் நுழைந்தார்கள். பூவராகன் அப்போது முற்றத்தில் உட்கார்ந்திருந்தான். கணேசபிள்ளை தாழ்வாரத்தின் தூணோரத்தில் உட்கார்ந்து பேசிக்கொண்டிருந்தார். பொன்னுசாமி இன்னொரு ஓரமாக கணக்குகளைப் புரட்டிக் கொண்டிருந்தார். அம்பாகடாட்சம், ஆதிமூலம் – இருவரும் முன்னால் வர, ஐயாறு, அப்பூதி, திருநாவு, சுவேதாரண்யம் எல்லோரும் வந்துகொண்டிருந் தார்கள். உள்ளே வரும்போதே 'பால் பொங்கிச்சா?' என்று ஆதிமூலம் கேட்டுக்கொண்டே வந்தார்.

கிடைத்த இடத்தில் ஆங்காங்கு முற்றத்துப் பெஞ்சு மீதும் தாழ்வாரத்திலும் எல்லோரும் உட்கார்ந்துகொண்டார்கள்.

"பால் பொங்கித்தா?" என்று கேட்டான் பூவராகன்.

"இந்த வருஷம்தான் பொங்கிச்சு" என்றார் ஆதிமூலம். யாரும் பேசவில்லை. வழக்கமாகப் பெரிய குரலில் பேசுகிறவர்கள் கூச்சப்படுவதுபோல உட்கார்ந்துகொண்டிருந்தார்கள்.

"முதல் முதல்லே இந்த ஊருக்கு வந்து குடியிருக்கணும்கிற எண்ணத்தோட நீங்க வந்தீங்க பாருங்க. அப்ப நானும் சிங்குவும் தான் முத முதல்லே உங்களைப் பார்த்தோம். நான் ஓங்காளி சத்திரத்திலே படுத்திருந்தவன் குடுகுடுன்னு ஓடிவந்தேன், உங்களைப் பார்க்கறத்துக்காக. ஞாபகமிருக்கா?" என்று கேட்டார் ஆதிமூலம்.

"சொல்லுங்க."

"அப்ப நான் முகத்துக்காக என்னமோ சொல்லி வச்சேன், ஆதிவராகம் பூமியையே கிளப்பிக் கொண்டாந்து தூக்கி நிறுத்திச்சு, பூவராகன் வந்து இந்த ஊரையே தூக்கி நிறுத்தணும்னு. இப்ப நான் என்ன நினைக்கிறேன் தெரியுமா! அன்னிக்கி நான் சொல்லலே அந்த வார்த்தைகளைன்னு தோணுது. ஏதோ ஒரு சக்தி எனக்குள்ளாற பூந்துக்கிட்டுதான் அப்படிப் பேசியிருக்கு. இது ஊராவா இருந்தது? எத்தினி ஆங்காரம், எத்தினி சண்டை, எத்தினி பொச்சாப்பு, எத்தினி மூடு மந்திரம்! இத பாருங்க, கேட்ட கேள்விக்கு நேரா பதில் சொல்லத் தெரியாது. மத்தவங்க ஒண்ணும் நினச்சுக்காதீங்க நான் எனக்கு மட்டும் சொல்லிக்கறேன். 'ஆதிமூலம்? எங்கே இப்படின்னு?...' கேட்டா 'மாயவரம் போறேன்'னு சொல்லமாட்டேன். அக்கரைக்குப் போறேன்னு மாத்தித்தான் சொல்லுவேன். சாலைக் கடைக்குப் போயிட்டிருப்பேன். கேட்டா, சும்மாத்தான், வேலி கட்டச் சொன்னேன், பார்க்கப் போறேன்னு சொல்லுவேன். நெஜம் பேசினா என்ன ஆயிடுமோன்னு சந்தேகம். இப்படியே பேசிப் பேசி நெசம் சொல்றதே மறந்துபோச்சு. எதை எடுத்தாலும் கோணலாப் பார்க்கறது, பேசறது, இப்படியே பழகிப்போச்சு."

"நீங்க மாத்திரம் இல்லே, நானும் அப்படித்தான் என்றார் அம்பாகடாட்சம்.

"என்னமோ, நான் எனக்குத்தானே சொல்லிக்க முடியும்? நாமதான் எந்தக் காரியத்தையும் சரியாச் செய்ய முடியும், நமக்குத்தான் நியாயம் தெரியும், நிஜம் தெரியும், சமத்துத் தெரியும்னுதான் நான் நினைச்சிக்கிற வழக்கம்யா. இப்பதான் புரியுது, ரொம்ப கஷ்டப்பட்டவனுக்குத்தான் இந்த மாதிரி நினைப்பெல்லாம் வருதுன்னு. நான் அன்னிக்கு சொன்னதுகூட முகத்துக்காகத்தான் சொன்னேன். அது இப்படிப் பலிக்கும்னு நான் நினைக்கவே இல்லே. ஏய், பொய்யாச் சொல்லாதே, நடந்துப்பிடும்னு இப்ப ஏதோ எனக்குள்ளாற சொல்றாப்பலே இருக்கு. இப்ப நான் எப்படி மாறிப் போய்ட்டேன்? இந்த உலகத் திலே எப்படி எப்படி எல்லாம் இருக்காங்க ஒவ்வொருத்தரும்..?"

என்று கண்ணால் ஜலம் விட்டுக்கொண்டு தேம்பத் தொடங்கி விட்டார் ஆதிமூலம்.

அதைக் கேட்டு மீண்டும் மௌனம் அமர்ந்துகொண்டது.

பூவராகனும் அந்த மௌனமே தன்னை இரைந்து முகமன் செய்வதுபோல், கூசிக் குறுகிக்கொண்டிருந்தான்.

"பூமி நமக்கு என்னென்னமோ செய்யக் காத்துக்கிட்டிருக்கு. கொடுக்கறேன் கொடுக்கறேன்னு பார்த்துக்கிட்டிருக்கு. அதை லட்சியம் பண்ணாம, நாம நம்ம சண்டை நம்ம பூசல்தான் பெரிசுன்னு பேசிட்டேயிருந்தா, அதுக்கு வருத்தமாயிருக்கு. சோர்ந்து போயிடுது. நம்மைக் கவனிக்கிற ஆளுதான்னு இப்ப அதுக்குத் தெரிஞ்சுபோச்சு" என்றார் பொன்னுசாமி.

"அது மாத்திரம் இல்லே. நம்ப மனசிலே இருக்கிற நல்ல குணங்ககூட அப்படித்தான். நம்மை இவன் கவனிக்க மாட்டேங்கறானேன்னு அதெல்லாம் குறைப்பட்டுக்கிட்டே இருக்கும். பொறுமைன்னு ஒண்ணு இருக்கு அடியிலே, என்னடா நம்மைப் பார்க்க மாட்டேங்கறானேன்னு அது நினைச்சுக்கிட்டே யிருக்கும். ஒரு நாளைக்கு அதிலேருந்து ஒரு சிம்டா எடுத்து வாயிலே போட்டுக்கிட்டா, அப்புறம் அது என்ன செய்யும்? நம்மைப் பிடிச்சுப் போயிட்டாப்பல இருக்குன்னு அது இன்னும் வளர ஆரம்பிக்கும். மலையை வந்து மழையும் காத்தும் அரிச்சுக்கிட்டே இருந்தா, உசரம் குறைஞ்சுடுமோன்னு பயப்படுவோம். ஆனா மலையோட வேர் அதைத் தூக்கிக் கொடுக்கும். மலை இன்னும் அப்ப உசரமாகும். அந்த மாதிரிதான் குணமும். வேர் ஆழத்திலே இருக்கும். மேலே எடுக்க எடுக்க வளர்ந்து உசரம் குறையாம தூக்கிக் கொடுத்திட்டே இருக்கும். நல்லதும் அப்படித்தான், கெட்டதும் அப்படித்தான்."

"என்னமோ ரண்டு பேருங்க தேவர்களுக்கெல்லாம் வைத்தியம் பண்ணுவாங்களாமே, அது யாரு அது?" என்று சுவேதாரண்யம் திரும்பிப் பார்த்தார்.

"சுக்ராச்சாரியா?" என்றான் அப்பூதி. எல்லோரும் சிரித்தார்கள்.

"டேய்! உன்னைத்தாண்டா திண்ணையிலே பாரதம் படிக்கவிடணும். என்ன படிப்பு! என்ன மூளை!" அப்பூதி சிரித்தான்.

"தன்வந்திரி" என்றான் திருநாவு.

"ரண்டு பேரு."

உயிர்த் தேன் 149

"நான் சொல்றேன். சித்தே இருங்க..." என்றார் ஆதிமூலம்.

"இருக்கோம்... இருக்கோம்."

"ரண்டு பேரா – ம்... ம்... வந்திடிச்... அச்... அச்சன்..."

"அசுவினி தேவர்கள்" என்றார் பொன்னுச்சாமி.

"ஆமாம்யா. யப்பா இந்தப் பேருங்க மட்டும் ஞாபக் வரதில்லை ஐயா நமக்கு. அந்த அசுவினி தேவர்கள் மாதிரி, பொன்னுச்சாமியும் நீங்களும் இப்ப எங்களுக்கெல்லாம் சேர்த்து வைத்தியம் பண்ணிட்டீங்க – இனிமே சூது, புனை சுருட்டு, சந்தேகம், அசிகை, எல்லாம் வரப்படாதுன்னு" என்றார் சுவேதாரண்யம். "கோயில் விஷயமாகக்கூட நாங்க முன்னாலே நின்னிருப்போம். இந்தப் பழனிவேலு வந்து பயமுறுத்திட்டான். நம்ம இஷ்டத்துக்குச் செய்யப்படாதுன்னு சொன்னான். 'அப்புறம் ஏதாவது தகராறு வந்துச்சோ எங்கிட்ட வரப்படாது'ன்னு பூடமாகச் சொன்னான். பயந்திட்டோம். எது சுண்ணாம்பு, எது வெண்ணெய்னு கண்டுபிடிக்கிற புத்திகூட இல்லை அப்ப. "பழகப் பழகத்தானே தெரியுது" என்று குனிந்துகொண்டே சொன்னார்.

"சரி சரி! வந்த சேதியைச் சொல்லுங்களேன்... நல்லவங்களைப் பத்திப் பேசறப்ப இப்ப என்னத்துக்கு அந்தப் பேச்சு?" என்றான் அப்பூதி.

"சொல்றேன் சொல்றேன். அடுத்த மாசம் ஊர்ப் பொதுவை மாத்தியாகணும். இப்ப நீங்கதான் முன்னுக்கு இருந்து நடத்திக்கிட்டு வரீங்க. இருந்தாலும் பொதுவுக்கு நீங்களே தலைமையாயிருக்கணும்னு கேட்டுக்கணும்... அப்படின்னுதான் வந்தோம். பொங்கலோட பொங்கலா இந்த ஆசையும் பொங்கிடணும்னுதான்...

பூவராகன் திடீர் என்று உரக்கச் சிரித்தான். ஒன்றும் புரியாமல் எல்லோரும் விழித்தார்கள்.

"இந்தப் பொங்கலுக்கெல்லாம் நானா காரணம்னு நினைச்சீங்க. யாரு உள்ளாற?" என்று குரல் கொடுத்தான்.

ரங்கநாயகி வந்து நின்றாள். "காரணத்தைக் கூப்பிடேன்."

ரங்கநாயகி உள்ளே மறைந்தாள். சிறிது நேரம் ஒன்றும் தெரியவில்லை. சற்றுக் கழித்து கரண்டியும் கையுமாக சிணுங்கித் திமிறிக்கொண்டிருந்த செங்கம்மாவை ரங்கநாயகி தள்ளிக் கொண்டே நிலைப்படிக்கு இப்பால் இழுத்துவந்தாள்.

"எனக்கு இதுக்கு மேலே தள்ள முடியாது. எனக்கு உடம்பு நல்ல உடம்பு இல்லே" என்று செங்கம்மா உள்ளே போய்விடாமல் நிலையை அடைத்துக்கொண்டு நின்றாள். செங்கம்மா கரண்டியும் கையுமாக, நாணமும் சுளிப்பும் புன்முறுவலுமாக முள்மேல் நின்றுகொண்டிருந்தாள்.

"ஆதிமூலம் பிள்ளைவாளுக்கில்ல சொல்றேன். என்னமோ ஆதிவராகம், பூவராகம்னு திருப்பித் திருப்பிச் சொல்லிட்டிருக் கிங்களே. அந்தப் பேச்செல்லாம் விட்டுடுங்க. போன வருஷத்தைவிட இந்த வருஷம் ஊர் கொஞ்சம் சுமாராயிருக்குன்னா ... அதுக்கு எந்த வராகமும் பொறுப்பில்லை. இவங்கதான் ஒருநாளைக்குச் சொன்னாங்க. கோவில்லே கொட்றதுக்கு முன்னாலே ஊருக்கில்ல கொட்டணும்னாங்க. அதிலேர்ந்துதான் நாம எதுக்காகப் பிறந்திருக்கோம்னு ஒரு தினுசாப் புரிய ஆரம்பிச்சுது" என்றான் பூவராகன்.

செங்கம்மாள் கரண்டியைப் பார்த்து, அதை விரலால் தேய்த்தும் தடவிக்கொண்டும் குன்றி நெளிந்துகொண்டிருந்தாள்.

முழுவதும் புரியாமல் ஒருவருக்கொருவர் பார்த்துக் கொண்டார்கள் எல்லோரும்.

"கொஞ்சம் விளக்கமாகத்தான் சொல்லுங்களேன். இது ஒரு அம்சமான பிறி. அது எனக்குத் தெரியும் ரொம்ப நாளாகவே: ஆனா நீங்க சொல்றதைப் பார்த்தா—கொஞ்சம் பிரிச்சு சொன்னத் தான் புரியும்" என்றார் ஆதிமூலம்.

பூவராகன் எல்லாவற்றையும் விவரமாகச் சொன்னான்!

"சாமி பெரியவனா, மனுஷன் பெரியவனா? நிச்சயமா சாமிதான் பெரியவன். ஆனா சாமியோட அம்சம் துளித்துளி மனுஷன்கிட்ட இருக்குன்னு எப்படிக் காமிக்கிறது? அவன் உழைச்சு உழைச்சு சாமி கொடுத்தது அத்தனையையும் சரியா உபயோகப்படுத்தினாத்தான் உண்டு. நாம உழைக்க உழைக்கத்தான் சாமி எத்தனை பெரிசுன்னு தெரிஞ்சுக்கவும் முடியும். முடியும்னு எனக்கு தெரிஞ்சது இவங்களாலேதான். சாமியை அப்பறம் கவனிக்கலாம். ஊரை முதல்லே கவனின்னு இவங்க சொல்லல்லே, நீங்களும் இங்க வந்திருக்கமாட்டீங்க. நானும் இங்க உட்காந்திருக்கமாட்டேன். கோவில்லே போய் மூக்கை பிடிச்சுக்கிட்டோ, பாசுரம் சொல்லிக்கிட்டா பொழுதைப் போக்கிக்கிட்டிருப்பேன்" என்று நிறுத்தினான் பூவராகன்.

உள்ளேயும் போக முடியாமல் நிற்கவும் முடியாமல் திணறிக்கொண்டிருந்தாள் செங்கம்மா.

"இப்ப நீங்களே தீர்மானம் பண்ணிக்கலாம் – ஊர்ப் பொதுவுக்கு யாரை முதல் ஆளா வைக்கறதுன்னு" என்று மேலும் பூவராகன் சொன்னதும், அவள் தூண் பக்கம் வந்து சற்றுச் சாய்ந்தாற்போல் நின்றாள் – உள்ளேயா, கூடத்திலா என்று தானும் ஒரு தீர்மானத்திற்கு வரத்தானே வேண்டும் என்று நினைப்பதுபோல்.

"எனக்கு என்ன இப்ப? இந்த மாதிரி அம்சமானவங்கதான் இதெல்லாம் செய்யணும்" என்றார் ஆதிமூலம்.

"நிச்சயமா, புத்திசாலிங்க, நீக்குப் போக்குத் தெரிஞ்சவங்க – இவங்கதான் வேணும். நான் மாத்திரம் வாண்டாம்னு சொல்லப் போறனா?" என்றார் ஐயாறு முதலியார்.

"ஐயா இருக்கணும்னு ஆசைப்பட்டோம். அவங்களானா இப்படிச் சொல்றாங்க –" என்று இழுத்தார் சுவேதாரண்யம்.

"நான் சரியாத்தான் சொல்றேன்."

"அப்ப சரி, சரி, சரி."

"திருநாவு, அப்பூதி, அம்பாகடாட்சம் – இவங்க ஒண்ணும் சொல்லக்காணோமே!"

"நான் என்ன சொல்லப் போறேன் – போற கட்டை? நாங்கள்ளாம் எத்தின காலம் இருக்கப் போறோம்? கொஞ்ச காலத்துக்கு நல்லதைத்தான் பார்த்துட்டுப் போறேனே!" என்றார் அம்பாகடாட்சம்.

"இத்தனை பெரியவங்க சரிங்கறப்ப நான் மட்டும் என்ன சொல்ல இருக்கு?" என்று திருநாவு தலையைக் குனிந்து கொண்டான்.

"நானும் திருநாவும் ஒரே வயசுதான்" என்றான் அப்பூதி.

"தேவலாமே" என்றாள் ரங்கநாயகி – அடுக்களை நிலையில் நின்றவள்.

"என்ன?"

"எத்தினி சுருக்கு! எத்தினி செட்டு! காலணா செலவில்லாம காதைக் கடிக்காம, கூடிக் கூடிப் பேசாமெ, அன்ன ஓசியா

இப்படி ஒரு எலெக்ஷனை நான் பார்த்ததேயில்லையே என்று முகவாயை உள்ளங்கையால் பிடித்து போலி வியப்பு வியந்தாள் ரங்கநாயகி.

"யம்மா சொல்றதும் சரிதான். ஒரு சாப்பாடுகூடப் போடாம அன்ன ஓசியா நடந்துதே – அதைச் சொல்லங்க."

"சாப்பாடாவது! அன்ன ஓசியாவது?" என்று விழித்தான் பூவராகன்.

"என்ன எனக்குப் புரியுது! நீங்க புரியாத மாதிரி பேசறீங்க? ஒரு எலெக்ஷன்னா பணம், சாப்பாடு இப்படி ... கண்ணை மூடிக்கிட்டு இறைபடுமே. ஒரு ஓசிச் சாப்பாடுகூட இல்லாம ஆயிருக்கு இல்லே? அதைத்தான் சொல்றாங்க அம்மா" என்றான் ஆதிமூலம்.

"என்ன ரங்கநாயகி?" என்றான் பூவராகன்.

ரங்கநாயகி குலுங்கிக் குலுங்கிச் சிரிக்க ஆரம்பித்தாள்.

ஆதிமூலமும் சிரித்தார். மற்றவர்கள் ஒன்றும் புரியாமல் புன்னகை பூத்தார்கள்.

"சொல்லிட்டுச் சிரியேன்" என்றான் பூவராகன்.

ரங்கநாயகி சிரிப்பை அடக்கிக் கண்ணைத் துடைத்துக் கொண்டு சொன்னாள்: "அன்ன ஓசின்னா, ஓசி அன்னம், ஓசிச் சாப்பாடு இல்லே. எங்கப்பா தாலூக்கா போர்டு பிரசிடெண்டா மூணு தடவை இருந்தாரு. முதல் தடவைதான் போட்டி இருந்திச்சு. நீலமேக நாயுடு அவரோடு போட்டி போட்டுத் தோத்துப் போனாரு. அப்பறம் ரெண்டு தடவையும் போட்டியே இல்லே அப்பாவுக்கு. அப்ப எல்லாரும் வந்து மாலை போடுவாங்க. உப்புக்கடை சாயபு வந்தாரு. 'ரண்டுமுறை அன்ன ஓசியா வருதுன்னா அது ஐயா குணத்துக்குத்தானே! ஐயா எவ்வளவு பெரியவங்க, எவ்வளவு நியாயமாகப்பட்டவங்க, எவ்வளவு தர்மமாகப்பட்டவங்கண்டு தெரியாட்டி, இப்படி ரண்டாம் முறையும் போட்டியில்லாம அன்ன ஓசியா எடுப்பாங்களாங்கறேன்!'ன்னு அம்மாகிட்ட சொன்னாரு. அப்பதான் எங்க அப்பாவுக்கு அன்ன ஓசிக்கு அர்த்தம் தெரிஞ்சுது."

"அன்அப்போஸ்டா! பலே... பலே" என்றான் பூவராகன்.

"இங்கிலீஷா அது?" என்றார் ஆதிமூலம்.

"ஆமா, தமிழிலே அன்ன ஓசி."

"அதைவிட எங்க ஐயா சொல்லிப் போட்ட உரைதான் ஒண்ணாந்தரம்" என்று திருநாவு ஆதிமூலத்தைப் பார்த்துச் சிரித்தான்.

ஆதிமூலம் சிரித்துக்கொண்டே சொன்னார். "ஏண்டா! என் வாக்கு மாத்திரம் பொய்யாப் போயிடும்னு நினைச்சியா? இவங்க கரண்டியும் கையுமா நிக்கிறதைப் பார்த்தா அன்னபூரணி மாதிரிதானேடா இருக்குறாங்க... இந்த ஊருக்கே ஒரு வழிகாட்டி, தலைமுறை தலைமுறையாகக் காணாத அமோகமா நெல்லும் பயிரும் விளைஞ்சு, அன்ன வஸ்திரத்துக்கு கயிட்டமில்லாம பண்ணின மூர்த்தியாத்தானேடா நிக்கிறாங்க."

"யப்பா யப்பா யப்பா!" என்றான் அப்பூதி.

"என்ன இன்னிக்கு பிள்ளைவாள் வாக்கிலே சரசுவதி வந்து குதிக்கிறா!" என்றார் அம்பாகடாட்சம்.

அந்தச் சிரிப்பும் கலகலப்பும் ஓய ஒரு நிமிடம் ஆயிற்று.

"அம்மா, நான் போயி காப்பி போடணும்மா" என்றாள் செங்கம்மா ரங்கநாயகியைப் பார்த்து.

"நான் தண்ணி வச்சுட்டேனே. இன்னும் கொஞ்ச நேரத்திலே கொதிக்கும், பில்ட்டரிலும் காப்பிப் பொடியும் போட்டாச்சு. நானே ஊத்திடறேன்" என்று நிலையண்டை நின்றே சொன்னாள் ரங்கநாகி.

"உங்களுக்கு எலெக்ஷன் ஆயிருக்குறப்ப காப்பியை அவங்க தான் போடட்டுமே" என்றான் பூவராகன்.

"என்ன! பொங்கல் வேடிக்கையாம்மா இது?" என்றான் செங்கம்மா.

"நான் இத்தனை நேரமும் வேடிக்கையா பண்ணிக்கிட்டிருந்தேன்? ஊர்ப் பொதுவுக்கு நீங்கதான் இப்ப தலைமை."

செங்கம்மா முகச் சிணுங்கல் நீங்கி கிணுகிணுவென்று சிரித்தாள்.

"சிரிக்க வாண்டாம். நிசம்மாத்தான் சொல்றேன்" என்று கட்டளையிடுகிற மாதிரி முகத்தை வைத்துக்கொண்டான் பூவராகன்.

அவள் சிரிப்பு நின்றது.

“என்னது?” என்றாள். உதடு லேசாகத் திறந்துகொண்டது.

“இத்தனை வயசானவங்க பச்சைக்குழந்தை மாதிரி விளையாட்டா விளையாடுவாங்க?”

செங்கம்மா எங்கோ தூரத்தில் பார்ப்பது போலிருந்தது.

“எங்களையா?” என்றாள் சற்றுக் கழித்து.

“அப்படின்னா?”

“பொம்பிளையையா?”

“பொம்பிளையாவது, ஆம்பிளையாவது! சமத்தா, கண்டிப்பா, தைரியமா, பிரியமா காரியம் செய்தாகணும் . . . இதைச் செய்யறவங்க யாரா இருந்தா என்ன? நான் போட்ட வார்த்தையை எடுக்கமாட்டேன். சொல்லியாச்சு ...” என்றான் பூவராகன்.

“நான் சரின்னு சொல்ல வாண்டாமா?”

“சட்டுனு சொல்லணும்.”

“நான் எப்படிச் சொல்ல முடியும்?” என்று கணேசபிள்ளையைப் பார்த்தாள் அவள்.

“அவங்கதான் விளையாட்டுக்கில்லேன்னு சொல்லிட்டாங்களே, அப்புறம் என்ன!” என்றார் அவர்.

செங்கம்மாவுக்குச் சிரிப்பு வந்தது. “அப்ப நான் சண்டைக்காரியாகணும்?”

“சண்டைக்கு நிக்கறவங்களாயிருந்தா, ஐயா முதல்லே ஆரமிச்சவுடனேயே நாங்களும் ஆரமிச்சிருப்போமே” என்றார் ஆதிமூலம்.

“சரி, அப்படீன்னா கூத்தாகணும்.”

“என்ன நீ?” என்றார் கணேசபிள்ளை.

“உலகத்திலே இல்லாத சேதியாயிருக்கேன்னு சுத்து வட்டாரத்திலேருந்தெல்லாம் வேடிக்கை பார்க்க வருவாங்க!”

“உலகத்திலே நடக்கிற சேதியா இங்க நடந்துக்கிட்டிருக்கு இப்ப?... கோவில் மறுபடியும் கோவிலாச்சு. ஒன்பது வருஷத் தரிசு, வயலாச்சு, ஆறுகட்டி நெசமாவே ஆறுகட்டியாச்சு. மனுசனுக்கு ஆறு பொல்லாது உண்டு—காமம், கோபம், லோபம் வகையறான்னு.

அதெல்லாம் கட்டின ஊருன்னு எப்பவோ பேருவச்சாங்க. எந்த முகூர்த்தத்திலே யாரு வச்சாங்களோ, இத்தினி யுகம் கழிச்சு இப்பத்தான் அது கொஞ்சம் பொருத்தம் போல தோணறாப்பல ஆயிருக்கு. இப்படி நடக்காத சேதியெல்லாம் நடக்கிறப்ப, ஏன் இது மட்டும் நடக்கக் கூடாதுங்களேன் ..?

அத்தனையையும் கேட்டும் செங்கம்மாவுக்கு நம்பிக்கை வரவில்லைபோல்தானிருந்தது. பார்த்துக்கொண்டேயிருக்கும் போது, ஏதோ காரியமாகப் போவதுபோல் அடுக்களைக்குள் போனாள். போனாள் என்று போன பிறகுதான் தெரிந்தது. காப்பி டம்ளர்களை அவள் எடுத்துவந்து ஒவ்வொருவர் முன்னும் வைத்து விட்டு உள்ளே போக அடியெடுத்து வைத்ததும், "இவங்களுக்கு ஒண்ணும் பதில் சொல்லலியே" என்றான் பூவராகன்.

"பொதுன்னா என்ன செய்யணுமாம்?" என்று கணேசபிள்ளை யைப் பார்த்தாள் அவள்.

"பொதுப் பணம் ஐயாயிர ரூபா இருக்கு. அதை சரியா செலவு பண்ணணும். கோவில் காரியம், ஊர்க்காவல், மான்யக்காரங்க வேலைங்க – எல்லாம் சரியா நடக்குதான்னு கவனிக்கணும். சரியா நடக்கல்லேன்னா, திருத்தணும்" என்றார் கணேசபிள்ளை.

"ஒழிஞ்ச வேளையிலே செய்ய வேண்டிய வேலைதான். கணக்குப் பிள்ளை, பட்டாமணியம் வேலை மாதிரிகூட இல்லே.

"பொதுப் பணம் யார்கிட்ட இருக்கு" என்று கேட்டாள் செங்கம்மா.

"ஒண்ணுமே தெரியாது போலக் கேக்கிறியே" என்றார் கணேசபிள்ளை.

"பழனிவேலுகிட்ட இருக்கு" என்று ஆதிமூலம் குனிந்து கொண்டே தரையைக் கீறினார்.

"அதைக் கொண்டாந்து கொடுத்திருவாராக்கும் அவரு?"

"கொடுத்திடணும்" என்று எல்லோரையும் பார்த்தார் ஆதிமூலம்.

"அதான் கேட்டேன். பணம் இல்லாம ஊர்க் காரியம் எப்படி நடக்கும்?" என்றாள் செங்கம்மா.

"சொன்னா, தானே கொண்டாந்து கொடுத்திடறான்" என்றார் சுவேதாரண்யம்

“அப்பன்னா சரி.”

“அதை வாங்கிக் கொண்டாந்து கொடுத்திடுங்க” என்றான் பூவராகன்.

“நாளைக்கே அவன் காதிலே கோட்டுடறோம்” என்று பொதுவாக எல்லோரிடமிருந்தும் விடை வந்தது.

❍ ❍ ❍

சொன்னபடியே மறுநாள் பிற்பகல் வேளைக்கு பழனிவேலு வின் காதில் அதைப் போடுவதற்காக இங்கு வந்ததுபோலவே, அத்தனை பேருமாகச் சேர்ந்து அவன் வீட்டுக்குள் நுழைந்தார்கள். பழனிவேலு பிரப்பம்பாயைப் பிரித்து எல்லோரையும் உட்காரச் சொன்னான்.

“எங்க இப்படி இத்தினி பேருமா ... அபுரூபமா?” என்று வெற்றிலைப் பெட்டியை நகர்த்திக்கொண்டே உட்கார்ந்தான்.

“பொங்கல் சமயத்திலே ஊர்ப் பொது கூடற வழக்கமாச் சேன்னுதான் வந்தோம்” என்றான் திருநாவு.

“ஊர்ப் பொதுவா? அப்படீன்னா?” என்று கண்ணை, தேவைக்குச் சற்றுப் பெரிதாகவே அகட்டி வியக்கிறாற்போல் கேட்டான் பழனி.

“பொங்கலன்னிக்கே கூடற வழக்கம். நீங்கதானே கூட்டணும். இத்தனை நாளா கூட்டிக்கிட்டு வந்தீங்க. இந்த வருஷம் ஒண்ணை யும் காணுமேன்னுதான் வந்தோம்.”

“பொதுவாயிருந்தா கூட்டவேண்டியதுதான். இப்பதான் எல்லாம் தனிராஜ்யம் ஆயிடிச்சே. பொதுன்னு இருக்கா என்ன?” என்றான் பழனி.

“தனி ராஜ்யம்னா?” என்றார் ஆதிமூலம்.

“ஆமா. கோவிலை ஒருத்தரே எடுத்துக் கட்டறாரு. பழுது பார்க்கறேங்கறாரு. யாரோ சிற்பி வந்து கோபுரத்து மேலே வந்து உக்காந்திருக்கான். பச்சைச்சட்டை, நாடகக் கிராப்பு எல்லாம் வச்சுக்கிட்டு. அவன் பாட்டுக்கு வரான். கோபுரத்திலே ஏறி உட்கார்ந்துக்கறான். ஊரு சாகுபடியையே ஒருத்தரே எடுத்து நடத்தறாரு. அவரே பொது மான்யத்தை எடுத்துப் பயிர்ச் செலவு பண்றாரு. அவரே பாலம் கட்றாரு. இதெல்லாம் தனி ராஜ்யமா, பொது ராஜ்யமான்னு புரிஞ்சுக்க முடியலே. அதான்

கேட்டேன்" என்று பழனி மூக்கு விடைக்க ஒவ்வொருவராய்ப் பார்த்தான். 'அட! மானங்கெட்ட கபோதிகளா' என்கிறது போல் அந்தப் பார்வை உதட்டுக்கு வராமல் கண்ணிலேயே ஒளிந்து நின்ற புன்முறுவலுடன் ஒவ்வொருவர் பக்கமும் ஒவ்வொரு கணம் நின்று நின்று போயிற்று.

"நாம பொது பார்க்கற லட்சணம் இப்படி இருக்கு. இல்லாட்டி இப்படி நாம விட்டிருக்க மாட்டோமே" என்றான் திருநாவு.

"நாமன்னா யாரைச் சொல்றே நீ?"

"எல்லாரையும்தான்."

"எல்லாரையும்னா?"

"உங்களையும்தான்."

"நான் என்ன அவலச்சணமா பண்ணிட்டேன் இப்ப? நீங்க எலியும் பூனையுமா சண்டை பிடிச்சுக்கறதைப் பார்த்து பணத்தை உங்க கையிலே கொடுக்காம ஒரு வட்டிக்கு விட்டு பெருக்கி வச்சிருக்கேனே. அதை அவலட்சணம்னு சொல்றியா?"

"பணத்தைப் பெருக்கி என்ன செய்யறது? உபயோகப்பட்டாத் தானே!"

"ஏண்டாப்பா அனாவசியப் பேச்சு பேசிட்டே இருக்கே?" என்றார் ஆதிமூலம்.

"இனிமே பேசலே. இப்ப நாங்க எலியும் பூனையுமா இல்லே. எல்லாரும் எலியாகவே ஆயிட்டோம். அதைச் சொல்றத்துக்குத் தான் உங்ககிட்ட வந்தோம். ஊர்ப் பொதுவுக்குத் தலைமையை வேற யார்கிட்டவாவது ஒப்படைக்கலாம்னு முடிவு செஞ்சிருக் கோம். அதனாலே அந்தப் பணம் கணக்கு எல்லாத்தையும் எங்ககிட்டவோ, புதுசா வரவங்ககிட்டவோ கூடிய சீக்கிரம் இன்னிக்கே ஒப்படைச்சிட்டாக்கூட நல்லது" என்று முற்றத்துச் சுவரைப் பார்த்துக்கொண்டே சொன்னான் திருநாவு.

"பொதுன்னு பேருக்காவது ஒண்ணு இருக்கு. அதையும் அவர் காலடியிலேயே போட்டுடறதாக முடிவு செஞ்சிட்டீங்க."

"அவர் காலடியிலே இல்லை, அவர்தான் உங்க கண்ணுக்கு இன்னும் நம்ம ஊர் ஆளாகலியே?"

"பின்னே?"

“நம்ம ஊருக்காரர் கால்கீழதான் போடப்போறோம். ரொம்ப நல்ல காலு, அழகான காலு” என்றார் அம்பாகடாட்சம் முகச் சதை கோண.

“அழகான காலா?”

“ஆமாம். கார்வார் கணேசபிள்ளை சம்சாரத்தின் கால்லே!”

“எப்படீ?”

“ஆமா.”

“தனி ராஜ்யத்தையும் ஆட்டி வைக்கிற பொம்பிளை ராஜ்யம்னு சொல்லுங்க.”

“ஆமாம்.”

“ஆறுகட்டிக்கு ஜே போடணும் போலிருக்குதே ஏந்துகிட்டு.”

“போடுங்களேன். நாங்களும் சேர்ந்துக்கறோம்.”

“டேய் திருநாவு! உனக்குத்தாண்டா ஜே போடணும் முதல்லே. விருதாப் பேச்சுப் பேசறதே மணியமா வெச்சுக்கிட்டிருக்கீல்ல... பழனிவேலுப் பிள்ளைவாள்! ஏதோ தெரியாத்தனமா ஒருமுடிவுக்கு வந்தாச்சு. தெரிஞ்சோ தெரியாமலோ – எப்படிவாணாலும் இருக்கட்டும். முடிவு பண்ணியாச்சு. பூவராக முதலியார்கிட்டவும் சொல்லியாச்சு. அவரைத்தான் இதை ஏத்துக்கச் சொன்னோம்... ரொம்ப ஆசையா, மரியாதையாக் கேட்டோம். அவரு அந்தப் பொம்பளையைக் காட்டிட்டாரு, சரின்னு ஒப்புக்கிட்டோம். உங்களுக்கு கேலியாப் படலாம். முட்டாள்தனமாப் படலாம். படட்டும். நாங்க என்ன செய்யறது? சரின்னாச்சு. இனிமே பிரள்றதாக உத்தேசம் இல்லே. அட முட்டாள்னு நெனைச்சோம். கயவாளிப் பயங்களாக்கூட இருப்பானுவ போலிருக்கேன்னு நினைச்சுப்பாரு, புரண்டு பேசினா. அதனாலே பிள்ளைவாள் பெரிய மனசு பண்ணி பொதுப்பணத்தை யார்கிட்டே வட்டிக்கு விட்டிருந்தாலும் அதைத் திருப்பி வாங்கி, கணக்குப் புஸ்தகங்களையும் சேர்த்து செங்கம்மா கையிலே கொண்டு கொடுத்துடணும்னு ரொம்பத் தாழ்மையாக் கேட்டுக்கறோம். அதான் சொல்லவந்த சேதி. எப்ப கொடுப்பீங்கன்னு சுமாராச் சொல்லுங்க ஒரு தேதியை. நாளைக்குச் சொன்னாலே போதும். இப்பவே சொல்லணும்னு நாங்க கட்டாயப்படுத்தலே... அப்ப நாங்க உத்தரவு வாங்கிக்கறோம்” என்று எழுந்தார் ஆதிமூலம். அவரோடேயே மற்றவர்களும் எழுந்துகொண்டார்கள்.

“அப்ப மதுரை மங்கம்மா – இப்ப சிவகங்கை செங்கம்மா” என்று வாசலை நோக்கி நடந்தவர்களைப் பார்த்துக்கொண்டே சொன்னான் பழனிவேலு.

“ஹடாடாடாடாடா --எப்படி! எப்படி? மதுரை மங்கம்மா. சிவங்கை செங்கம்மா! என்னமாச் சொல்லிட்டீங்க படிச்சவங்க பேசறது தனிதான். மதுரை மங்கம்மா, சிவகங்கை செங்கம்மா. மதுரை மங்கம்மா, சிவகங்கை செங்கம்மா. மதுரை மங்கம்மா தென்மதுரை மங்கம்மா கங்கை செங்கம்மா – சிவகங்கை செங்கம்மா” என்று மகுடி ராகத்தில் பாடிக்கொண்டே தெருவில் இறங்கினார் ஆதிமூலம். மூன்று வீடு தாண்டுகிற வரையில் அவர் பாடிக்கொண்டே போனார். வாசலில் பேய்ப் பந்து விளையாடிக் கொண்டிருந்த சிறுவர்களும் பையன்களும் அதைப் பார்த்துச் சிரித்தார்கள். புரியாமல் விழித்தார்கள்.

படார் என்று பழனிவேலு வீட்டின் இடைக்கழிக் கதவு சாத்திக்கொள்வதும் நாதாங்கி ஓசையுடன் கேட்டது.

“மதுரை மங்கம்மா. சிவகங்கை செங்கம்மா, ஆறுகட்டி ஆதிமூலம், ஐயாறு பஞ்சநதம், கும்பகோணம் கும்பேச்ரவர், காசீ விச்வேச்வர்ர்ர் ர்” என்று பாடிக்கொண்டே நடந்தார் ஆதிமூலம்.

பேய்ப் பந்தை நிறுத்திவிட்டு அவரையும் மற்றவர்களையும் தொடர்ந்துகொண்டே பூவராகனின் வீட்டுவாசல் வரை போனார்கள் சிறுவர்கள்.

செய்தியைச் சொல்லத்தான் ஆதிமூலம், பூவராகன் வீட்டிற்குள் நுழைந்துகொண்டிருந்தார் – மற்றவர்களும் தொடர.

16

சூரியன் விழுந்து விழுந்து எழுந்துகொண் டிருந்தான். பயிர்கள் முற்றிச் சாயத் தொடங்கி விட்டன. குளிரின் குத்தல் மழுங்கி மாசி வெதவெதக்கத் தொடங்கிற்று. ஒரு மாதமாகிவிட்டது. பழனிவேலு விடமிருந்து கணக்கும் வரவில்லை. பணமும் வரவில்லை. செங்கம்மாளுக்குச் சிரிப்பு வந்தது. சற்று அவமானமாகவும் இருந்தது.

கும்பாபிஷேகத்துக்குக்கூட நாள் வைத்து விட்டான் பூவராகன். ஒத்திப் போட்டதிலிருந்து இரண்டு வாரங்களுக்கு ஒருமுறை வந்துகொண்டிருந்த ஆமருவி, கடைசி மெருகுகள்தான் மிச்சமென்று இடையில் இரண்டு மாதம் வரவில்லை. பங்குனி மாதம் என்று கடிதம் பார்த்ததும் ஒரு வாரம் லீவு எடுத்துக்கொண்டு ஒரு சனிக்கிழமை காலையில் வந்து இறங்கினான். பூவராகனே காரை எடுத்துக்கொண்டு மாயவரம் ரயிலடிக்குப் போய் அவனை அழைத்து வந்தான்.

கூடத்துக்கு வந்து சட்டையை கோட் ஸ்டாண்டில் மாட்டியபோது ரங்கநாயகியும் செங்கம்மாவும் வந்து அவனை வரவேற்றார்கள்.

"வணக்கம் அண்ணி" என்றான் ஆமருவி, ரங்கநாயகியைப் பார்த்து.

"வாங்க."

"அடேடே, மறந்தே போயிட்டேனே" என்று ஸ்டாண்டில் மாட்டின சட்டையை எடுத்து மீண்டும் அணிந்துகொண்டு, கூடத்திலிருந்த பையைத் திறந்து, இரண்டு சாத்துக்குடியையும், கொள்ளிடத்தில் வாங்கின வெட்டிவேரையும எடுத்து இரண்டையும் செங்கம்மாளின் கையில் கொடுத்து, "தாமசமா வணக்கம் சொல்றேன்னு நெனச்சிக்கப்படாது. பதவி யிலே இருக்கிறவங்களை முழு ட்ரெஸ்ஸோடதான்

பார்க்கணும். வெறும் கையோடவும் பார்க்கக்கூடாது. பத்து விநாடி தாமதமாயிடுக்சு. அதனாலே! மன்னிக்கணும்" என்று கைகளைக் கூப்பி நின்றான்.

"ராணிக்கு ஏத்த கோமாளி" என்றாள் செங்கம்மா.

"நான் எப்பவுமே கோமாளிதான். என் கிராப்பு, பச்சை சட்டை, பைஜாமா இதையெல்லாம் எப்பவும் கோமாளியா இருக்கணும்னுதான் பொறுக்கி எடுத்திருக்கேன். இப்ப கோமாளிக்கு ஏத்தாப்போல ஒரு ராணியும் கிடைச்சாச்சு. இந்த ராணிக்குக் கோமாளியாறதுன்னா கொடுத்து வைக்கணுமே."

"கொடுத்துத்தான் வைக்கணும். ஏன்னா இந்த ராணிக்குச் சம்பளம் கொடுக்கக்கூடப் பணமில்லை. ராஜ்யம் ஆள்ற பணமே கைக்கு வந்து சேரலே."

"மந்திரி சொன்னாங்க, கார்லே வர்றப்போ."

"சொன்னாங்களா! நல்லா வேணும் அவங்களுக்கு."

"என்னது!"

"அவங்கதான் ராணி வேலை பண்ணி வச்சாங்க. பழைய ராஜா பொக்கிஷத்தை ஒப்படைக்க தகராறு பண்ணிட்டு இருக்காரு. அதனாலே மந்திரியே கடன்கொடுக்கும்படியா ஆயிடுத்து. இப்ப கடன்லேதான் ஓடிக்கிட்டிருக்கு ராஜாங்கம்."

"ரொம்ப நல்ல காரியம்."

"எது?"

"கடன் வாங்கறது. ராஜாங்கத்துக்கு அழகு கடன் வாங்கிட்டே போறதுதான். ஆனால் பழைய ராஜாகிட்டே இருந்து பணம் வந்தப்புறம் கடனைத் திருப்பிக் கொடுத்துவிடுவீங்கன்னு நினைக்கிறேன். பூவராகன் பிள்ளைக்குட்டிக்காரன்."

"அதை அப்பப் பார்த்துக்கறது."

"எப்ப?"

"ராஜாங்கம்னா... என்னமோ சேட்டு கடையிலே தவலை, புடவையெல்லாம் அடகு வச்சு கடன் வாங்கற பிக்காரின்னு நெனச்சீங்களா? ராஜாங்கம் கடன் வாங்கினா பதினைஞ்சு வருஷம், முப்பது வருஷம் நூறு வருஷம், கழிச்சுத்தான் திருப்பிக் கொடுக்கும்."

"சரி, எப்படியாவது கொடுத்தாச் சரி. அவன் வாரிசுங் களுக்காவது சேர்ந்தால் போதும்.

"கடன் வருது, வல்லே. ராஜாங்கம் சரியா நடக்கட்டும்ப்பா. அதுவே போதும்" என்றான் பூவராகன்.

"பாருங்க, பாருங்க. என்னமோ ராத்ஷீல்ட் மாதிரி பேசறான், ஏம்ப்பா நீ சொல்றதைப் பார்த்தா ராஜாங்கம் நல்லாத்தான் நடக்கறாப்பல இருக்கு."

"அது எப்படி நடக்காம இருக்கும்?" என்று ரங்கநாயகி சேர்ந்துகொண்டாள். மதுரை மங்கம்மாவுக்கு அப்புறம் சிவகங்கை செங்கம்மானனு ஆதிமூலம் ஒரு பாட்டாவே கட்டிப்பிட்டாரு. அவர் பாடில்ல கேக்கணும் அதை பாம்பு ராகத்திலே."

"பலே பலே. ராணியா வந்து பணம் கைக்கு வரறதுக்கு முன்னாலே பாட்டு – நாடோடிப் பாடல்! நான் வேணா ஒரு சிலை பண்ணி வைக்கட்டுமா?"

"வைக்கட்டுமா என்ன? நீங்க வச்ச வத்திதான். இப்ப அவரு தலையை விரிச்சிக்கிட்டு ஆடறாரு" என்று கன்னத்தில் தோளை இடித்துக்கொண்டாள் செங்கம்மா.

"யாரு?"

"பழனிவேலுதான்."

"பழனிவேலுவா? நான் என்ன வத்தி வச்சேன்?"

"ம்... ஒண்ணுமே தெரியாது போல பேசறதைப் பாரு. அவரை ராவண சந்நியாசியாப் பண்ணினா, அவரு சும்மாவா இருப்பாரு? அன்னக்கி வாசல்லே வந்து நின்னு கத்தினாரு. நீங்கதான் சமாதானம் பண்ணி அழைச்சிக்கிட்டு வந்தீங்க. கிரகப் பிரவேசத்தன்னிக்கு. ஊரோட ஒத்து வந்திடுவார் போலிருந்தது. அதுக்குள்ளாற அவருக்குத் தாடியும் காவியும் வச்சு சந்நியாசியாப் பண்ணி நீங்கதான் சும்மா இருக்கிறதை ஊதிக் கெடுத்தீங்க."

"என்னது! என்னது!" என்றான் பூவராகன்.

"என்ன செங்கம்மா?" என்று குழம்பினாள் ரங்கநாயகி. ஆமருவி, "உங்களுக்கும் தெரிஞ்சு போச்சா அது?" என்று வாய் விட்டுச் சிரிக்காமல் எல்லோரையும் மாறி மாறிப் பார்த்தான்.

"என்ன செங்கம்மா?"

“சீதையையாவது கண்டுபிடிக்கலாம். ராவண சன்யாசியை எப்படிக் கண்டுபிடிக்க முடியும்னு யோசிச்சேன்?” என்றான் ஆமருவி.

“ராவண சன்யாசிக்கேவா தெரியாத போயிடும் அது?” என்றாள் செங்கம்மா.

“என்னப்பா கலாட்டா?” என்றான் பூவராகன்.

“என்ன செங்கம்மா?”

“இல்லேம்மா. கோபுரத்துமேல பொம்மைங்க பண்ணினாருல்ல நம்ம ஆஸ்தான சிற்பி. பிரஹலாதன், துருவன், பால்கடல் கிருஷ்ணன்—எல்லாக் கதையோட ராமன் கதையும் பண்ணியிருக்காரு. ராவணன் வந்து சீதைகிட்ட பிச்சை கேக்கறான். சீதை எம் மூஞ்சியாட்டமா இருக்கு. அதாவது போனாப் போவுது. ராவணன் மூஞ்சியை அவரு மூஞ்சி மாதிரி பண்ணினா கோபம் வருமா வராதா? தாடியை எடுத்துட்டு அவருக்குக் கூடவா பார்க்கத் தெரியாது? இது கொழுப்புதானே?”

“பழனிவேலுவையா அப்படிப் பண்ணிருக்காரு?”

“ஆமாங்கறேன்.”

“நான் நிஜத்தைத் தவிர ஒண்ணும் செய்யமாட்டேனே” என்றான் ஆமருவி.

“எது நிஜம்?” என்று கோபமாகப் பார்த்தாள் செங்கம்மா.

“நான் செஞ்சா அது நிஜமாத்தான் இருக்கும். என்னறியாம வந்திரிச்சு அப்படி. செய்த அப்புறம் தெரிஞ்சுது. என்னடா இப்படி இருக்குதேன்னு கொஞ்சம் தயங்கினேன். அப்புறம் தானா வந்ததை அழிக்கப்படாதுன்னு கொஞ்சம் நீட்டிப் போட்டு மழுப்பினேன்” என்றான் ஆமருவி.

“மூஞ்சியை நீன்டினதுதான் இன்னும் மோசமாயிருச்சு. அவருக்குக் கோபம் வந்தா அப்படியேதான் இருக்கும் அவரு முகம்.”

“நான் என்ன செய்வேன்? வேணும்னா இப்பவே போய் மாத்திவிடறேன். அது சரி, அது அவருக்கு எப்படித் தெரியும்னு நினைக்கிறீங்க?”

“எல்லாரும் சாரத்திலே ஏறிப் பார்க்கறாப்பல அவரும் போய் பார்த்துக்கிட்டுத்தானே இருப்பாரு எப்பவாவது.”

“பூவராகன் செய்யற காரியம் ஒண்ணும்தான் பிடிக்காதே அவருக்கு. அந்தப் பக்கம் தலை வச்சுப் படுக்க மாட்டாரே.”

“உங்க மேலே ஒண்ணும் இல்லியே அவருக்கு. இரண்டு மூணு மாசத்துக்கு முன்னாலே ஒரு தடவை ஏறிப் பார்த்தாராம்.”

“ஏண்டாப்பா, பட்டணத்திலேர்ந்து வந்து இந்த வம்பை பேற வாங்கி வச்சியா!” என்றான் பூவராகன்.

“ஒரு வம்பும் இல்லே. நாம் அன்னாடம் எத்தனையோ பார்க்கிறோம், கொள்றோம். கையிலே வர்றப்ப நிஜமா இருக்கிற தெல்லாம் நம்மறியாம வந்திடுது. நானா அதுக்குப் பிணை? தங்களோட மூஞ்சி மாதிரி இருக்கு, தாங்க செய்யற மாதிரி இருக்குன்னு பலபேரு நினைச்சிக்கறாங்க. நினைச்சிக்கட்டும். அவங்க அந்த மாதிரி இருக்கிறதினாலே, செய்யிறதினாலெ அவங்களுக்கு அப்படித் தோணும்.”

“நெசத்தைச் சொன்னா கோபம் வராமலா இருக்கும்?”

“மனுசனுக்கு அத்தனை புத்தியிருந்தா கோவில் குளமே தேவையில்லே” என்றான் பூவராகன். “தப்பாவே பண்ணுவான். ஆனா, தான் செய்யறதுதான் சரி, மத்தவங்க செய்யறது தப்பு என்பான்.”

“இப்ப என்னாலேதான் அவரு எடக்கு பண்றாருன்னு சொல்லுங்க. வேணும்னா இப்பவே போய் மாத்திடறேன்” என்றான் ஆமருவி.

“அதெல்லாம் ஒண்ணையும் மாத்தவும் வேண்டாம். மறைக்க வும் வாண்டாம்” என்று அவசரமாகச் சொன்னாள் செங்கம்மா.

“அப்ப நான் செஞ்சது நெசம்தான்?”

“உங்களுக்கு வேலை என்ன? நெசம் நெசம்னு நெசத்தைச் சொல்லி வயித்தெரிச்சலைக் கொட்டிக்கிறதைத் தவிர?”

“அப்ப ராணி வேலை ஆறதுக்கு முன்னாலே சிலை பண்ணியாச்சுன்னு சொல்லுங்க” என்றாள் ரங்கநாயகி.

“அதுக்கே எனக்குப் பணம் கொடுக்கணும்” என்றான் ஆமருவி.

“எங்கிட்ட கடன் வாங்கி” என்று இடைமறித்தான் பூவராகன். “பணம் இன்னும் கைக்கு வந்தபாடில்லே. ராஜாங்கத்திலே பெரிய பெரிய திட்டங்களெல்லாம் போட்டாச்சு. ஊரைவிட்டு மான்யம் வல்லேன்னு ஓடிப்போனானுவளே தச்சன், கருமான், பரிஹாரி— மூணு பேரும், அவங்களுக்கு ஸ்பெஷலா ஆளனுப்பிச்சு, வரச்

சொல்லி வீட்டுக்கு புதுக் கூரை போட்டு குடியேறச் சொல்லிட் டாங்க ராணி அம்மா. குருக்களைக் கூட்டியாந்து குடி வச்சாச்சு. ஆச்சு, அறுப்பு முடிஞ்சப்புறம் குளம் வெட்டப் போறாங்களாம். வாய்க்கால் வெட்டப் போறாங்களாம். ரண்டும் மம்பிட்டியை பார்த்து இருபது வருஷம் ஆச்சு. அறுப்பு முடிஞ்சு கும்பாபிஷேகம் முடிஞ்சப்புறம் பிடாரி கோயிலுக்கும் காப்புக் கட்டப் போறாங்களாம். எல்லைத் தெய்வமாச்சே. அது ஒன்பது வருஷமாச்சு—எல்லையை விட்டு, எங்கே போயிருக்கோ. அதைக் கூட்டியாந்து காப்புக்கட்டித் திருவிழா நடத்தப் போறாங்களாம். திட்டம் எல்லாம் பெரிசா இருக்கு. பழைய ராஜாவானா பொழுதன்னிக்கும் கடம்பங்குடியிலே போய் பெரிய மனுஷங்க வீட்டு வாசல் திண்ணையிலே உட்கார்ந்து உலக விவகாரமே பேசிக்கிட்டிருக்காரு. தன் ஊரைக் கண்டாலே அவருக்குப் பிடிக்கல்லெ பிடிக்கலேன்னு இந்த ஊருக்குச் சேர வேண்டிய பணத்தையும் கொடுக்க மாட்டேங்கறாரு. வட்டிக்கு விட்டு பெரிசா ஆக்கிவிட்டிருக்காராம். எங்கே விட்டிருக்காரோ அதுவும் தெரியலே. எல்லாம் மூடு மந்திரமாயிருக்கு. புது சர்க்காரானா எங்கிட்ட கடன் வாங்கிட்டேயிருக்காங்க" என்ற பூவராகன் செங்கம்மாவைப் பார்த்தான்.

ஆமருவி ஒன்றும் பேசவில்லை. உள்ளங்கையை உதட்டில் வைத்துத் தட்டி "அப்பா, அப்பா" என்று விளையாட்டாக வியந்து கொண்டிருந்தான். "கடன் கொடுத்துக்கிட்டேயிருப்பா, இந்த மாதிரி ஒரு ராணிக்கு கடன் கொடுக்கக் கொடுத்து வைக்கணும். நீ சொல்றாப்பல திரும்பி வந்தாலும் சரி. வராட்டாலும் சரி, ஏதாவது நல்லது நடந்துகிட்டேயிருக்கட்டும். அதுசரி, ராவணனை மாத்திரம் மாத்தினால் போதுமா, சீதையையும் மாத்தணுமா?" என்றான் செங்கம்மாவிடம்.

"அதது இருக்கிறபடி இருக்கட்டும். தலைவலியைப் போக்கி திருகுவலியைக் கொண்டாந்து வைக்காம இருந்தாப்போதும்" என்றாள் செங்கம்மா.

"ஐயோ அப்பா! அப்பா!" என்று வாயைப் பொத்திக் கொண்டான் ஆமருவி.

செங்கம்மா, "போய்ப் பல்லைத் தேய்ச்சிட்டு வந்தா, சூடா இட்லி சாப்பிடலாம்" என்று சொல்லிக்கொண்டே சாத்துக்குடிகளையும் வெட்டிவேரையும் எடுத்துக்கொண்டு அடுக்களைக்குள் மறைந்தாள்.

○ ○ ○

பலகாரம் முடிந்து கருவிகளை எடுத்துக்கொண்டு கோவிலுக்குப் போகும்போது, திண்ணையில் ஆங்காங்கு உட்கார்ந் திருந்தவர்கள், "எப்ப?... ரொம்ப நாளா நின்னு போய்ட்டீங்களே?" என்று ஆவலாக வந்து விசாரித்தார்கள், நின்று நின்று பதில் சொல்லிக்கொண்டே போனான் ஆமருவி.

"வாங்களேன் கோவில் பக்கம் நேரம் இருந்தா. இப்பவே வரணும்கிறதில்லே, சாயங்காலமா ஒழிஞ்சப்ப வாங்களேன்" என்று ஓரிரண்டு பேரை அழைக்கவும் அழைத்தான்.

அவனுக்கே ஆச்சரியம் தாளவில்லை. "என்ன பூவு இது!"

"என்ன?"

"என்ன செஞ்சிருக்கே? இவ்வளவு மரியாதையா, இவ்வளவு ஒட்டுதலாக் கூப்பிட்டதே இல்லியே யாரும்!"

"உனக்குத்தான் தெரியுமே."

"ஆமா, ஆமா" என்ற ஆமருவியின் கண்கள் சூன்யத்தைப் பார்த்தன. ஆங்கிலத்தில் பேச ஆரம்பித்தான் அவன்.

"நீ அதிர்ஷ்டசாலிதான்!"

"எதுக்கு?" என்றான் பூவராகன்.

"இந்த மாதிரி ஒரு விளக்கு வீட்டிலே நடமாடிக்கிட்டு எப்பப் பார்த்தாலும் ஒரு சந்தோஷத்தைக் கொடுக்கறதுன்னா நீ அதிர்ஷ்டசாலியாகத்தான் இருக்கணும்."

"நான் அதிர்ஷ்டசாலிதான் உண்மையிலே. தகுதியில்லாம, ஒரு பெரிய லாபத்தை அடையறதுக்குத்தான் அதிர்ஷ்டம்னு பேரு. அந்த வகையிலே நான் அதிர்ஷ்டசாலிதான். நான் ஒண்ணுக்குமே தகுதியில்லாதவன். எனக்கு இத்தனை பணம் வந்தது, இந்த மாதிரி வேலைக்காரின்னு பேர் வச்சுக்கிட்டு ஒருத்தி வந்தது—எல்லாமே அதிர்ஷ்டம்தான். அதனாலேதான் எனக்கு வெட்கமாகவும் இருக்கு. ஒவ்வொருத்தரும் எதை அடைஞ்சாலும் அதுக்கு உழைச்சிருக்கணும், அல்லது தகுதியை சம்பாதிச்சிட்டிருக்கணும்."

"வேற ஜன்மத்திலே சம்பாதிச்சுகிட்ட தகுதியோ என்னவோ?"

"அப்படித்தான் எல்லாரும் சமாதானம் பண்ணிக்கிறாங்க. நாம பிறக்கிறதுக்கும் செத்துப் போறதுக்கும் அப்பாலே ஒரே இருட்டா இருக்கு. வேற என்னத்தைச் சொல்லி நாம தகுதியைத் தேடிக்க முடியும்?"

"என்னைப் பாரேன்" என்றான் ஆமருவி.

பூவராகன் திரும்பி அவனைப் பார்த்தான்.

"என்னைப் பார்த்தா எப்படி இருக்கு?"

"ஏன்?"

"எப்படி இருக்கு சொல்லேன்?"

"களையாயிருக்கு, சந்தோஷமா இருக்கு."

"அதுதான் கேட்டேன்" என்றான் ஆமருவி.

"என்னப்பா இது?"

"ஆமா. அந்த அம்மாவைப் பார்த்தவுடனே எனக்கு அப்படித்தான் இருக்கு. ஏதோ ஒரு சந்தோஷம் உள்ளெல்லாம் வந்து பூந்துக்குது. அப்படியே தாங்க முடியாம வெடிச்சுப் போயிடணும் போல இருக்கு."

"வெடிச்சுப்போகணும் போலவா?"

"ஆமாம். தாங்க முடியாதுபோல ஒரு உணர்ச்சி."

"நீ எத்தனை அழகாச் சொல்றே வெடிச்சுப் போயிடணும் போலவா? அதேதான் அப்படித்தான் எனக்கும் வெடிச்சுப் போகணும் போல ஒரு வெறி வந்துடுது."

"அந்த அம்மாவைச் சுத்தி எப்பவும் ஒரு சந்தோஷம். சுனையிலேர்ந்து ஊற்று நாலு பக்கமும் சுரந்து பரவறாப்போல பரவிக்கிட்டேதான் இருக்கு. கிட்ட இருக்கறவங்க எல்லாரையும் தொத்திக்கும் போலிருக்கு. ஊரு திருந்திக்கிட்டே வருதுன்னா அதிலே ஒண்ணும் ஆச்சரியமில்லே. ஆச்சரியமா இருக்கறது இத்தனை நாளா அது சும்மா இருந்து நீ வந்தப்புறம் அது வேலை செய்ய ஆரமிச்சதுதான்."

"நீ என்ன சொல்றே ஆமருவி?"

"சில பேரைக் கண்டாத்தான், சில பேர் மனசு, ஹிருதயம் எல்லாம் இசைஞ்சு அதிர ஆரம்பிக்குதுன்னு சொல்றேன்."

"என்னமோ, நான் சந்தோஷமா இருக்கிறது ஒண்ணுதான் எனக்குப் புரியுது" என்றான் பூவராகன்.

ஆமருவி சற்றுப் பேசாமல் நடந்து வந்தான், பிறகு சொன்னான். "ஊர் ரொம்ப மாறியிருக்காப்பலதான் எனக்குத் தோணுது. எங்க பார்த்தாலும் குப்பையும் செத்தையுமா இருக்கும். என்னவோ என்னன்னு சொல்லத் தெரியலே, பார்த்தா ஒரு

அவலமா, களையில்லாம இருக்கும். இப்ப அப்படியில்லையே. என்னமோ ஜில்லுன்னு மழை பெஞ்சு குளிர்ந்து, காத்திலே மகிழம்பூவெல்லாம் வந்து வீதியிலே இறைஞ்சாப்பல ஒரு நிம்மதியா, களையா இருக்கே."

"நிஜமாவா? என்ன, என்னென்னமோ சொல்றியே?" என்று வியப்புடன் கேட்டான் பூவராகன்.

"ஆமாம் பூவு. நீ இங்கியே இருக்கிறதினாலே உன் கண்ணிலே படலியோ என்னவோ! எனக்கு என்னமோ, எங்க பார்த்தாலும் கருக்குன்னு இருக்கு. சுத்தமா இருக்கு. அழகா, சுத்தமா இருக்கணும்னு இந்தத் தெரு மண்ணே நினைச்சு மாறினாப்பல இருக்கு. திண்ணை, வாசல், தூண், ஜன்னல் எல்லாம் ஒரு ஒரு வீட்டிலேயும் அப்படி நினைச்சு மாறினாப்பல இருக்கு. ஏதோ ஒரு ஒழுங்கு, நறுவிசு எல்லாம் வந்து, கருடன் வந்து இறக்கையை விரிச்சுக்கிட்டு உட்கார்றாப்பல இருக்கு."

"அப்படியா?"

"வரணும் வரணும்" என்று குரல் கேட்டது. "எப்ப?" என்ற கூப்பாடு போட்டுக்கொண்டே எழுந்தார் மூன்று வீட்டுத் திண்ணைக்கப்பாலிருந்த அம்பாகடாட்சம்.

"அவர் வாயைக் கொஞ்சம் கிண்டிப் பார்க்கட்டுமா" என்றான் ஆமருவி.

"பேசாம வா. வேலையைக் கவனி முதல்லே!"

"எப்ப வந்தாப்பல? ரொம்ப நாளாகக் காணுமே!" என்று கேட்டுக்கொண்டே அருகில் வந்துவிட்டார் அம்பாகடாட்சம்.

"இப்பதான் வந்தேன் காலையிலே. சௌக்கியம்தானே?"

"சௌக்கியம்தான்."

ஆமருவி சிரித்தான். "அப்புறம் எப்படி?" என்றான்.

"எப்படின்னா... கும்பாபிஷேகம் நடக்கப்போவுது. நீங்களும் இருந்து பார்க்கப் போறீங்க. அப்ப சொல்லுங்களேன்."

"என்னத்தை?"

"என்னத்தை? ஐயாவுக்கு ஒண்ணும் நீங்க சொல்லலே போலிருக்கு" என்று பூவராகனைப் பார்த்தார் அவர். மறுபடியும் ஆமருவியைப் பார்த்துச் சொன்னார். "முதல்லே நீங்க பார்த்த ஊரு இல்லே இது. எல்லாம் தலை கீழே மாறிப்போச்சு."

"என்ன?"

“ஆமா. முன்னெல்லாம் ரெவின்யூ லாக்காவிலேர்ந்து யாராவது வந்தான்னு கதவைச் சாத்திக்கிட்டு அத்தனை பேரும் கொல்லை வழியாலே அக்கரைக்குப் போயிடுவோம். அதுவும் நெல்லு கொள்முதல் பண்றேன்னு யாராவது வந்தாங்க, ஊரிலே ஒரு ஆம்பிள்ளை சிங்கம் இருக்காது. நானே முத நா கூப்பிட்டு உபதேசம் பண்ணிடுவேன். ‘யப்பா, நாளைக்கு ப்ரொக்யூர்மெண்டு ஆபீசர் வரான். முந்திரிக்கொட்டை மாதிரி பத்து மூட்டை கொடுக்கிறேன், முப்பது மூட்டை கொடுக்கறேன்னு மாரைத் தட்டிக்கிட்டுப் போய் நிக்காதீங்க. கதவைத் தாப்பாப் போட்டுக்கிட்டு எங்கியாவது போய் இருந்துப்பிட்டு, பொழுது சாஞ்சப்புறம் வாங்க. ஒரு மணி நெல்லை அந்தப் பயலுவ எடுக்கப்படாது, தெரியும்ல?’ன்னு உபதேசம் பண்ணுவேன். இப்ப பத்து மூட்டைக்கு இருபது மூட்டையைக் கொடுக்கத் தயார்.”

“அப்படி விளைச்சிருக்கீங்க?”

“நாங்க விளைக்கல்லே. இவங்கதான் செஞ்சாங்க. இந்த வருஷம் செஞ்சாயமெல்லாம் ஊர் முழுக்க இவங்க பொறுப்பா பண்ணியிருக்காங்க. அமோகமா விளைஞ்சு கிடக்கு, கண்ணு பட்டுடும் போல. அதுக்காக சொல்லலே. இப்பல்லாம் யார் வந்தாலும் ஒரு துணிச்சல். உள்ளதைச் சொல்லிப்படறது. சேமிப்பா? இத்தினி முடியும், இத்தனாம் தேதி வாங்க. கொள்முதலா? இத்தினி விளையப் போவுது, இத்தினி கொடுக்க முடியும் – வாங்க – அறுப்பன்னிக்கு வந்து அப்படியே களத்திலேயே எடுத்துக்கிட்டுப் போங்க. யார் எது கேட்டாலும் எதையும் மறைக்கிறதில்லே. முன்னெல்லாம் மம்புட்டி, அரிவா, கடப்பாரை எல்லாம் ஒரு பீரோவிலே வச்சுப் பூட்டிருப்பேன். யார் ஓசி கேட்டாலும் கொடுக்கமாட்டேன். கொடுத்தாலும், அவங்க வீட்டுக்குப் போறதுக்குள்ளாறவே பின்னாலெ ஆளை அனுப்பிச்சிருவேன். போடா ஐயாவு, மம்முட்டி வாங்கிக்கிட்டுப் போனான். அதைக் கொடுக்கச் சொன்னாங்கன்னு வாங்யான்னு. இப்ப அப்படியில்லே. முத்தத்திலேயே அல்லாம் கெடக்கு. யார் கேட்டாலும் இல்லேன்னு சொல்றதில்லே.

“முன்னெல்லாம் பிள்ளையார் கோவில் வாசல்லே நின்னுகிட்டு, ‘புள்ளையாரே என் நிலம் நல்லா விளையணும், என் குழந்தை குட்டி நல்லாயிருக்கணும், என் பொண்டாட்டி நோய் நொடி யில்லாம வியாதி வெக்கை இல்லாம இருக்கணும்’ – இப்படி எனக்கு மாத்திரம் வேண்டிப்பேன். நல்லா உரக்க வெக்கமில்லாம வேண்டிப்பேன். இப்ப அதெல்லாம் நின்னு போச்சு. ஊர்ப் பொதுத் தலைமையை மாத்தினோம். அந்தப் பய பணத்தையும் கொடுக்காம, கணக்கையும் கொடுக்காம உட்கார்ந்திருக்கிறான்.

நீ கொடுக்காட்டி போன்னு தம் பணத்தைப் போட்டு மான்யக் காரங்களைத் திருப்பிக் கொண்டாந்து குடிவச்சு, குருக்களைய்யா வைக் கொண்டாந்து சிவன் கோயில்லே பூசையை நடத்துங்கள்ன்னு சொல்லி, மான்யங்காரங்களுக்கு பழைய கணக்கெல்லாம் தீர்த்து, ஊரையே ஒரு பொம்பிளை நிமித்திவிடறதுன்னா நாங்க ஏன் ஆபீசரைக் கண்டு, கதவைச் சாத்திக்கிட்டு உள்ள போகணும்?" என்று கேள்வியோடு நிறுத்தினார் அம்பாகடாட்சம்.

"புதுத் தலைவரைத்தானே சொல்றீங்க?"

"ஆமா. உங்களுக்குத் தெரியுமா?"

"பூவு சொன்னாரு, அது சரி. பணம் வல்லேன்னா நீங்க எல்லாமா சேர்ந்து வாங்கிக் கொடுக்கணும். அவங்க கையிலேர்ந்து எத்தினி காலம் போட்டு ஊருக்காக செலவழிப்பாங்க?" என்றான் ஆமருவி.

"அவங்கன்னா அவங்களா? எல்லாம் ஐயாதானே! அவங்க கேட்கறாங்க, இவங்க கொடுக்கறாங்க."

"அதானே பார்த்தேன்."

"கையை விட்டுப் போடறாங்கன்னு அந்த அம்மாளைச் சொன்னேன்னு நினைச்சீங்களா? எங்களுக்கு இரண்டு பேரும் ஒண்ணுதான். ஆனா, ஐயாகூட அந்த மாதிரி தைரியமாப் பேச மாட்டாங்க. அவங்க ஒரு கூட்டம் நடத்தறப்ப பேசறதை நீங்கல்ல பார்க்கணும்! அது ஒரு ராஜாங்கம்தான்" என்று ஒரு மார்பையும் தோளையும் சற்று முன்னுக்குத் தள்ளி தலையையும் ராஜாங்கமாக அசைத்துக் காட்டினார் அம்பாகடாட்சம். "தான்தான் பணம் போடறோம்னு எங்ககிட்ட சொல்லாம எதையாவது செஞ்சிரு வாங்களா? அந்த மரியாதின்னா மரியாதிதான். நெசமாச் சொல்றேன். என் மாதிரி ஆம்பிளைக்கெல்லாம் அந்த மாதிரி ஒரு மரியாதி கொடுத்து வாங்கத் தெரியாது. அப்படி ஒரு குணம். ஒரு காய்தா. ஆதிமூலம் சொல்றாப்பல அது ஒரு அம்சம் தான். அந்த அம்மா நினைச்சா இந்தப் பயகிட்ட பணத்தை வாங்கத் தெரியாதுன்னு நெனக்கிறீங்க? ஒரு நொடியிலே, கண் மூடி கண் திறக்கற நேரத்திலே கொண்டாந்து கக்க வச்சிர மாட்டாங்க? என்னமோ ஒரு போக்கா இருக்கிறாங்க, அவமானப் படுத்தவாணாம், வர்றபடி வரட்டும்னு. இப்ப நீங்க சொன்னீங்க, நீங்கல்ல எல்லாருமாச் சேர்ந்து பொதுப் பணத்தை வாங்கிக் கொடுக்கணும்னு. நல்லா துடைப்பக் கட்டையாலெ அடிக்கிறாப்பல இருக்கு நீங்க கேட்கிறப்ப –"

"ஐயையோ" என்று அவசரமாக மறித்தான் ஆமருவி.

“நீங்க ஏன் பதர்றீங்க? நாங்க அவங்களைத் தலைவராப் பண்ணினப்ப பணத்தை வாங்கிக் கொடுக்கிறதாக ஒப்புக்கிட்டோம். இன்னும் வாங்கிக் கொடுக்கல்லேன்னா அது எங்க தப்புதான். நீங்க சொல்றதிலே ஒண்ணும் தப்பிலே. கோர்ட்டுக்குப் போக வாண்டாம்னு பார்க்கிறோம். போனா பயிர் வேலை கெட்டுப் போவுது. முன்ன மாதிரி சோம்பேறியா இருந்தா எங்கடா கச்சேரின்னு மாயவரத்துக்கும் ஊருக்குமா அலைஞ்சிட்டிருக்கத் தோணும். இப்ப அப்படியில்லையே.”

“சரி, சுருக்க வாங்கிக் கொடுத்திடுங்க” என்று ஆமருவியைப் பார்த்துக் கண்ணைச் சிமிட்டினான் பூவராகன் – இதை ஏனடா இப்போது கிளப்பிவிட்டாய் என்கிறாற்போல்.

“என்னமோ? சீக்கிரமா வரட்டும். அப்ப வர்றோம்” என்று ஆமருவி விடுவித்துக்கொண்டான்.

“வரட்டுமா – பொறுத்துப் பார்க்கிறது. இல்லேன்னா நாலு உபாயம் சொல்லுவாங்களே. அதிலே கடைசியா இருக்கறதை – ஹ ஹ ஹ ஹ ஹ” என்று சிரித்தார் அம்பாகடாட்சம்.

“ஐயோ வாண்டாம் வாண்டாம்” என்று உதட்டில் உள்ளங்கையை வைத்து எச்சரித்துக்கொண்டே நகர்ந்தான் ஆமருவி.

“ஓயத்தான் மாட்டானா?” என்றான் பூவராகன் தெருக்கோடி போகும்போது.

“ஏன்? உனக்கென்ன? நான்ல கோபுரத்து மேலே ஏறிக்கப் போறேன்? தான் மாறினது – ஊரு மாறினது – எல்லாம் அவருக்கே ஆச்சரியமாயிருக்கு. கொஞ்ச நேரம் புலம்பி சந்தோஷப்படணும்னு பார்க்கறாரு. உனக்கென்ன? உனக்கு வெடிச்சுப் போகணும் போலிருக்கு. அவருக்கு வளவளன்னு பேசணும் போலிருக்கு. ரண்டும் ஒண்ணுதான்” என்றான் ஆமருவி.

பூவராகன் தலையைக் குனிந்துகொண்டே பேசாமல் நடந்தான்.

கோபுரத்தின் மீது ஏறுகிறவரையில் அவன் பேசவில்லை.

ஆமருவி வேலையைத் தொடங்கினான்.

சற்றுக் கழித்து அந்தண்டைப் பக்கத்திலிருந்து பூவராகன் சிரிக்கும் சத்தம் கேட்டது.

“என்ன பூவு?”

“அப்படியே தானிருக்கு.”

"எது?"

"உங்க ராவண சந்நாசிதான்."

"வழிகோலைக் கையில் ஏந்திக்கொண்டு கோபுரத்தின் அந்தண்டைப் பக்கம் போனான் ஆமருவி. பூவராகன் ராவண சந்யாசிக்கு முன் நின்று சிரித்துக்கொண்டிருந்தான்.

"நான் எப்படி இத்தனை நாளா இதைக் கவனிக்கவே இல்லை?"

"பார்த்தவுடனே அடையாளம் தெரியுதா என்ன?" என்று கேட்டான் ஆமருவி.

"இல்லெ, கொஞ்சம் கவனிச்சுப் பார்க்கணும்."

"ராவணனை மாத்திரம் இல்லை. செங்கம்மாவையும்தான்."

"ஆமாம்."

"பழனிவேலு மூஞ்சிக்கு தாடி அதிகம். செங்கம்மாவுக்கு நகை நட்டெல்லாம் போட்டு மறைச்சிருக்கு" என்றான் ஆமருவி.

"ஆமா. ஆனா கவனிச்சுப் பார்த்து ஒரு தரம் அடையாளம் கண்டுட்டா, அப்புறம் அதே அச்சுத்தான்."

"இதை எப்படி பழனிவேலு வந்து பார்த்து, இவ்வளவு சாவகாசமா கண்டுபிடிச்சிருக்க முடியும்?" என்றான் ஆமருவி.

"உன்னைச் சும்மா பயமுறுத்தியிருக்கிறாப்பா அவ. அவன் நீ சொன்னாப்பல இந்தப் பக்கம் தலைவச்சுக்கூட படுக்கமாட்டான். உன்னைத்தான் கிளறிவிட்டு வேடிக்கை பார்க்கணும்னு குறும்பு பண்ணியிருப்பா."

"அப்படியா!"

"நெசம் மாதிரியே இருந்துதே அவ சொல்றதைப் பார்த்தா?"

"அப்படியெல்லாம் இல்லாட்டி இந்தச் சனியன் பிடிச்ச ஊரை மாத்த முடியுமா என்ன? இந்த ஊருக்கு முதுகெலும்பும் கிடையாது. அடியில்லாத கலயம். கடல் ஓரத்திலே கொள கொளன்னு கிடக்கும் பாரு – ஜெல்லி. அந்த மாதிரி மனசிலேயும் அப்படித்தான். அதுக்குள்ளாற ஒரு எலும்புக்கூட்டைப் புகுத்தி உருவம் கொடுத்திருக்கா இந்தப் பொம்பிளை. அம்பாகடாட்சம் சொல்றது பொய்னு நினைச்சியா? இருட்டினதும் ஒரு பெட்ரூம் லைட்டை எடுத்துக்கிட்டு திண்ணை திண்ணையா வந்து ரெவின்யூ லாக்கா ஆபீசருங்க வந்தா எப்படி அவங்க கண்

காணாம, கதவை சாத்திக்கிட்டு ஒளிஞ்சிக்கிட்டிருக்கிறதுன்னு உபதேசம் செய்த ஆளுதான். இப்ப அவர் எதுக்கும் துணிஞ்ச கட்டையா ஆயிட்டாரு. அவர் மட்டும் இல்லெ ஆதிமூலம், சுவேதாரண்யம் – எல்லாத் துடை நடுங்கியும்தான். இப்ப ஊரு ரொம்ப ஒத்துமை. கடம்பங்குடி மிராசுதாருங்களுக்கே நம்ப முடியலெ."

"அதனாலெதான் பழனிவேலு முறைச்சிட்டிருக்கானாக்கும் இன்னும்?"

"அது ஏனோ? இப்ப நீ ஒரு புதுக் காரணம் கண்டுபிடிச்சு அதை பொம்மையா வேற பண்ணி வச்சிருக்கிறியே? இத்தனை நாளா இதுவும் எனக்குப் படவே இல்லை" என்றான் பூவராகன்.

"நானும் பார்க்கலே. எனக்கு என்னமோ இந்தப் பய அவளை நெனச்சிட்டு உருகி, தீயாக் காயறனோன்னு ஒரு சந்தேகம்" என்றான் ஆமருவி.

"எனக்கு அத்தனை தீர்மானமாக வரலே அந்த சந்தேகம்."

"எனக்கு வந்துது. இது ஒரு தினுசு. யானை காதல் பண்ணினா, அன்பா, சத்தம் போடாம அணைச்சுக்கும். பூனை காதல் பண்ணினா, குய்யோ முறையோன்னு கத்தி மேலே விழுந்து பிறாண்டும்" என்று சொல்லிக்கொண்டே திரும்பி புறப்பட்ட இடத்திற்கே வந்தான் ஆமருவி.

17

ஆதிமூலம் பிள்ளை வீட்டில் கொல்லையி லிருந்து வாசல் வரைக்கும் ஒரே வெளிச்சமாயிருந்தது. “எலக்கட்ரியுமாச்சமா, பூக்கட்ரியுமாச்சு, அந்தக் கண்ணை அவிக்கிற சனியனை நான் திரும்பிக்கூடப் பார்க்க மாட்டேன்” என்று மின்சார விளக்கைத் தூற்றிக்கொண்டே உட்கார்ந்திருந்தவர், கடைசியில் மனைவியின் கூப்பாட்டுக்கும் நச்சரிப்புக்கும் இளகி விட்டார். துணிச்சலாக இரண்டாயிரம் ரூபாயைச் செலவு செய்தும் விட்டார். நிரம்பி நிற்கிற தண்ணீர்த் தொட்டியைப் பிடுங்கிவிட்டாற்போல் அவருடைய கஞ்சத்தனம், கடிசல் எல்லாம் திடீர் என்று ஒரு கணத்தில் வெளியே ஓடிப்போய்விட்டன.

“சரி உன் மனசுப்படி செஞ்சுக்க” என்று, தலைக்கு மேல் போனபிறகு சாண் என்ன முழம் என்ன என்பது போல மனைவியின் பட்டியலுக்கு நீண்டு பணிந்துவிட்டார். அதாவது விளக்கு மட்டும் இல்லை, கிணற்றங்கரைக்கு மேல் தொட்டி கட்டி, மின்சாரப் பம்பு வைத்து, அதிலிருந்து அடுக்களைக்கும் முற்றத்துக்கும், கொல்லைக் கட்டுக்குமாக மூன்று குழாய்கள் போட்டு, ஒரு ரேடியோ வாங்கி, அத்தனை யும் நல்ல முகூர்த்தம் என்று ஒரு நாள் பிற்பகல் மூன்று மணிக்குத் திறந்தும் விட்டுவிட்டார். அதைக் கொண்டாட ஊரைக் கூப்பிட்டு ஆளுக்கு ஒரு ஜாங்கிரியையும் கோலோடையும் டீத் தண்ணியும் கொடுத்தார். அதையெல்லாம் செய்வதற்குச் செங்கம்மாவைத்தான் வழக்கம்போல, எல்லோரை யும் போலக் கூப்பிட்டார். அவளை விட்டால் பெரும்படி சமையலுக்கோ, நாசூக்கு சமையலுக்கோ ஆள் இல்லை.

எல்லோரும் விடைபெற்றுக் கிளம்பியபோது, அம்பாகடாட்சம், ஐயாறு, திருநாவு, சுவேதாரண்யம் நாலுபேரையும் இருத்திக்கொண்டு மற்றவர்களுக்கு விடைகொடுத்தனுப்பினார்.

“என்ன சமாசாரம்?” என்று உட்கார்ந்துகொண்டார் அம்பாகடாட்சம்.

“ஊர்க் காரியம்தான் . . . இதோ வந்திடறேன்” என்று அடுக்களைக்குள் ஓடினார் ஆதிமூலம். அவர் மனைவியோடு உட்கார்ந்து வெற்றிலையை மென்றுகொண்டே பேசிக் கொண் டிருந்த செங்கம்மாவின் முன் நின்றார்.

“யம்மா, கொஞ்சம் கூடத்துக்கு வாங்களேன்.”

“என்ன?” என்று சிரித்தாள் செங்கம்மா.

“எப்ப பார்த்தாலும் பூவராக முதலியார் வீட்டிலேதான் கூட்டத்தைக் கூட்டுறீங்க – ஊர்ப் பொதுவுன்னா, இப்ப எங்க ஊட்லியும்தான் கொஞ்சம் நடத்துங்களேன்னுதான். இந்த எலக்கட்ரி போட்டத்துக்காகவா ஊரைக் கூட்டினேன்னு நினைச்சீங்க?”

“பொது கூடிப் பேச சேதி என்ன இருக்கு இப்ப?”

“சேதி நாமளா பண்ணிக்கிட்டாப் போவுது. சித்தெ வாங்களேன்” என்று குழந்தையைக் கொஞ்சுகிற மாதிரி கெஞ்சினார் ஆதிமூலம்.

செங்கம்மா எழுந்து வந்தாள்.

கூடத்தில் வந்து சுவரோரமாக உட்கார்ந்துகொண்டாள்.

“என்னமோ, வந்த எடத்திலே கூட்டம் கூட்டிட்டானேன்னு நெனச்சுக்காதேடா, திருநாவு. அம்மா வந்திருக்காங்க, முதலியார் ஊட்லெ கூடினா என் இட்டத்துக்குப் போக முடியலெ. அவரு கூட இருந்தாருன்னா எரைஞ்சு பேசவே கூச்சமாயிருக்கு. அதனாலெ எல்லாரும் இருக்கறப்ப எதோ சொல்லணும்னு நினைச்சேன்... அம்மாவை ஜாங்கிரி பண்ணத்தான் கூப்பிட்டேன். கூட்டத்தையும் நடத்தலாமேன்னு கேட்டுக்கிட்டேன். சரின்னாங்க. இன்னக்கி ரண்டிலே ஒண்ணு தீரணும்” என்று ஆரம்பித்தார் ஆதிமூலம்.

“எது?” என்றான் திருநாவு.

“பழனிவேலு விஷயம்தாண்டா. ரூபாயும் கொடுக்க மாட்டேங்கறான், கணக்கும் கொடுக்க மாட்டேங்கறான். கும்பாபிஷேகம் இன்னிக்குப் பதினைஞ்சா நாளு. ஒரு படி காரைக்குக்கூட ஊர்க்காசு சேரலே இன்னும். கோவிலைக் கட்டினாரு. பேசாம இருந்தோம். ஊர் செய்நேத்தி எல்லாம் தலையிலே போட்டுக்கிட்டாரு, பேசாம வாங்கிக்கிட்டிருக்கோம். அட, கும்பாபிஷேகத்துக்காவது அணிலாட்டம் ஏதாவது

போட்டாத்தானே தேவலாம். என்னமோ, கொடுக்காத மகராசிதான் கொடுக்கலெ. தினம் கொடுக்கிற முண்டம் உனக்கென்னடின்னானாம். அந்த மாதிரி இருக்கிறதா?"

"நாம கேட்டுத்தான் கொடுக்கலியே. கோர்ட்டுக்குப் போறதா? அம்மாவைக் கொண்டு கோர்ட்லே நிறுத்தச் சொல்றதா?" என்று தலையைக் குனிந்துகொண்டே திருநாவுவைப் பார்த்தார், அம்பாகடாட்சம்.

"கோர்ட்டுக்குப் போறதைப் பத்தி நான் கவலைப்படலெ. இத்தினி ஆனப்புறம் புளியமரத்துமேலே ஏர்றதா பிரமாதம்?" என்று சிரித்துக்கொண்டே மேலும் சொன்னாள் செங்கம்மா.

"நான் அதுக்காக யோசிக்கலெ இப்ப. கும்பாபிஷேகம் ஆகட்டும். அதுவரைக்கும் வேலை சரியா இருக்கும். அப்புறம் மேலே எந்தக் கச்சேரிக்கு வேணும்னாலும் போறது."

"நீங்க கச்சேரிக்குப் போகப் படாதும்மா. உங்களைக் கொண்டு கோர்ட்டிலெ நிறுத்தறத்துக்காகவா முதலியாரு உங்களைப் பொதுவுக்கு முதலாப் போடச் சொன்னாங்க? சித்தப்பா, இதுக்குத்தானே கூட்டம் போட்டீங்க? கும்பாபிஷேகத்துக்குள்ளாற பணம் கதறிக்கிட்டு வராதா இல்லியா பாருங்க?" என்றான் திருநாவு. அவன் கன்னத்தின் அடி எலும்பு இரு பக்கமும் ஒரு முறை புடைத்துக்கொண்டது. ஆதிமூலம் அவனுக்கு சித்தப்பா இல்லை. அருமையான சந்தோஷமான சமயங்களிலே வருகிற செல்லக் கூப்பாடு அது.

"எப்படி" என்றாள் செங்கம்மா.

"வருதா இல்லியா பாருங்களேன்."

"வரட்டும். அதுதான் எப்படின்னு கேக்கறேன்."

"நான் நயமா, பயமா சொல்லி வாங்கிடறேன்."

"சொல்லித்தானே?"

திருநாவு அவளை நிமிர்ந்து பார்த்தான்.

"நான் அப்படியெல்லாம் தப்பா செய்ய மாட்டேம்மா. நீங்க பார்த்துக்கிட்டே இருங்களேன். கும்பாபிஷேகத்துக்கு ஊர்ப்பணம் கொஞ்சம் சேரத்தான் போவுது... வேறே ஒண்ணும் இல்லியே, சித்தப்பா."

"வேறே ஒண்ணும் இல்லேடா. நான் இதைத்தான் பேசணும்னு இருந்தேன். நீயே முடிவு கட்டிப்புட்டே. அந்தப் பயலை கையை காலை ஒடிச்சாவது பணத்தை வாங்கிடணும்னு வீராப்பா என் இட்டத்துக்கு கத்தலாம்னு பார்த்தேன். அம்மா இப்ப கேட்ட

கேள்வியை, ஒரு மாதிரியா பார்த்துக்கிட்டு கேட்டாங்களே, அதைப் பார்த்தவுடனே எனக்கு யோசனையாப் போச்சு. நீயும் ஏதாவது செஞ்சு வக்யாதடா. குட்டி குலைச்சு நா தலையிலே விடியப்போவுது."

"கூட்டம் முடிஞ்சு போச்சா?" என்று சிரித்தாள் செங்கம்மா.

"முடிஞ்சு போச்சும்மா, நம்ம வீட்டிலியும் ஒரு கூட்டம் போடணும்னு நெனச்சேன். போட்ட முகூர்த்தம் என் சிங்கக்குட்டி ஆணை வைக்கிறாப்பல கும்பாபிஷேகத்துக்குள்ளாற பணத்தை வாங்கிடறேன்னு பிடரியை உலுக்கிடிச்சி. வேற என்ன வேணும்?" என்று ஆதிமூலம் எழுந்தார்.

மற்றவர்களும் எழுந்துகொண்டார்கள். விடைபெற்றுக் கொண்டார்கள்.

எல்லோரும் போன பிறகு செங்கம்மா சொன்னாள்: "இப்பவாவது சொல்லுங்க முன்னாலே பேசிக்கிட்டு, இந்தக் கூட்டத்தைக் கூட்டினீங்களா? இல்லே, திடீர்னு கூட்டினீங்களா?"

"திடீர்னு கூட்டினதுதான். ஆனா என் மனசிலே நேத்தே போட்ட பிளானுதான்" என்று பள்ளிக்கூடத்துப் பையன் மாதிரி திருதிருவென்று விடையளித்தார் ஆதிமூலம்.

"அப்ப உங்களுக்கு திருநாவு எப்படி பணத்தை வாங்கப் போறாருன்னு தெரியாது?"

"தெரியலெ. என்னமோ ஜம்பமாப் பேசிட்டுப் போறான்... ஏன்?"

"சும்மாத்தான் கேட்டேன். எப்படி வாங்கப்போறதாக நினைச்சிருக்காருன்னு ஜாடையாத் தெரிஞ்சுகிட்டாவது வந்து சொல்ல முடியுமா உங்களாலெ, இன்னும் ரண்டு மூணு நாழியிலே?"

"அதுக்கென்ன சொல்றேன்."

"எங்கிட்ட சொல்லப் போறதாகத் தெரியவாண்டாம்."

"அப்படியா அசட்டு முண்டமா இருப்பேன்! நல்லாருக்கே நீங்க சொல்றது."

செங்கம்மா திரும்பி வீட்டுக்குப் போய், பால் கறந்துவிட்டு, பூவராகன் வீட்டுக்குப் போய் இரண்டு மணி நேரமாயிற்று. அடுக்களைக்கும் கூடத்துக்குமாக வந்து வந்து பார்த்தாள். ஆதிமூலம் வந்தபாடில்லை. வாசலில் மஞ்சள் வெயில் காய்ந்தது.

பள்ளிக்கூடத்திலிருந்து பூவராகனின் பையன், தன் சகாக்களோடு திரும்பி வந்து, அரை வண்டியிலிருந்து குதித்து உள்ளே ஓடி வந்தான். அவனுக்கு பட்சணமும் காப்பியும் கொடுத்துவிட்டு, ஆதிமூலம் பிள்ளை இருக்கிறாரா என்று பார்தது வரச் சொன்னாள் செங்கம்மா. ஒரே ஓட்டமாக ஓடிவிட்டுத் திரும்பி வந்து, "மாயவரம் போயிட்டாராம் அக்கா" என்று சொல்லிவிட்டு வாசலைப் பார்க்க ஓடப் போனான் பையன்.

"திருநாவு வீட்டிலே இருக்காரா பார்த்து வாடா!"

திருநாவு வீட்டில் இல்லை என்று சற்றுக் கழித்து பதில் வந்தது.

பூவராகனும் வீட்டில் இல்லை. பகல் பன்னிரண்டு மணியிருக்கும். சாப்பிட்டு உட்கார்ந்திருந்தவனைப் பார்க்க யாரோ வந்திருந்தார். அவரோடு திண்ணையில் உட்கார்ந்து பேசிக்கொண்டிருந்தவன் காரை எடுத்துக்கொண்டு துக்காபுரம் வரையில் போய்விட்டு வருவதாகச் சொல்லிவிட்டுப் போனான். "ஆதிமூலம் மூணு மணிக்கு வரச்சொல்லியிருக்கிறாரே" என்றாள் அவன் மனைவி.

"ரண்டு மணிக்கெல்லாம் திரும்பிடுவேன்" என்று சொல்லிவிட்டுப் போனானாம் பூவராகன்.

செங்கம்மா வாசலுக்குப் போய்ப் போய் எட்டிப் பார்த்துக் கொண்டிருந்தாள்.

"என்ன செங்கம்மா—ஏன் இப்படி?" என்று அவள் முகத்தைப் பார்த்துக்கொண்டே கேட்டாள் ரங்கநாயகி.

"என்னம்மா?"

"ஏன் என்னமோ போல இருக்கே?"

"எல்லாம உங்க இவங்களாலேதான்."

"அவங்களாலே என்ன?"

"பணியாரம் பண்ணிப் போடறவளைக் கூப்பிட்டுப் பொது பார்த்துக்கன்னு சொன்னா, எப்படி இருக்கும்?"

"நல்லாச் சொல்லேன்."

"கும்பாபிஷேகம் நடக்கறதா வாண்டாமா?"

"அதுக்கு என்ன இப்ப? அதான் தேதி வச்சாச்சு, யாக சாலை கட்டியாச்சு. குடங்கள்ளாம் வாங்கி வந்தாச்சு, அடுத்த வாரம் எல்லாம் ஆரம்பிக்கப் போவுது."

"இந்தத் திருநாவு காரியத்தைக் கெடுத்திடுவாரு போலிருக்கு... கும்பாபிஷேகத்துக்குள்ளாற பொதுப்பணம் கதறிக்கிட்டு வரதா,

இல்லியா பாருங்கன்னாரு, இன்னக்கி சாயங்கலம் — ஆதிமூலம் பிள்ளை வீட்டிலே, நீங்கள்ளாம் வந்தப்பறம். கதறக் கதறப் பணத்தை வாங்கிட்டா அவன் சும்மா இருப்பானா?... கோர்ட்டுக்கும் போக மாட்டாங்களாம். மண்டையை உடைச்சுத்தான் பணத்தை வாங்குவாங்க போலிருக்கு."

"இப்ப என்ன அவசரம் அந்தப் பணத்துக்கு? அப்படி என்ன பணத்துக்கு முடைப்படுது பொது இப்ப? இவங்கதான் கொடுத்துக்கிட்டிருக்காங்களே!"

"அவங்களுக்கு கேக்கமாட்டேங்குதாம். அதுவும் பொம்பிளைக்கு முன்னாலெ சும்மா இருப்பாங்களா? கிடந்து குதிக்குது எள்ளுருண்டை மாதிரி எல்லாம். அதான் சொன்னேன். ஊரில் இல்லாத சேதியால்ல இருக்கு பொம்பிளையைப் பொதுவுக்கு போடுங்கன்னு சொல்றது. பசுமாட்டுக்குத்தான் சங்கராந்தி! பன்னிக்குட்டிக்கு என்னாங்கறேன்?"

"இத பாரு. கொஞ்சம் மெதுவாப் பேசு. அவங்க எங்கியாவது கேட்டுக்கிட்டு வந்துடப் போறாங்க. உன்னைப் பசு மாடுன்னுதான் ஊரெல்லாம் நினைச்சிருக்கு. நீயா எதுக்கு பன்னிக்குட்டித் தோலை எடுத்துப் போட்டுக்கணும்?"

"அதுக்கு இல்லேம்மா. இது ஏதவாது பண்ணித் தொலைக்கப் போவுதேன்னு இருக்கு."

"இருக்கட்டும், அவங்க வரட்டும். அவனைக் கூப்பிட்டு வாயா வார்த்தையாச் சொல்லச் சொன்னாப் போவுது."

"இவங்களைத்தான் காணமே — மத்யானம் போனவங்களை."

"வரட்டும், வரட்டும். கொஞ்ச நேரம் கண்ணை மூடிக்கிட்டு உட்கார்ந்திருப்போம். எல்லாம் நீதாண்டாப்பா நாராயணான்னு பாரத்தைப் போட்டுக்கிட்டு உட்காரு இப்படி" என்று முற்றத்துப் பெஞ்சுமீது உட்கார்ந்துகொண்டாள் ரங்கநாயகி.

ஆனால் இருவரும் கண்ணை மூடிக்கொள்ளவில்லை. தாடையில் புறங்கையை வைத்துக்கொண்டு சூன்யத்தைப் பார்த்து வெறித்துக்கொண்டிருந்தாள் செங்கம்மா. அவளைப் பார்த்துக்கொண்டே உட்கார்ந்திருந்தாள் ரங்கநாயகி.

கணேசபிள்ளை இன்னும் வயலிலிருந்து வரவில்லை. உள்ளூர் அறுப்பு முடிந்து, அக்கரையில் அறுப்பு நடந்துகொண்டிருந்தது. அன்றாடம் தாளடி முடிந்து, நெல்லை அளந்து, வண்டியில் ஏற்றிவிட்டு அவர் திரும்பிவர, இருட்டி நாலைந்து நாழிகை பிடிக்கிறது. மூன்று நாளாக அப்படித்தான் வந்துகொண்டிருந்தார் அவர்.

அந்தி நரை கறுத்துக்கொண்டிருந்தது. தாமதமாக கூட்டுக்கு வருகிற ஓரிரு காக்கைகளைத் தவிர, சத்தமே இல்லை, ஒரு சிள் வண்டு மட்டும் எங்கோ இரைந்தது.

"கார் சத்தம் கேக்கறாப்போல் இருக்கே" என்றாள் ரங்கநாயகி.

வாசலிலிருந்து பூவராகனின் மகன் ஓடி வந்தான், "அப்பா வந்துகிட்டிருக்காங்க" என்று கத்திக்கொண்டே.

கார் வந்து நின்றது.

உள்ளே வந்த பூவராகன், இருவரும் முற்றத்தில் நிற்பதைப் பார்த்து, "நீங்களும் கவலைதான் படறாப்பல இருக்கு" என்று இளநகையாகக் கேட்டான். மலர்ச்சியில்லாத ஒரு விரக்திக் கோபமாக முகத்தில் அந்தப் புன்னகை வருவது போலிருந்தது.

"என்ன கவலை உங்களுக்கு?" என்றான் சட்டையைக் கழற்றிக்கொண்டே.

"நான் ஒண்ணும் கவலைப்படலெ. பொது மனுஷிதான் கவலைப்பட்டிருக்கா, கும்பாபிஷேகம் நல்லா நடக்கணுமேன்னு."

"என்னது" என்று தலையிலடித்தாற்போல் திரும்பினான் அவன்.

"உங்களுக்கும் தெரியுமா?" என்றான் பின்பு.

"எது?"

"பின்னே கும்பாபிஷேகம் நடக்குமா நடக்காதான்னு சொன்னீங்களே இப்ப?"

"என்னது! வர்றப்பவே நீங்களுமா கவலைப்படறீங்கன்னிட்டே வந்தீங்க. இப்ப உங்களுக்கும் தெரியுமாங்கறீங்க? ஒண்ணுமே புரியலியே."

"அது சரி, உங்களுக்கு எப்படி அந்தக் கவலை வந்தது இப்ப?" என்று அடுக்களைக்குள் நகர்ந்தான் அவன்.

இருவரும் அவனைத் தொடர்ந்து சென்றார்கள். செங்கம்மா ஆதிமூலத்தின் வீட்டில் நடந்ததைச் சொன்னாள்.

"பணம் கதறிட்டு வரதுக்கு முன்னாலேயே கதறப் பண்ணிட்டிருக்கான் நம்மை அந்தப் பழனிவேலு" என்று பூவராகன் கூடத்தின் பக்கம் எட்டிப் பார்த்தான். கூடமும் தெரியும்படியாக, அடுக்களையிலிருந்த ஸ்டூலை நிலையோரமாகப் போட்டுக்கொண்டு உட்கார்ந்தான். "நான் ஊரை ஏமாத்தறேனாம்."

"அப்படீன்னா?"

"கும்பாபிஷேகம் பண்றதுக்குக் காரணம், பண ஆசை! மூலவருக்கு அடியிலே, கோடிக்கணக்கான பெறுமானத்துக்கு அருமையான ரத்னங்கள், மணி, முத்துக்கள்ளாம் இருக்குமாம். அதை எடுத்துக்கறதுக்காக, கோவில் கட்டி கும்பாபிஷேகம்னு ஆரமிச்சேனாம். அதை மறைக்கிறதுக்காகத்தான், ஊர் சாகுபடியை ஏத்துக்கிட்ட எல்லோருக்கும் நல்லது பண்றாப்பல கண்ணிலெ பொடி தூவிக்கிட்டிருக்கேனாம். கும்பாபிஷேகம் நடத்தறதுக்கு முன்னாலே இதைத் தீர விசாரிச்சிட்டு, அப்புறம் மேலே கும்பாபிஷேகம் நடத்தறதா வாண்டாமான்னு யோசிக்கணும்னு பழனிவேலு லெட்டர் எழுதிக் கொடுத்திருக்கான். துக்காபுரம் சப்இன்ஸ்பெக்டர்கிட்ட. இத்தினி பெரிய சினேகமெல்லாம் வச்சிருக்கிறவன், கலெக்டருக்காவது எழுதிப் போடமாட்டானா? போயும் போயும் ஒரு சப்இன்ஸ்பெக்டருகிட்ட எழுதிக் கொடுத் திருக்கான்" என்று மெதுவாகச் சொல்லிக்கொண்டு வந்தான் பூவராகன்.

அசையாமல் நின்ற செங்கம்மாவின் கண்களில் பளபள வென்று நீர் ததும்பி நின்றது. நிறைந்து கண்ணின் கீழ் ஒரு பொட்டு விழுந்ததும் சட்டென்று தலைப்பால் துடைத்துக்கொண்டாள்.

"இவனே போய் எழுதிக் கொடுத்தானாமா?" என்று கேட்டாள் ரங்கநாயகி.

"இவன் போய்ச் சொன்னானாம். 'எங்கியாவது கேட்டிருக் கீங்களா சார், ஊர் சாகுபடிக்கு ஒருத்தன் செலவு செய்யறதை? சும்மாவாவது செய்வானா? சின்னதைப் போட்டு பெரிசைப் பிடிக்கிற சங்கதிதானே இது'ன்னானாம். அவரு பேசாம கேட்டுக்கிட்டு இருந்திருக்காரு. 'நிறையப் பணம் இருந்து, செலவழிக்கணும்னு தோணக்கூடாதா'ன்னு கேட்டாராம். இங்கிலீஷிலே பிரமாதமாய்ப் பேசினானாம் அதுக்கு. 'அப்படின்னா நீங்க எழுதிக் கொடுத்துட்டுப் போங்க. கவனிக்கிறோம்'னாராம். முன்னாலெ மழுப்பினா கடசீயிலே நாங்க நடவடிக்கை எடுக்கறதுக்கு ஏதாவது ஆதாரம் வாண்டாமான்னு நைச்சியமாச் சொல்லி, எழுதி வாங்கிட்டாராம். முந்தா நாள் நடந்துது இது. என்னடா செய்யிறதுன்னு நேத்து முழுக்க யோசிச்சிட்டு, இன்னக்கி அந்த ஆள்கிட்ட சொல்லி அனுப்பிச்சாரு வரச்சொல்லி. அவரே வரதாக இருந்தாராம். அவரு வந்தா கூட்டம் கூடுமேன்று சொல்லியனுப்பிச்சாராம்."

"இந்த மாதிரி எல்லாம் செய்யணும்னு எப்படித்தான் தோணும்?" என்று செங்கம்மா, ரங்கநாயகியைப் பார்த்தாள். மீண்டும் அவள் கண்களில் குளமாகக் கட்டிக்கொண்டது.

ரங்கநாயகி பதில் சொல்லவில்லை. பெரிய பெருமூச்சாக விட்டாள்.

"கும்பாபிஷேகம் நடக்குமா இல்லையா?" என்றாள் அவள்.

"அது நடக்கத்தான் போவுது."

"இது யாருக்கும் தெரியாதே" என்றாள் செங்கம்மா.

"தெரியாது."

"தெரியப்படாதுன்னு சப் இன்ஸ்பெக்டர்கிட்ட சொல்ல வாண்டாமா?"

"நான் சொல்லலே, அவர் சொல்லமாட்டார்னு நினைக்கிறேன்."

"ஒரு சமயம் அவர் சொல்லிட்டார்னா?"

பூவராகன் அவள் முகத்தைப் பார்த்தான். அந்த முகத்தில் துடித்த கவலையை, நோவைப் பார்த்தான். அவன் உடலுக்குள் ஜிலீர் என்றது. நிலை கொள்ளாமல் திணறினான். தொண்டையைக்கூட லேசாக அடைத்துக்கொண்டது. இவ்வளவு நல்லதாக ஒரு நெஞ்சுக்கு எப்படி இருக்க முடிகிறது என்று இரண்டு மூன்று கணம் நினைத்துப் பார்த்தான். முதுகு சொடுக்கும்போலிருந்தது. சிரமப்பட்டு அடக்கிக்கொண்டான்.

அன்றிரவு சாப்பிட்ட பிறகு, கணேசபிள்ளை மெதுவாக நடந்து சென்று, சுற்று முற்றும் பார்த்துவிட்டு ஓங்காளி சத்திரத்துத் திண்ணையில் உட்கார்ந்துகொண்டார். சாலைக் கடைகள் மூன்றையும் கட்டிவிட்டார்கள். அவர் உட்கார்ந்துகொண்டதும் மூன்று ஆட்கள் கடம்பங்குடிவரை சாலையில் போய்விட்டுத் திரும்பி வந்தார்கள். அவர்கள் வருவதற்குச் சற்று முன்பு பழனிவேலு கடம்பங்குடியிலிருந்து வழக்கம் போலத் திரும்பி வந்தான். மறுநாளும் அப்படியே பத்திரமாக நடந்து வந்துவிட்டான். முன்றாம் நாளிரவு திருநாவும் ஒரு ஆளும் கடம்பங்குடியை நோக்கிப் போவது தெரிந்தது. பிறகு போன மூன்று ஆட்களும் கடம்பங்குடிவரை போய்விட்டு, பழனிவேலு வரும்பொழுது அவனோடு சேர்ந்து பேசிக்கொண்டே வந்தார்கள். இரண்டு நாள் இப்படி நடந்தது. மூன்றாவது நாள் அவர் சத்திரத்துத் திண்ணையில் மறைவாக உட்கார்ந்தபோது திருநாவு போவது தெரிந்தது. கணேசபிள்ளை அவனோடு சேர்ந்துகொண்டார்.

"யாரது, திருநாவா?"

"ஆமாம். கார்வார் பிள்ளைவாளா? எங்க இப்படி?"

"நீங்க எப்படியோ?"

“கிழக்குக் களத்தைப் பார்க்கப் போறேன்.”

“களத்திலே இருக்கிற நெல்லெல்லாம் கொண்டாந்தாச்சு போலிருக்கே.”

“கொஞ்சம் பாக்கி வச்சிருக்கேனே!”

“எதுக்காக?”

“எதுக்காகன்னா... அப்படியே வித்துப்போடலாம்னுதான்.”

“யப்பா, திருநாவு! நீ உண்மையைச் சொல்லாட்டிப் போ. நான் சொல்லிடறேன். உன்னைக் காவல் காக்க என்னாலெ முடியலெ. எல்லையம்மன் கோவில் குதிரைக்குப் பின்னாலே நீ இன்னும் பத்து நாள் ஒளிஞ்சிட்டிருந்தாலும் பழனிவேலுவைத் தொட முடியாது. அவன் தனியா வரமாட்டான். நீ என்னாத்துக்கு இந்தக் குளிரிலும் இருட்டிலும் இப்படி உடம்பை வாட்டிக்கிறே?” என்றார்.

திருநாவு பதில் ஒன்றும் பேசவில்லை. நாலைந்து கணத்திற்குப் பிறகு விழுந்து விழுந்து சிரிக்க ஆரம்பித்தான்.

“என்னப்பாது?”

“நான் அன்னிக்கே நினைச்சேன். உங்க பொஞ்சாதி வாயிலே மாட்டிக்கிட்டமேன்னு. அவங்களுக்கும் நமக்கும் ஏணி வச்சாலும் எட்டாது.”

“எட்டாதா? என்னமோப்பா – எனக்குத் தெரியலே. நீ ரொம்ப புத்திசாலின்னுதான் எனக்குத் தெரியும். இன்னிக்கும் குதிரைக்குப் பின்னாலே ஒளிஞ்சுக்கத்தான் போறியா?” என்றார்.

“இல்லே” என்றார் திருநாவு.

“அப்ப வா, திரும்பிப் போகலாம்” என்றார் கணேசபிள்ளை.

“ஹும்... ராமா ராமா” என்று பெருமூச்சு விட்டுக்கொண்டே திரும்பினான் திருநாவு. சிரிப்பும் வந்தது, கோபமும் வந்தது அவனுக்கு. இரண்டையும் மென்று விழுங்கிக்கொண்டு வீட்டைப் பார்க்க நடந்தான்.

“இனிமே இப்படி நான் கண்முளிக்க வேண்டாமே!” என்று பிரியும்போது காதோடு காதாகக் கேட்டார் கணேசபிள்ளை. “வாணாம், வாணாம், வாணாம்” என்று அடித்தொண்டையில் சொல்லிக்கொண்டே நடந்தான் திருநாவு.

18

திருநாவுவிடம் விடைபெற்றுக் கொண்ட வுடன் கணேசபிள்ளை, மனைவியை அழைத்துக் கொண்டு வீட்டில் நுழைந்தார். கையிலிருந்த டார்ச்சின் உதவியால் அரிக்கேன் விளக்கை ஏற்றி, சிறிது பண்ணிவிட்டுப் பாயை எடுத்து உதறினார்.

"என்ன, இன்னிக்கு அதுக்குள்ளாற தூக்கம் வந்துடுத்தா?" என்று கேட்டுக்கொண்டே அடுக்களையிலிருந்து ஒரு கூஜாவில் நீரை எடுத்துவந்து சந்தனக் கல்லின்மீது வைத்தாள் செங்கம்மா.

"குளிர் விட்டுது, தூங்க வேண்டியதுதானே!" என்று பாயில் உட்கார்ந்தார் கணேசபிள்ளை.

"என்ன குளிர் விட்டுப் போச்சு?"

"திருநாவு திருந்திட்டானே!" என்று நடந்ததை யெல்லாம் சொன்னார் அவர். "அவன் அந்த இருட்டிலே சிரிச்ச சிரிப்பையல்ல கேட்டிருக்கணும் நீ."

"இதிலே என்ன சிரிக்கிறதுக்கு இருக்கு?"

"நீ இப்படித் துரத்தித் துரத்தி அடிப்பேன்னு அவன் நினைச்சுப் பார்க்கலே போலிருக்கு? ஏன் நின்னுகிட்டே இருக்கே? உட்காரேன்."

செங்கம்மா உட்கார்ந்துகொண்டாள், பாயின் மீது அவருக்கு எதிராக. சிறிதுபண்ணிய அரிக்கேன் விளக்கு வெள்ளை பூசாது, சாணம் மெழுகிய மண் சுவரின் கரும்பழுப்பை மட்டும் எடுத்துக் காட்டிற்று. சுவரைப் பார்த்து வெறிக்க உட்கார்ந்து கொண்டிருந்தாள் அவள். அவளைப் பார்த்துக் கொண்டே உட்கார்ந்திருந்தார் கணேசபிள்ளை.

"ஏன் இப்படி என்னமோ போல பார்த்துக்கிட்டே உட்கார்ந்திருக்கே? ஏதாவது பேசேன்" என்று அருகே நகர்ந்து அவள் கொண்டையைப் பிடித்து லேசாகத்

உயிர்த் தேன்

தள்ளினார். அவள் அப்படியே சாய்ந்தாள். அவர் மடியே தலையணையாயிற்று.

சிறிது நேரம் ஆயிற்று.

"சுவரைப் பார்த்துக்கிட்டிருந்தே. இப்ப உத்தரத்தைப் பார்க்கறே! ஏதாவது பேசேன்."

"ம்."

"சொல்லேன் ஏதாவது."

"கும்பாபிஷேகம் நடக்குமான்னுதான் யோசிச்சுக்கிட்டிருக்கேன்."

"என்ன செங்கம்மா இது?"

"பழனிவேலு என்னென்னமோ போய் சொல்லித் தொலைச்சிருக்கானே, போலீஸிலே போயி."

"அதெல்லாம்தான் சரி பண்ணியாச்சே. முதலியாரையே கூப்பிட்டனுப்பிச்சு போலீசுக்காரங்களே ஒரு இடைஞ்சலும் வராம பாத்துக்கறோம்னு சொல்லிட்டாங்களே. அப்புறம் என்ன?"

"இடைஞ்சல் வராம பார்த்துக்கறது இருக்கட்டும். இடைஞ்சல் இருக்குன்னுதானே அர்த்தம் அப்ப? அது இல்லாம இருக்கிறது தானே பெரிசு? அப்ப போலீசும் காபந்தும் வேண்டியதே இருக்காதே" என்று அவர் கை விரல்களைக் கோத்து அழுத்திக் கொண்டே சொன்னாள் செங்கம்மா.

"எந்தக் காரியத்துக்கும் ஒரு இடைஞ்சல் இருக்கத்தான் இருக்கும். எல்லாருக்கும் பிடிச்சதா ஒண்ணு இருக்க முடியுமா? திருஷ்டிப் பரிகாரமா ஒண்ணு இருந்தாத்தான் நல்லது. வெள்ளைத் துணிக்கு எத்தினி வெள்ளாவி வச்சாலும் கொஞ்சம் நீலம் போட்டாத்தான் சரியாயிருக்கும். இந்தப் பய இப்படியே இருந்திட்டுத்தான் போகட்டுமே. என்ன பண்ணிடக் கிடக்கு? பார்த்துப்பம்" என்றார் கணேசபிள்ளை.

"எனக்கு நீலம் போட்ட வெள்ளையைவிட வெறும் வெள்ளை தான் பிடிக்கும்" என்று சிரித்தாள் செங்கம்மா.

"அது என்னாத்துக்கு ராமலிங்கசாமி வெள்ளை?" என்று பதிலுக்குச் சிரித்தார் அவர்.

"நீங்களே ஒப்புக்கறீங்களே – அதுதான் நல்ல வெள்ளைன்னு."

"நல்லதுதான். ஆனா எல்லாருமா ராமலிங்க சாமியா ஆக முடியும்?"

தி. ஜானகிராமன்

“எனக்கு அப்படித்தான் ஆசை. ஆறுகட்டி நிஜ ஆறுகட்டியாகவே இருக்கணும், அன்னிக்கு ஒரு நாளாவது.”

“சரி, பழனிவேலு வழிக்கு வந்தாத்தானே? அவன்தான் சந்தோஷமே பிடிக்காத துக்கிரியா இருக்கானே.”

“இல்லியே, கடம்பங்குடியிலே போய் சந்தோஷமாத்தானே இருக்கிறான். பொழுது விடிஞ்சா அங்கேதானே போயி விழுந்து கிடக்கான். அங்க போயி பொழுதன்னிக்கும் பேசிட்டிருக்கான். வயலைக் கவனிக்கிறது, சோறு திங்கறது, படுக்கறது, படிக்கிறது – இந்த சமயங்களைத் தவிர அங்கேதானே கிடக்கான். சந்தோஷமா இருக்கத்தானே போறான் அங்கே?”

“இந்த ஊரோட சந்தோஷமா இருக்கப் பிடிக்கவேல்லெ. அதுக்கு நாம என்ன செய்யறது?”

“இருக்கும்படியாப் பண்ணணும்.”

“என்ன செங்கம்மா இது?”

“ஒரு ஊர்லே ஒருத்தனுக்கு மட்டும் பிடிக்காம ஒரு காரியம் நடந்துதுன்னா, அந்தக் காரியம் நடக்காதது போலத்தான்னு சொல்றியா?”

“கும்பாபிஷேகம் நடந்தாலும் நடக்காதது போலத்தான்னு சொல்றியா?”

“ஆமாம்.”

“அதுக்காக என்ன செய்யணும்கறே?”

“அதுதான் யோசிச்சுக்கிட்டிருக்கேன்.”

“ராத்திரி வீட்டிலே வந்து பாயிலே உட்கார்ந்திருக்கிறப்பக்கூட ஊர் யோசனைதான் உனக்கு” என்றார் அவர்.

அவளுக்குச் சற்று உலுக்கிப் போட்டது. “என்னது?” என்ற அவர் காலைத் தலையணையாக வைத்திருந்தவள், இரண்டு கைகளையும் உயர்த்தி அவர் தலையைப் பற்றினாள்.

❍ ❍ ❍

கணேசபிள்ளை சோர்விலும் நிறைவிலும் ஆழ்ந்து உறங்கிக் கொண்டிருந்தார். துளி வெளிச்சத்தில் நீர்த்துக் கிடந்த முக்கால் இருளில், மெதுவாக ஏறி இறங்கும் அவர் மார்பைப் பார்த்தவாறு முழங்காலைக் கட்டி உட்கார்ந்திருந்தாள் செங்கம்மா. அவரைப் பார்க்கும்போது பரிதாபமாக இருந்தது. பெருமையாக இருந்தது, சில சமயம் சிரிக்க வேண்டும்போல் இருந்தது, கால் விரல்களைக்

கண்ணில் வைத்துத் தேய்த்துக்கொள்ள வேண்டும் போலிருந்தது. உடல் முழுவதையும் உச்சந் தலையிலிருந்து தடவிக் கொடுக்க வேண்டும் போலிருந்தது. வெறித்துப் பார்த்துக்கொண்டே உட்கார்ந்திருந்தாள்.

அவள் அப்பாவுக்கு அந்தக் காலத்தில் முப்பது ஏக்கர். அரைவாசி ஆவாரம் பொட்டல். அதுவும் பிதிரார்ஜிதம் அல்ல, அவருடைய அண்ணனுக்கு சர்க்கார் கொடுத்த சிப்பாய் மான்யம். அவர் பட்டாளத்தில் ஏகப்பட்ட வருஷம் உழைத்துவிட்டுத் திரும்பி வந்தார். மானியம் கொடுத்தார்கள். மான்யத்தை அவர் அதிகமாக அனுபவிக்க முடியவில்லை. பாதி கப்பிச்சரளை. எங்கு பார்த்தாலும் ஆவாரஞ்செடி. வேண்டுமானாலும் ஆவாரம் பூ காபி குடிக்கலாம். தானாக முளைக்கிறது. எப்போதாவது வெட்டித் தோல் மண்டிக்கு என்று போகும். மீதியில் மிளகாய், பாகல், என்று காய்கறி போடலாம். அதுவும மழை பெய்தால்தான். கிணறு வெட்டச் செலவு செய்வதென்றால் முப்பது ஏக்கராவும் விற்றுப் போட வேண்டும். அந்தப் பெரியப்பாவும் பெரியம்மாவும் அந்த நிலத்தில் உழைத்தே செத்தார்கள். அரிசி வாங்கத்தான் சரியாக இருக்கும் கண்டு முதல். அதாவது, மழை பெய்தால். தம்பியும் சேர்ந்து உழைப்பார். உழைக்கும்படியாகப் பண்ணினார் பெரியப்பா. ஏனென்றால் அவர் மனைவி திடீரென்று ஒரு நாள் மாரடைப்பால் ஒரு கிடை கிடைக்காமல் கண்ணை மூடிவிட்டாள். அவளுக்குப் பிள்ளை குட்டியெல்லாம், அவள் புருஷனும் அவன் தம்பியும்தான். புருஷனுக்கும் மைத்துனனுக்கும் இருபது வயது வித்தியாசம். மைத்துனனே பிள்ளையாகிவிட்டான். அவள் செத்ததும், பெரியப்பாவுக்குக் கொஞ்சம் இருக்கிற தெம்பும் இற்றுவிட்டது. தம்பிக்கு நிலத்தில் உழைக்கக் கற்றுக்கொடுத்தார். இரண்டு வருஷம் கழித்துக் கண்ணை மூடினார். மூடுவதற்கு முன்பு, அவனுக்கு ஒரு கலியாணத்தைப் பண்ணி ஒரு எட்டு மாசம் சீராடிவிட்டுத்தான் போய்ச் சேர்ந்தாராம். செங்கம்மா அந்தப் பெரியப்பாவைப் பார்த்ததில்லை. அவளுக்கு அம்மாவையும் அப்பாவையும்தான் தெரியும். அம்மாவுக்கு யசோதை என்ற பெயர். ஆனால் அது யாருக்குத் தெரியுமோ? இத்தனை கருப்புக்கு நடுவில் மாநிறமாக வந்ததற்காக 'பாப்பா, பாப்பா' என்று அவளைக் கூப்பிட ஆரம்பித்தார்கள். பாப்பாவுக்கும் மாநிறத்துக்கும் என்ன உறவோ தெரியவில்லை.

அந்த அம்மாவைப் பளபளவென்று, சிடுசிடுவென்று, கலகலவென்று, வயிறு புடைக்கத் தின்ற புரளலில், முக்கால் பட்டினியில், முழுப் பட்டினியில்—பல நிலையில் பார்த்திருக்கிறாள் செங்கம்மா. இரண்டு மூன்று தடவை அந்த அம்மாவையும் குழந்தையையும் விட்டு அப்பா தஞ்சாவூர் ஜில்லாவுக்குப்

போயிருக்கிறார். போனால் வர ஒரு வருடம் பிடிக்கும். அப்போதெல்லாம் மழை இல்லாமல் ஆவாரம் பொட்டல் அல்லாத பயிர்ப் பொட்டல்கூட எரிந்து கிடக்கிற வருடங்கள். திடுதிப்பென்று ஒருநாள் இரண்டு மூட்டை அரிசி இரண்டு கட்டு வாழைச் சருகு, நாலு சீப்பு மொந்தன் வாழைக்காய், நாற்பது ஐம்பது ரூவாய் பணம் – இப்படி வந்து தெருவில் வந்து நிற்பார் அப்பா. அப்போதெல்லாம் அவள் பக்கத்து ஊரில் ராக்கியம்பல வாத்தியாரின் புளிய மரத்துப் பள்ளிக்கூடத்தில் படித்துக்கொண்டிருந்த சமயம். வெற்று உடம்போடுதான் போய்விட்டு வருவாள். ஒரு தடவை ஊரில் இருந்து வந்த அப்பா அவளைப் பள்ளிக்கூடத்துக்கே வந்து அழைத்துப் போனார். அதற்கு அடுத்த தடவை மூன்று வருஷம் கழித்து அவர் போய் வந்தபோது அவள் வீட்டிற்குள்ளேயே சிற்றாடையைக் கீழே போட்டு முன்னே மர உலக்கையை எல்லையாகப் போட்டுப் படுத்திருந்தாள். பிறகு இரண்டு வருடம் கழித்து மழை பெய்தது. ஆனால் அப்பா ஊரை விடவில்லை. மூன்றே நாள் எங்கோ போய்விட்டு வந்தார். திரும்பி வரும்போது மருமகனையே பிடித்துக்கொண்டு வந்துவிட்டார். கச்சலாக, கறுப்பாக, குடுமியும் லேசான கூனலுமாக, பெரிய விழியுடன் வந்து நின்றான் மருமகனாகப் போகிறவன். ஆவாரம் பூ காப்பி போட்டு, தினை மாவு பிசைந்து உபசாரம் எல்லாம் செய்தாள் அம்மா.

ஒரு வாரம் கழித்து மீண்டும் வந்தான் அவன். இரண்டு வடம் சங்கிலி, ஒரு நாடா அட்டிகை, இரண்டு ஜோடி வளையல், ஒரு ஜதை ரங்கூன் கமலம்... எல்லாம் கொண்டுவந்தான். அவனும் வெள்ளைச் சட்டை போட்டு கழுத்தைச் சுற்றி ஒரு ஐந்து முழத் துணுக்கை வெள்ளை வெளேரென்று சுற்றியிருந்தான். எலிமெண்டரி பள்ளிக்கூட வாத்தியார் மாதிரி கன பதவிசாக இருந்தான். அந்த உயரமில்லாவிட்டால் எலிமெண்டரி ஸ்கூல் வாத்தியார் என்றுதான் சொல்லத் தோன்றும். அந்த ஒல்லிக்கும் மணிக்கட்டுக்குத் தங்கப்புத்தான் வைத்த முழுக்கை சட்டைக்கும் முதுகின் லேசான வளைவுக்கும் மிகமிகப் பாந்தமாக இருந்தது – சட்டைக்கே அவனைப் பண்ணினாற் போல, அவனுக்கே சட்டை பண்ணினாற்போல.

பிடித்திருக்கிறதா, நன்றாக இருக்கிறானா... இந்தக் கேள்வி ஒன்றும் அப்பா கேட்கவில்லை. “எம்புட்டு நம்பிக்கை பாத்தியா? இம்புட்டு நகையைக் கொண்டாந்து கொடுத்துட்டு போறதுக்கு? நாளைக்கி நாமே எங்கினேய்யா கொடுத்தேன்னு கேட்டா என்ன ஆகும்? உறவுதான். இல்லேங்கலே, ஆனா என்ன உறவு! முறையா, கொடுப்பா? எங்க பாட்டனுக்கு தம்பிக்கு மச்சினி மவன்! எம்புட்டு முறை; எம்புட்டு உறவு! நாலாம் வருஷம் முழுக்கப்

பண்ணையிலே சோறு போட்டு வேலை செய்யச் சொன்ன ஒரு உறவுதான். நானும் ஒரு நாளைக்கு இரண்டு ஆள் வேலை செஞ்சேன்னு வச்சிக்க. முதல் பொஞ்சாதி பார்த்திருக்கேன். அது கையாலே சோறு தின்னிருக்கேன். அது செத்தப்புறம் இது பொங்கித் தின்னதையும் பார்த்தேன்? வவுத்தைக் கலக்கிடிச்சு ஒரு நாளு. அந்த ஒரு வருஷம் கொடுத்த வேலைக்கும் மரியாதைக்கும் அது காலும் கீழே பாயாக் கெடக்கணும் செருப்பாக் கெடக்கணும்னு ஒரு வெறி – அன்னக்கி நானே பரிசம் வாங்கிக்கிட்டேன்னு வச்சுக்க... என்று அப்பா சொல்லிக்கொண்டிருந்தார்.

அதை கேட்டபோது செங்கம்மாவுக்கு என்னமோ அழுகை வந்தது, அந்த முழுக்கைச் சட்டையும், நீள உடலும், கச்சலும் வந்து கையைப் பிடிப்பது போலிருந்தது.

இப்பொழுது வெறும் உடலோடுதான் படுத்து உறங்குகிறது அது. அந்த முழுக்கைச் சட்டையைப் பிறகு போட்டுக்கொள்ளவே இல்லை. ஒரே ஒரு தடவை சுவாமிமலைக்குக் கிருத்திகைக்குச் சேர்ந்து போனபோது போட்டுக்கொண்டு வந்த ஞாபகம். அது இன்னும் பெட்டியில் கஞ்சி முடமுடப்போடு, தட்டையாகப் படுத்திருக்கிறது.

“ஏன் உனக்கு என் மேலே சந்தேகமே வரலே?” என்று தூங்கும் உருவத்தைப் பார்த்துக் கேட்டுக்கொண்டிருந்தாள் அவள். “நான் முத முதல்லே வர்றப்ப, ஊர் முழுக்க வெறிச்சுப் பார்த்தது. திருநாவு அம்மாகாரி வந்து ‘அடி சிங்கரம்!’னு வந்து ரண்டு பொட்டையும் கையாலெ இழுத்துச் சொடுக்கிக்கிட்டா. அவன் பொண்டாட்டி வந்து முறைச்சு முறைச்சுப் பார்த்தா. இன்னிக்கும் அப்படியேதான் பார்த்துக்கிட்டிருக்கா. அந்தப் பைத்தியம் போய் ராத்திரி சொல்லும் போலிருக்கு – ‘எத்தினி அழகா இருக்கா பார்த்தியா அவ! எப்படி பளிச்சினு இருக்கா பாரு’ன்னெல்லாம் அவகிட்ட உளறிகிட்டிருக்கும் போலிருக்கு. யாரு பார்த்தாலும் ஏன் என்னை இப்படிப் பார்க்கிறாங்க! ஒரு நொடி கடிச்சுத் தின்னுபிடறாப்பல பார்த்துட்டு, அப்புறம் பொட்டுன்னு தலையைக் கீழே போடறதும்... நான் என்ன செய்யணும்னு நினைக்கிறாங்க; அதுவும் அந்தப் பழனிவேலு பார்க்கிறப்ப, உடம்பு எப்படி வந்து சுடுது! வெந்து போறாப்பல! நீ ஒண்ணையும் பார்த்ததில்லையா, உனக்கும் ஒண்ணும் மனசிலே தப்பாவே படலியா; இந்த முதலியாருதான் இப்படி நான் கீறின கோட்டுக்குள்ளே கிடக்கிறதைப் பார்த்து உனக்கு ஒண்ணும் ருசிப்பிசகாவே படலியா –”

கணேசபிள்ளை தூக்கத்தில் புரண்டு படுத்தார்.

“நான் நினைக்கிறதெல்லாம் உன் காதிலே விழுதா என்ன? முதலியார் வீட்டிலே நான் கிடக்கிற கிடையைப் பார்த்து ஊருக்கெல்லாம் கண் அரிக்குது. அன்னிக்கு நான் என்னமோ உளறிக்கிட்டே கிடந்தேன். கும்பாபிஷேகத்துக்கு இப்ப என்ன முடை. ஊரைல்ல கவனிக்கணும்னு. அப்ப நீயும்தான் இருந்தே! உடனே முதலியாரு அதை உடும்புப் பிடியாப் பிடிச்சுகிட்டு விடமாட்டேனிட்டாரு. அப்புறம் பொது பொதுன்னு என் தலையிலே ‘பொது’வைத் தூக்கி வச்சாரு. அப்ப கூடவா உனக்கு சந்தேகம் வரலே? முதலியாருக்கு நல்ல படிப்பு, சாதாரண அறிவு இல்லை.

தினம் ஒரு மணி நேரம் கண்ணை மூடிக்கிட்டு உட்கார்ந்து இந்த லோகத்தைவிட்டு எங்கேயோ போய் உட்கார்ந்திருக்காரு. ஆனா, எனக்குப் பதிலா இன்னொரு பொம்பளை இதெல்லாம் சொல்லியிருந்தா கேட்டிருப்பாரா? பார்க்கிறதுக்கு இந்த மாதிரி இல்லாம, கொஞ்சம் சாதாரணமா இருக்கிற பொம்பளை சொல்லியிருந்தா, ஊருக்கு இப்படிச் செஞ்சிருப்பாரா? கும்பாபிஷேகத்தை இப்படி ஒத்திப் போட்டிருப்பாரா? என்னோட தனியாவே இருக்கவே அவரு பயப்படறாப்பல இருக்கு. தலைவலின்னு நான் இரண்டு தடவை மருந்து தேச்சுவிட்டேனே — அப்பல்லாம் நீ கூட இருக்கிறதனாலெதான் விட்டாரு. இல்லாட்டி விட்டதில்லே. ஏன்? இல்லே, நான்தான் பயப்படுறேனா ... இந்த ஆமருவிகூட சில சமயம் என்னவோபோல சிரிக்கிறான். ‘முதலாளியை அழைச்சுக்கிட்டுப் போறேன் கோயிலுக்கு’ன்னு என்னமோ என் கையிலே முதலியாரை நான் மடக்கி வச்சிக்கிட்டு இருக்கிறது போலவும் என் உத்தரவு கேக்கறாப்பலவும், ஒரு சிரிப்பு சிரிச்சான். என் வயித்தை அன்னிக்கு என்னவோ பகீர்னுது ... என்ன செய்யறது? முதலியாருக்குப் பிராண சிநேகிதனா இருக்கான். வீட்டு மனுஷனா இருக்கான். நான் என்ன செய்ய முடியும்? என்ன இருந்தாலும் சமைச்சுப் போடறவதானே நாமன்னு கோபத்தை மென்னு விழுங்கவேண்டியிருக்குது. அம்புட்டு ஒரு நொடி சிறுமைப்படுத்திட்டான், அப்படியே எனக்கும் அவருக்கும் ஏதாவது இருந்ததுன்னு வச்சிக்கிட்டாலும், இவனுக்கு அது புரிஞ்சுபோயிட்டதாக இருந்தாலும், ஏன் இப்படி எனக்குத் தெரியும்னு காட்டிக்கணும்? முதலியாருகிட்ட சிநேகம்கறதுக்காக இவனுக்கு எப்படி இவ்வளவு பாத்தியம் வருமாம்? முதலியாருதான் ஏன் இதைப் புரிஞ்சுக்கல்லே?... புரிஞ்சாலும் என்ன சொல்லிடப் போறாரு! வாயை மூடிக்கிட்டு இப்படி நினைச்சுட்டான் பாத்தியானு உள்ளுக்குள்ளியே வதைப்பட்டுக்கிட்டிருப்பாரு?—”

இருளில் சுவரோரமாக மூஞ்சூறு ஓடுவது தெரிந்தது. திடீரென்று கீச்கீச்கீச்சென்று அந்த நிசப்தத்துக்கிடையே யாரோ குரல்வளையைப் பிடித்துவிட்டாற்போல் கத்திற்று அது.

ஒரு கணம் அவள் பயந்து நடுங்கினாள்.

தூங்குகிற உருவத்தைக் கெட்டியாகப் பிடித்துக்கொண்டாள் அவள். ஒரு கணம் சிரிப்பாக வந்தது. "நீ நல்லாத் தூங்கிட்டிருக்கியே இப்படி? நான் இந்த மாதிரி பக்கத்திலேயே உட்கார்ந்திருக்கிறாப்பல, வேறு யாரெல்லாம் நினைச்சிட்டு முழிச்சிட்டே படுத்திருக்காங்களோ ..."

சட்டென்று அவள் உடல் கூசிற்று. நாக்குப்பூச்சியைத் தொட்டுவிட்டாற் போலிருந்தது. தூங்குகிற உருவத்திற்கு அருகே நெருங்கி அணைத்துக்கொண்டாள். அந்தக் கையும் தூக்கத்தில் அவள் கழுத்தை இழுத்து அணைத்துக்கொண்டது.

கடைவாய் கடுத்தது. நாக்கு உலர்ந்து கிடந்தது. எழுந்து விளக்கைப் பெரிது பண்ணி, கூஜாவில் இருந்து ஒரு டம்ளர் நீரை எடுத்துக் குடித்தாள். அலமாரிக் கதவைத் திறந்து பார்த்த போது அலாரம் கடிகாரத்தில் மூன்றே முக்காலுக்குமேல் ஆகி விட்டிருந்தது.

பக்கத்திலே ஒரு பாயைப் போட்டுப் படுத்தாள். 'கும்பாபிஷேகம் நடக்குமா இல்லையா?' அவளுக்கு அதை நினைக்கும்போதே வயிற்றைக் கனத்தது. எப்போது வரும் என்று பொங்கல், தீபாவளி, நவராத்திரி – இதுகளை எதிர்பார்த்து நிற்பது போலில்லையே. என்ன காரணம்? இந்த இந்த ஆமருவி, கோபுரத்தின் மீது பண்ணி வைத்த பொம்மையா? திடீரென்று பொதுவின் தலையாக உட்கார்ந்துகொண்டு ஊர் அரிப்பைக் கிளறிவிட்டதா? இதையெல்லாம் எனக்கு எதற்காகச் செய்கிறார்கள்?

அழகாக இருப்பதற்காக, கொஞ்சம் புத்திசாலியாக இருப்பதற்காக இதையெல்லாம் செய்ய வேண்டுமா? ஏன் திருநாவுவின் பெண்சாதியைப் போடவில்லை? ஏன் ஆதிமூலத்தின் பெண்சாதியைப் போடவில்லை. ஏன் என்னை மட்டும் இவர் ஊரின் கழுத்தில் கட்டினார்?... ... ...

யாரோ பிடித்து உலுக்குவது போலிருந்தது.

"அக்கா! அக்கா!" என்று சத்தம்.

கண் விழித்தபோது பெரிய வெளிச்சமாக இருந்தது. பூவராகனின் பிள்ளை மண்டி போட்டு உட்கார்ந்து அவளை உலுக்கிக்கொண்டிருந்தான்.

"எழுந்திரக்கா" என்று சிணுங்கினான். வாரிச் சுருட்டி எழுந்தாள் அவள்.

"ஐயா எங்கே?"

"என்னை எழுப்பச் சொல்லிட்டு வயலுக்குப் போயிட்டாங்க."

கொல்லையில் போய் பல்லைத் தேயத்துவிட்டு மாட்டைக் கறந்தாள். பழனிவேலுவின் பெண்டாட்டி காப்பிப் பாத்திரங்களை எடுத்துக்கொண்டு மேலக் குளத்திற்குப் போவது தெரிந்தது.

"வாக்கா."

"இதோ" என்று கொல்லைக் கதவைத் தாழிட்டு வாசல் கதவைப் பூட்டிக்கொண்டு தெருவில் இறங்கினாள் செங்கம்மா. இப்போது பூவராகனின் வீட்டிற்குப் போகவில்லை, பழனிவேலு வின் வீட்டில் நுழைந்தாள்.

19

"என்னக்காது?" என்று வாசலிலேயே நின்றான் பூவராகனின் பையன்.

"கொஞ்சம் வாடா – போய்ட்டு இதோ வந்திடலாம்."

கூடத்தில் அடி எடுத்து வைத்ததும் பழனிவேலு வின் முதுகு தெரிந்தது. பூஜை அலமாரிக்கு முன் ஒரு ஈரத்துண்டைக் கட்டிக்கொண்டு மேலே இருந்த படத்தைப் பார்த்துக் கும்பிட்டுக் கொண்டிருந்தான் அவன். கண் மூடித்தான் இருக்கும் போலிருந்தது. யாரோ வந்திருக்கிறார்கள் என்று மட்டும் அவனுக்குத் தெரிந்திருக்க வேண்டும். ஒரு நிமிஷம் திரும்பியே பார்க்கவில்லை அவன்.

குழந்தையைப் போல, சிறுவனைப் போல ஏதோ விஷமம் செய்ய வேண்டுமென்று செங்கம்மா வுக்கு உள்ளே துடித்துக்கொண்டிருந்தது. ஏதாவது சொல்ல வேண்டும், கோபமாகவோ, கண்டிப் பாகவோ, முரட்டுத்தனமாகவோ... என்னவென்று தெரியவில்லை. ஆனால் வாய் புருபுருத்தது. எதை யாவது சொல்ல வேண்டும், சும்மா நிற்கக்கூடாது. பூவராகனின் மகன் கூடத்தில் வேடிக்கை பார்க்க ஆரம்பித்தான். கூடத்துச் சுவரில் மாட்டியிருந்த படங்கள், ஊஞ்சல் பலகை மீது இருந்த பத்திரிகைகள், இடைகழி நிலையோரத்து மாடத்திலிருந்த திருநீறு மடல் – ஒவ்வொன்றாக அவன் கண்ணும் கையும் அலைந்துகொண்டிருந்தன.

பழனிவேலு திரும்பினான்.

"அட!" என்று செங்கம்மாவைப் பார்த்து கண்ணை அகட்டினான். "நீங்களா?" என்று முகத்தை வேறுபக்கம் திருப்பிக்கொண்டான். கை கால் எல்லாம் சற்று நடுங்கிற்று. "யாரங்கே?" என்று உள்ளே பார்த்துக் குரல் கொடுத்தான். பதில் வராமல்

தி. ஜானகிராமன்

போகவே, அடுக்களையிலும் கொல்லைப் பக்கமும் எட்டிப் பார்த்துவிட்டு வந்தான்.

"குளத்தங்கரைப் பக்கம் போயிருக்காப்பல இருக்கு" என்று பேசமுடியாமல் பேசினான். குரல் கிணற்றுக்குள் பேசுகிற மாதிரி இருந்தது. உடல் லேசாக நடுங்குவது தெரிந்தது.

கண்ணில் ஒரு குழப்பம். பேசுகிறானா, குழறுகிறானா என்று சொல்ல முடியாமல், சொல்லில் தடுமாற்றம். அத்தனை குழப்பமும் முகத்தில் தெரிந்தது.

"காபி பாத்திரம் தேய்க்கப் போனா. இதோ வந்திருவான்னு நினைக்கிறேன். இப்படி உட்கார்ந்துக்குங்களேன்" என்று சுவரோரமாக இருந்த ஒரு ஸ்டூலை எடுத்துவந்து தாழ்வாரத்தில் தூணோரமாக வைத்தான். வைக்கும்போது கை நடுங்குவது நன்றாகத் தெரிந்தது.

"பரவால்லே" என்று அந்த நடுக்கத்தைப் பார்த்துவிட்டுப் பார்க்காததுபோல் அப்பால் திருப்பிக்கொண்டாள் செங்கம்மா. சிரிப்பதற்குப் பதில் ஏன் அதைக் கண்டு இரக்கப்படுகிறோம் என்று அவளுக்குப் புதிராக இருந்தது.

"அக்கா வரதுக்கு நேரமாகுமா?"

"வர்ற நேரம்தான்னு நினைக்கிறேன். இதோ வந்திட்டேன்" என்று உள்ளே போனான் அவன்.

"அவங்க வர்றவரைக்கும் இங்கேயே தான் இருப்பியாக்கா?"

"சீக்கிரம் வந்திருவேன். நீ வாணா இன்னும் கொஞ்ச நேரத்திலே வரேன்னு சொல்லிட்டு வாயேன் அம்மாகிட்ட" என்று பையனிடம் சொன்னாள் செங்கம்மா.

"நான் இங்கேயேதான் இருப்பேன்."

"சரி இரு."

"நீ ஏன் இன்னும் காபி போட வரமாட்டேங்கறே இன்னக்கி?"

"இன்னிக்கி ஒரு நாளைக்கு நீதான் போட்டு வையேன் போயி. நான் வந்து குடிக்கிறேன்."

"போடத் தெரியாதுன்னு நினைச்சியா? தண்ணியைக் கொதிக்க வச்சு, பில்டர்லெ காபி தூளைப் போட்டு, அது மேலே கொதிக்கிற தண்ணியை விட்டு மூடி, பாலைக் காச்சிக் கலக்கவேண்டியதுதானே. என்ன பிரமாதம்! சூட்டிலே பாத்திரத்தைத் தொட முடியாது. கீள கொட்டிடுவேன். இல்லாட்டி போடத் தெரியாதுன்னு நினைச்சுக்காதே."

"நான் நினைக்சுக்கலியே."

அதற்குள் வெள்ளை வெளேரென்று ஒரு சலவை வேட்டியும் மேலே உடம்பைச் சுற்றி ஒரு ஜரிகைச் சீர்த்துணுக்குமாக வெளியே வந்தான் பழனிவேலு.

"உட்கார்ந்திருப்பீங்கன்னு நினைச்சேன்" என்றான் அவளைப் பார்த்து.

"பரவாயில்லெ."

"நீயாவது உட்காரேன் தம்பி."

"அதற்குப் பதில் ஒரு நாணமும் நெளிவும்தான். பையன் எழுந்து மெதுவாக வீட்டைப் பார்ப்பதற்காக, முற்றத்து நடை வழியாக நடந்தான். கொல்லைப் பக்கம் போனான்.

"என்ன இப்படி அபூருவமா?" என்று இழுத்தான் பழனிவேலு.

"– – –"

"அபூருவமா வந்திருக்கிறவங்களை இத்தனை நேரம் காக்க வைக்கிறாளே அவ!"

"நான் அவங்களைப் பார்க்க வல்லே" என்றாள் செங்கம்மா.

பழனிவேலு அதிர்ந்து போனதுபோல் நின்றான். முகத்தில் ஒரு பீதி போல, கலவரம் போல் தெரிந்தது. அதே அடுத்த கணம் ஒரு அலட்சியமாக, ஆத்திரமாகப் படர்ந்தது.

"அவளைப் பார்க்க வரலையா?" என்று குனிந்துகொண்டே கேட்டான்.

"உங்களைத்தான் பார்க்க வந்தேன்."

"– – –"

"நீங்க பண்றது ஒரு வழியிலேயும் தர்மமாயில்லையேன்னு சொல்லிட்டுப் போகணும்னுதான் வந்தேன்."

"– – –"

"முதலியார் உங்களுக்கு என்ன செஞ்சிட்டாங்க, இந்த மாதிரி எல்லாம் அவரைப் போட்டு புண்ணா அடிக்கிறதுக்கு?"

ஒரு நிமிஷம் ஏதும் பேசாமல் நின்றான் பழனிவேலு. பிறகு, "எனக்கு ஒண்ணும் சொல்லத் தெரியலெ" என்றான். அது சரியாகக்கூட அவள் காதில் விழவில்லை. அத்தனை நடுங்கி, கம்மிக் கேட்டது.

“பயமாயிருக்கா?” என்று நிமிர்ந்து அவனைப் பார்த்தாள் அவள்.

“ஆமாம்.”

“தப்பாயிருக்கிறதினாலேயா?”

பழனிவேலு குனிந்து நின்றான்.

“தப்புன்னு நினைக்கிற காரியத்தை மறந்திரணும்” என்றாள் செங்கம்மா.

அதற்கும் அவன் பதில் பேசவில்லை.

“நான் என்ன பண்ணணும்னு நினைக்கிறீங்க? என்னை ஒருத்தருக்குக் கலியாணம் பண்ணிக் கொடுத்திட்டாங்களே. எதுக்கும் கட்டுப்படாம இஷ்டப்படி நடந்துக்கிற பொம்பிளையா இருந்தா, உங்களுக்குத் தப்புன்னு படாதோ என்னமோ? நீங்க ரொம்பப் படிச்சவங்க. அதனாலெ வெட்கமில்லாம பேசறேன். நீங்க கஷ்டப்பட்டு என்ன பிரயோஜனம்? நான் எனக்கு இஷ்டப்பட்டவங்களுக்கோ, இஷ்டப்படறவங்களுக்கோ கிடைக்கும்படியா இல்லையே. நீங்க ஜாடை மாடையா ஆத்திரம் வர்றப்பல்லாம் முதலியாரைப்பத்தி குத்தலா என்னென்னமோ சொல்றாப்பல தெரிஞ்சுது. அதையும் போட்டு உடைச்சுவிடறேன். முதலியாருக்கும் எனக்கும் ஒண்ணும் நடந்திடலே. அவருகிட்ட எந்தப் பொம்பிளையையும் பத்திரமா விட்டுட்டு வருஷக் கணக்கிலே இருக்கலாம். தனிக் காட்டிலேகூட அவரோட விட்டுட்டுப் போகலாம். விட்ட மேனிக்கு பழுதில்லாம திரும்பி அந்தப் பொம்பிளையை அழைச்சுக்கலாம். இதுதான் எங்க வீட்டுக்காரருக்கும் அவருக்கும் இருக்கிற ஒத்துமை – குணத்திலே.

“அதனாலெதான் நான் முதலியார் வீடாகட்டும், யார் வீடாகட்டும் இஷ்டப்படி போக முடியுது, வர முடியுது. நீங்க என்னென்னமோ நினைச்சு, முதலியார் மேலே வெறுப்பை வளர்த்துக்கிட்டு ஒண்ணும் நடக்கப் போறதில்லே. அவரு மாதிரி ஒரு மனுஷனைப் பார்க்க முடியறது அபூர்வம். என் மேலேயும் நீங்க வருத்தப்பட்டோ, ஆசைப்பட்டோ ஒண்ணும் நடக்கப் போறதில்லே! முதலியார் வீட்டிலே நான்தான் எல்லாத்தையும் கவனிச்சுக்கறேன். சமையல் பண்ணறேன். கூலியளந்து போடறேன். வீட்டுக் கணக்கு எழுதறேன். முதலியார் மேலே ஆசையினாலே இதெல்லாம் செய்யலெ. என்னமோ செய்யணும் போல இருக்கு. செய்யறேன். என்னமோ பார்த்துக்கிட்ட வேளை – எனக்கு அந்தக் குடும்பத்தை பிடிச்சுப் போச்சு. முதலியார் மேலே

தப்பான எண்ணத்தோட, இந்த மாதிரி எல்லாக் காரியத்தையும் தலையிலே போட்டுக்கிட்டிருக்கேன்னு இருந்தா, கட்டின பொண்டாட்டி எவளும் அதைப் பார்த்துக்கிட்டு சிவனேன்னு குந்திகிட்டு இருக்கமாட்டா. ஏதோ புருஷன் சௌக்யமா இருக்கட்டும்னு சாச்சாப்பல இருக்கறதுக்கு முதலியார் சம்சாரம் மரக்கட்டையில்லே. அப்படி கல்லாங்காப்பட்டுப் போன மனசுமில்லே அவங்களுது. முன்னாலெ ஊர்லெ இருக்கிறவங்கள் ளாம் ஜாடை மாடையா என்னமோ பேசிக்கிட்டிருந்தாங்க, நினைச்சிட்டிருந்தாங்கன்னு தெரியும். இப்பதான் அவங்களுக்குப் புத்தி வந்திருக்கு. நெஜம் தெரிஞ்சிருக்கு. முதலியாரோட ஒரு தோளா நின்னுகிட்டு காரியங்கள்ளாம் செஞ்சிட்டிருக்காங்க. அவங்க பேசறதையும் என்னைப் பார்க்கறதையும் பார்த்தா இல்லாததை நினைச்சுக்கறதை விட்டிட்டாங்கன்னு தோணுது. நீங்கதான் யரோ ஏதோ பெரிய துரோகம் பண்ணினாப்பல ஒதுங்கி நிக்கிறீங்க. முதலியாரோ, நானோ, யாருக்கும் எந்த தர்மத்துக்கும், எந்தக் கட்டுப்பாட்டுக்கும் துரோகம் பண்ணிவிடலே.

"இன்னும் ஒண்ணையும் சொல்லிடறேன். முதலியாருக்குப் பணத்திலே ஆசை கிடையாது. இருந்துதுன்னா பட்டணத்திலேயே தங்கி, இன்னும் பத்து லட்சம் இருபது லட்சம்னு சேர்ந்துகிட்டேயிருந்திருப்பாங்க. அப்புறம் அவங்க அப்பாவை நினைச்சு அவங்களுக்கு இந்தக் கோவில்மேலே, ஒரு பூனைக் குட்டி விசுவாசம். அதுதான் கும்பாபிஷேகம்னு ஆரம்பிச்சாங்க. சாமிக்கு அடியிலே இருக்கற வைரத்துக்கும் ரத்னத்துக்கும் ஆசைப்பட்டு அவங்க ஆரமிக்கலே இதை. அப்படிக் கோடீச்வரங்க கட்டின கோயிலா இருக்கறதுக்கும் நியாயமில்லை இது. அதைத் தோண்டினா புனுகுப் பூனைச் சட்டம்கூட அங்க இருக்காதுன்னுதான் தோணுது. அப்படியே வைரமும் நவரத்தினமுமா இருந்தாலும் இன்னிக்கி இருந்தா, ஒரு ஐயாயிரம் பத்தாயிரம் ரூபாய்க்கு இருக்கலாம். லட்சத்துக்கே இருக்கறதா வச்சுக்குவோம். லட்சத்திலே இவங்களுக்கு ஆசையில்லே. இருக்கிற லட்சங்களையும் எப்படாப்பா வாரி இறைச்சுப்பிட்டு அக்கடான்னு இருக்கலாங்கறாப்பல இருக்கு அவங்க போக்கு. அதனாலெ அவங்க மேலே கோபப்படறதுக்கோ, வருத்தப்படறதுக்கோ ஒண்ணும் இல்லே. இதுக்கு மேலே எனக்கு என்ன சொல்றதுன்னு புரியலே. ஒரு நல்ல காரியம் பண்றப்ப ஊரே ஒக்குமத்தா செய்தாத்தான் நல்லது. ஊரும் ஒரு ஆள் மாதிரிதான். அதனாலே நீங்களும் வந்துகூட நின்னாத்தான் நிறைஞ்சு இருக்கும்னுபடுது" என்று சொல்லி, உள்ளே அதே சாதாரணக் குரலில், "எங்க இந்தப் பையனைக் காணும்!

கொல்லையிலே போச்சு—தம்பீ, தம்பீ! தம்பீ!" என்று முற்றத்தில் இறங்கி, கொல்லையைப் பார்த்துக்கொண்டே குரல் கொடுத்தாள் செங்கம்மா.

பழனிவேலு நின்றுகொண்டிருந்தான். அவன் முகம் தணிந்து கிடந்தது. நாணமில்லை, கோபமில்லை, வெறி இல்லை. செங்கம்மாவைப் பார்த்துக்கொண்டே, துணி மாதிரி நின்றான். பையனை இரண்டு மூன்று குரல் கூப்பிட்டு நின்ற செங்கம்மா திரும்பி அவனைப் பார்த்தாள். இரண்டு கைகளையும் நீட்டி, "இப்படி வா" என்கிறாற்போல, சமிக்ஞை செய்தான் அவன்.

இயந்திரம் போல, முற்றத்திலிருந்து தாழ்வாரத்தில் ஏறி நின்றாள் அவள்.

காலில் விழுந்து கும்பிடப் போவது போலிருந்தது. பிறகு இறுகத் தழுவப் போவது போலிருந்தது—அவன் நின்ற நிலையைப் பார்த்தால்.

"எனக்கு இப்பவும் ஒண்ணும் சொல்லத் தெரியாது போலிருக்கு" என்றான். பிறகு நீளமாக ஒரு கேவல்தான் கேட்டது. அம்மென்று உதட்டைக் கடித்துக்கொண்டே முகத்தைத் திருப்பி அப்பால் நகர்ந்தான். செங்கம்மாவுக்கும் அதைப் பார்த்து நின்றுகொண்டிருக்க முடியவில்லை. அவன் பின்னாலேயே நடந்தாள்.

"நான் ரொம்ப அதிகமாப் பேசிட்டாப்பல இருக்கு. எந்த விதத்திலேயும் மனசு நெருடப்படாதுன்னுதான் நிறுத்தத் தெரியாம பேசிட்டேன்" என்று நின்றாள்.

பழனிவேலு திரும்பினான். இப்போது அவள் காலிலேயே விழுந்துவிட்டான். ஐயோ என்று கத்த வேண்டும் போலிருந்தது அவளுக்கு. கத்தவில்லை. பேசாமல் பார்த்துக்கொண்டே நின்றாள். எழுந்தவன் அவள் கையைப் பிடித்தான். இழுத்து அணைத்துக்கொண்டான். திமிறிப் பார்த்தாள் அவள். விடுவித்துக் கொள்ள முடியாத இரும்புப் பிடியாக இருந்தது. அவள் கண்களில் உதட்டை வைத்துப் புதைத்தான் அவன். இரண்டு கணம் கழித்து அவளைவிட்டு நகர்ந்தான். கொல்லைப் பக்கம் போனான். கடைசி வரை போய், படலைத் திறந்து, மேற்கே திரும்பியபோதுதான் அவன் மனைவி குளித்துவிட்டு, தேய்த்த காப்பிப் பாத்திரங்களை எடுத்துவருவது தெரிந்தது. கூடவே, பூவராகனின் மகன் அவளோடு பேசிக்கொண்டு, தானும் இரண்டு மூன்று பாத்திரங்களை எடுத்து வந்துகொண்டிருந்தான்.

கணவனைப் பார்த்தவள், "சொன்னா கேக்கவே மாட்டேங்குது. நானும் ரண்டு தூக்கிட்டு வரேனேங்குது" என்று அவனைப் பார்த்துச் சிரித்துக்கொண்டே வந்தாள்.

அவள் கூடத்திற்கு வந்து, "வா செங்கம்மா" என்று அழைத்த போது செங்கம்மா தூணோரமாக வெறித்துப் பார்த்தவாறு உட்கார்ந்திருந்தாள்.

"என்ன பெரிய யோசனையாயிருக்கு?"

"– – –"

"செங்கம்மா!"

"ம்!"

செங்கம்மா விழித்துக்கொண்டு திரும்பினாள்.

"வாங்கக்கா" என்று எழுந்தாள்.

"என்ன கூப்பிடறதுகூட கேக்காம!... எங்கே எங்க வீட்டிலே அத்தி பூத்தது திடீர்னு."

"சும்மாத்தான் வந்தேன்."

"சும்மா வந்ததனாலெ காதிலேகூட போட்டுக்காம சும்மா இருக்கியா?"

"செங்கம்மா விழிப்பதையும், மனது ஒட்டாமல் பார்ப்பதையும் பார்த்து அவளுக்கு ஒன்றும் புரியவில்லை, கணவனைப் பார்த்தாள். பழனிவேலு வாசல் பக்கம் இருந்த அறைக்குள் நுழைந்து பீரோவைத் திறந்துகொண்டிருந்தான்.

"என்ன செங்கம்மா – சரியாவே பேசமாட்டேங்கறே?"

"ஒண்ணுமில்லேக்கா."

"என்ன ஒண்ணுமில்லே?" என்று அவளை ஒன்றும் புரியாமல் பார்த்தாள் பழனியின் மனைவி.

பழனிவேலு அறையிலிருந்து வெளியே வந்தான். ஒரு பெரிய கடுதாசுப் பொட்டணத்தைக் கொண்டுவந்து செங்கம்மாவிடம் நீட்டினான். "பொதுப் பணம் இதோ இருக்கு. வட்டியோட சேர்த்து ஐயாயிரத்து ஒன்பது ரூபா – பத்தணா இருக்கு. அதை நீங்க வந்தாத்தான் கொடுக்கறதுன்னு நெனச்சிட்டேயிருந்தேன், கணக்குப் புத்தகமும் இதோ இருக்கு" என்று கணக்குப் புத்தகத்தையும் இடது கையில் வைத்துக்கொண்டு நின்றான்.

செங்கம்மா அவனை வெறித்துப் பார்த்தாள். வெறும் வரட்டுப் பார்வையாக ஒரு ஐந்து விநாடி. பிறகு பணப் பொட்டலத்தையும் கணக்குப் புத்தகத்தையும் வாங்கிக்கொண்டாள்.

"வரேன்க்கா."

"என்ன வரேன்க்கா – வந்ததும் வராததுமா."

"நான் வந்து ஒரு நாழியாச்சு."

"சரி ஏதாவது சாப்பிட்டுப் போகலாம்."

"இன்னொரு நாளைக்கு வரேன்."

"நெசமாத்தானா?"

"அதற்குப் பதிலாக பணத்தையும் புத்தகத்தையும் கீழே வைத்துவிட்டு அவள் கையைப் பிடித்து அணைத்து அழுத்திக் கொண்டாள் செங்கம்மா. "தலையை வலிக்குதுக்கா. இல்லாட்டி சாப்பிடறதுக்கென்ன? வரேன். என்னிக்கு வாண்டாம்னு சொல்லியிருக்கேன்?"

"தினம் தினம் வந்துகிட்டிருக்காப்பலவும் சாப்பிடறாப்பலவு மில்லே இருக்கு, பேசறது?"

"எத்தினி நேரம்தான் இப்படி மாறி மாறிப் பேசிட்டே இருக்கறது. நான் வர்றேன்" என்று வாசலைப் பார்க்க நடந்தாள் செங்கம்மா. பூவராகனின் பையன் கணக்கு நோட்டை அவள் கையிலிருந்து பிடுங்கி அக்குளில் வைத்துக்கொண்டே நடந்தான்.

அவன் வீட்டைப்பார்க்க நடந்தான்.

அவள் தன் வீட்டைப் பார்க்க நடந்துகொண்டிருந்தாள்.

சற்றுக் கழித்து, பையன் திரும்பி ஓடி வந்தான்.

"எங்கக்கா போறே மறுபடியும்?"

செங்கம்மா பதில் பேசவில்லை. வீட்டுக்குள் நுழைந்து பணத்தை ட்ரங்குப் பெட்டியில் வைத்தாள். பூஜைப்படம் இருக்கிற அலமாரியில் கணக்குப் புத்தகத்தை வைத்தாள் தொப்பென்று கீழே உட்கார்ந்துவிட்டாள்.

"என்னக்கா இது?" என்று அருகே வந்து மண்டியிட்டு உட்கார்ந்தகொண்டான் பையன்.

"ம்!"

"வாயேன் போகலாம்."

"வரேன்."

உயிர்த் தேன்

“ஏன் இப்படி உட்கார்ந்திருக்கியாம்?”

“தலையை வலிக்குதுடா” என்று சேலைத் தலைப்பைக் கீழே போட்டுப் படுத்துக்கொண்டாள் அவள்.

“அங்கே வந்து படுத்துக்கவேனக்கா... இங்க யார் மருந்தெல்லாம் போடுவாங்க?”

“நீ போடா. நான் கொஞ்சம் படுத்திருந்திட்டு வரேன்!”

“அம்மாவைக் கூட்டிக்கிட்டு வரட்டுமா?”

“வாண்டாம். நீ போ. இன்னும் ஒரு நாழியிலே சரியாயிடும். நான் வந்திருவேன். அம்மாவைக் காப்பி மட்டும் போட்டுக்கச் சொல்லு. சமையலுக்கு நான் வந்திடறேன். ம்... போயேன். அம்மாகிட்ட போய்ச் சொல்லு. அம்மா காத்துக்கிட்டிருப்பாங்கள்ள?”

உதட்டைக் கூட்டி ஒன்றும் சொல்லாமல், போக மனமில்லாமல் உட்கார்ந்திருந்தான் பையன்.

“நீ போகலியா? சமாசாரத்தையாவது சொல்லிட்டு வாயேன்.”

“அவன் முகத்தை ஏற இறங்கப் பார்த்துவிட்டு உதட்டைக் குவித்து நீட்டிக்கொண்டே மெதுவாக வெளியே நடந்தான் பையன்.

இப்படி அந்தப் பையனை அவள் ஒதுக்கியதேயில்லை. போ போ என்று விரட்டுகிறாயே என்று குறை சொல்வது போல அவன் உதட்டைக் குவிப்பதையும், வேற்று முகமாக எதையோ கேட்டுவிட்டது போல் சுணங்கிக்கொண்டு போவதையும் பார்த்தாள். தாளமுடியாமல் விசித்து விசித்து அழத் தொடங்கினாள். முந்தனையால் கண்ணைத் துடைத்துக்கொண்டே உத்தரத்தைப் பார்த்துக்கொண்டே படுத்திருந்தாள். தலைக்கு மேல் ஓட்டுக் கூறையிலிருந்த வெளிச்சக் கண்ணாடிக்குக் கீழே சிலந்திக்கூடு லேசாகப்பட்ட வெயிலில் புதுச் சல்லடை போல மினுங்கிக்கொண்டிருந்தது.

பையனை நினைத்தோ சற்று முன்பு நடந்ததை நினைத்தோ, அவளுக்கு நினைத்து நினைத்துத் தொண்டையை அடைத்துக் கொண்டது.

20

விசித்து ஓய்ந்த பிறகு செங்கம்மாவின் மனம் சிறிது நேரம் சூன்யமாக இருந்தது. சூன்ய நிலையில்தான் மல்லாந்து கிடந்த அவள் கண் கூரைக் கண்ணாடி வெளிச்சத்தில் தெரியும் சிலந்திக் கூட்டை இமையாமல் கொட்டாமல் வெறித்துக் கொண்டிருந்தது; அழுது ஓய்ந்த குழந்தைபோல.

இந்த வீடுதான் கோட்டை மாதிரி இருக்கிறது – பாதுகாப்பா – இதமாக. பழைய வீடு. பழைய என்றால் இடிந்து பொக்கையானது இல்லை. மற்ற வீடுகளைப் போல சிமண்டு பூசாமல், மின்சார விளக்குப் போட்டுக்கொள்ளாமல், ஜன்னல் கம்பி களுக்கும் கதவுகளுக்கும் இனாமலும் சிவப்பும் பச்சையுமாக வர்ணம் பூசிக்கொள்ளாமல், மண் தரையும் பசும் சாணம் மெழுகிய சுவரும், அகலும் அரிக்கேனும் பெட்ரூம் விளக்குமாக, கோணல் பூவரசு உத்தரமும் வளைகளுமாக பழைய கோயில் மாதிரி இருக்கிறது. இந்தப் பழசுகளுக்கு நடுவில் யாருமில்லாமல் இப்படித் தனியாகக் கிடப்பது பெரிய நிம்மதியாக இருக்கிறது. இதுதான் என் இடம் என்று பயமின்றி, கவலையின்றி, உரிமையோடு, பத்திரமாக அமைதியாகக் கிடந்தாள் செங்கம்மா. கூடத்துக் கூரையில் இந்த ஒரு கண்ணாடிதான் வெளிச்சத்திற்காக வைத்திருந்தது. போதாது. அதனால் கூடத்தில் விழுந்தது பாதி வெளிச்சம்தான். மேகமில்லாத பட்டப்பகலிலும் கூடம் அந்தி மயக்க மாக இருக்கும். படுத்துக்கொண்டால் அந்தக் கறுப்புக்கும், அந்திக்கும், கௌளி சொல்லுக்கும் நடுவில் கண்ணைச் சுழற்றிக்கொண்டு வரும். காலை வேளையில் கனமாக பலகாரம் தின்றாற்போல் தூக்கம் தூக்கமாக வரும். படுத்துக்கொள்ள வேண்டும்போல் இருக்கும். அந்தப் பாதி வெளிச்சமும் பழமையும் வீட்டின் சின்ன அடக்கமும் கையைப் போட்டு

அணைத்து எதனிடமிருந்தோ பாதுகாப்பது போலிருக்கும். கதவு களைச் சாத்தி, அகழிப்பாலத்தை உயர்த்திவிட்ட கோட்டைக்குள் வந்துவிட்டதுபோல் இருக்கும்.

எதற்காக இதை விட்டு வெளியே போனோம்?

செங்கம்மாவின் மனம் இப்பொழுதுதான் அந்த ஓய்ச்சல் கிடையிலிருந்து அசையத் தொடங்கியது. ஏதோ நச்சுப் பூச்சி கடித்தாற்போல் மதர்த்துக் கிடந்த மனம் கனத்தது.

'அத்தனையையும் கேட்டுவிட்டு, கடைசியில் அவளை இழுத்து அணைத்து இறுக்கிக்கொண்டானே அவன்; என்ன துணிச்சல் இருக்க வேண்டும்?'

அதை நினைக்கும்பொழுது சற்று அருவருப்பாக இருந்தது; குமட்டலாகக்கூட வந்தது. ஆனால், ஆனால்...

நிஜமாக இருந்தால்தானே துணிச்சல் வரும்?

இந்த பூவராகன் கொடுக்கிறேன் என்றதும் ஊர் முழுதும் கை நீட்டி வாங்கிக்கொண்டது. இவன் ஒருத்தன்தான் முகத்தைத் திருப்பிக்கொண்டான்.

ஒளிக்காமல், மறைக்காமல், வெட்கமில்லாமல் கிரகப் பிரவேசத்தன்று வாசலில் நின்று கத்திவிட்டுப் போனான்; ஒதுங்கி ஒதுங்கிப் போனான்.

கும்பாபிஷேகம் நடக்கக் கூடாது என்று போலீசைக் கிளப்பி விட்டு வந்திருக்கிறான். அசட்டுத்தனமாகச் செய்தாலும், செய்தது செய்ததுதானே!

இதெல்லாம் பூவராகன் மீதுள்ள கோபத்தினாலா செய்தான்? என்மேல் உள்ள ஆத்திரம்தான். நான் ஏன் அங்கே போனேன் என்ற ஆத்திரம்தான்.

செங்கம்மாவுக்குச் சிரிப்பு வந்தது. அங்கே போகாமல் இங்கு இருந்தால் வந்து லாவிக்கொண்டு போய்விடலாம் என்ற எண்ணம் போலிருக்கிறது என்று சிரித்துக்கொண்டாள்.

ஆனால் மார்பில் படர்ந்திருந்த பயமும் கலவரமும் மட்டும் மறைந்துவிடவில்லை. என்ன ஆகப் போகிறதோ, என்ன ஆகப் போகிறதோ என்று ஒரு கேள்வி காதில் விழுந்துகொண்டே இருக்கிறது.

வேலைக்குப் போகாதது என்னவோ பயமாக இருந்தாலும், ஒரு சந்தோஷமாகவும் இருக்கிறது. போகவில்லையே என்று வருத்தம்கூட இல்லை.

தி. ஜானகிராமன்

ஏன் பழனிவேலுவின் வீட்டுக்குப் போனேன்? அடாவடித் தனமா? பச்சைக் குழந்தை தேளைப் பிடிக்கிற துணிச்சலா? அவன் மனைவி வீட்டில் இல்லை என்று தெரிந்துகொண்டுதானே போனேன். இரண்டாம் மனிதருக்குமுன் அவனைச் சிறுமைப் படுத்தக் கூடாது என்றுதானே அவள் இல்லாதபோது கண்டித்து விட்டு வரலாம் என்று போனேன். இத்தனை நாளாக இல்லாமல் திடீர் என்று ஏன் இப்படித் தோன்றிற்று?

ஊர் முழுவதையும் ஒதுக்க வேண்டும். விரோதித்துக்கொள்ள வேண்டும் என்று ஏன் தோன்றிற்று இவனுக்கு? எனக்காக, என் மீது வந்த ஆத்திரம்தானே. விரோதம், பகை, கோபம், பொறாமை – இதையெல்லாம் கண்டால் பிடிக்கவில்லை. ஊரே அவனைப் பார்த்துச் சிரிக்கிறது. ஒதுக்கிவிட்டது. ஆனால் இதையெல்லாம் உனக்காகத்தானே வாங்கிக்கொண்டிருக்கிறான்!

செங்கம்மாவுக்குச் சற்று வியப்பாக இருந்தது. பழனிவேலுவின் மீது அவளுக்குக் கோபம்கூட வரவில்லை. கோபம்கூட வரா விட்டால்? நானும் தறி கெட்டவளாகிவிட்டேனா என்று கேட்டுக்கொண்ட பொழுது, முதுகு ஒரு தடவை உதறல் எடுத்தது. புருவத்தைச் சுளித்துச் சுளித்து அந்தச் சமயத்தையே, நினைவுகளையே ஒதுக்க முயன்றாள். கோணி ஊசி செருகுவது போல் சுருக்கென்று ஒரு நோவு இரண்டு மூன்று தடவை குத்திற்று. ஆயாசம் தாளாமல் பொத்தென்று தலையைப் பக்கவாட்டில் போட்டாள். வயிற்றைப் புரட்டிற்று. தொண்டையில் பாக்கு சிக்கிக்கொண்டதுபோல் குப்பென்று வேர்த்துவிட்டது. திடீரென்று சொல்லமுடியாத ஒரு களைப்பு மோதி, உடம்பைக் கிடத்திற்று. அப்படியே சிறிது நேரம் கழிந்தது.

"என்ன செங்கம்மா?" என்ற குரலோடு ரங்கநாயகி உள்ளே வந்தாள். செங்கம்மாவுக்கு தலைக் குத்தல் கிடத்தினகிடையில் எழுந்திருக்கக்கூட முடியவில்லை. கண்ணை மூடிக்கொண்டாள்.

"என்ன செங்கம்மா?"

"ஒண்ணுமில்லே" என்று மல்லாந்தவாறு மார்பில் இரண்டு கைகளை வைத்துக்கொண்டே கண்ணை மூடி தலை அசைப்பா லேயே தெரிவித்தாள் அவள்.

"தலைவலின்னு சொன்னானே குழந்தை?"

"ஆமாம்" என்பதுபோல் தலையாட்டினாள் அவள்.

"காலமேயே நேரம் கழிச்சு எழுந்துகிட்டியாம். அப்புறம் என்னாத்துக்குப் பழனிவேலு வீட்டுக்குப் போகணும்? ஏதாவது சொன்னானா அவன்? இல்லே, அவதான் ஏதாவது சொன்னாளா?"

"இல்லை" என்று தலையசைத்துவிட்டு, கண்ணை மூடியே படுத்திருந்தாள் செங்கம்மா.

ரங்கநாயகியின் கை, அவள் தலை கை எல்லாம் தடவிக் கொடுத்தது.

கூஜாவில் கொண்டுவந்த காப்பியை எடுத்துக்கொடுத்தாள் அவள். எழுந்து உட்கார்ந்து சாப்பிட்டாள் செங்கம்மா. குடித்து முடிக்கிற வரையில் காத்திருந்துவிட்டு, பிறகு கேட்டாள் ரங்கநாயகி.

"பணம், கணக்கெல்லாம் கொடுத்திட்டானாமே பழனிவேலு?"

"ம் . . ."

"நீ வந்து கேட்கணும்னு அடம்பிடிச்சிருக்கான் போலிருக்கு, இத்தனை நாளும்."

செங்கம்மா பேசவில்லை. மறுபடியும் அந்த வெறித்த பார்வை அவள் முகத்தில் படர்ந்துவிட்டது. அதே நிலையில் அவளை வெகுநேரம் பார்த்துக்கொண்டிருந்தாள் ரங்கநாயகி. என்னமோ அவளுக்கும் ஏதும் பேசத் தோன்றவில்லை. பேசப் பயப்படுவது போலிருந்தது.

"கடுமையாப் பேச வேண்டியிருந்துதா?" என்று வெகு நேரம் கழித்துக் கேட்டாள் அவள்.

"கடுமையாத்தான் பேசினேன் . . . தேன்கூட்டை ஈட்டியாலே குத்துவான் பாருங்க, அந்தமாதிரிக் குத்தினேன் புர்ருன்னு அத்தனை ஈயும் வந்தது; என்னை வந்து மொச்சுது. என்னை வந்து ஆசையா அணைச்சுக்கறாப்பல வந்து மொச்சுக்கிட்டு நல்லா ஆழமா கொட்டிச்சு. அப்புறம் அடையைக் கொண்டாந்து கையிலே கொடுத்து எடுத்துக்கிட்டுப் போன்னிச்சு" என்று லேசாகச் சிரித்தாள் செங்கம்மா.

புருவத்தைச் சுளுக்கிப் பார்த்த ரங்கநாயகி, சிறிது நேரம் பார்த்துவிட்டு, "என்ன பயித்தியமாட்டம் சிரிக்கிறே?" என்று கண்ணாலேயே துருவினாள்.

"ஈட்டிங்கறே, குத்தினேங்கறே. அப்புறம் ஈ வந்து ஆசையா மொச்சுதுங்கறே. என்ன செங்கம்மா இது?"

"ஆமாம்மா, நமக்குக் கெடுதல் பண்றவங்க, இம்சை பண்றவங்கெல்லாம், ஆசையினாலே தானே பண்றாங்க. தெருவோட போறவங்களையெல்லாம் கோச்சுக்க முடியுமா? நாம பிரியமா, சிநேகமா, ஆசையா இருக்கறவங்க மேலேதானே கோச்சுக்க முடியுது?"

"இத பாரு! நான் ரொம்ப சூட்சமாப் புரிஞ்சிக்கக்கூடியவ இல்லே. நல்லாச் சொல்லு. நீ சொல்றதைப் பார்த்தா பணத்தைக் கொடுக்க வேண்டியிருக்கேன்னு உன் கழுத்தைப் பிடிச்சு அவன் ரண்டு கையாலேயும் முறிக்க வந்தாப்பலல்ல இருக்கு?"

"தெரியலே, அப்படி வந்தானோ என்னவோ? ஆனா என்னை அப்படியே இறுக்கி அணைச்சுக்கிட்டான். கண்ணை வாயாலெ பொத்திக்கிட்டான். ரொம்ப நேரம் நின்னாப்பல இருந்துது. சுடறப்ப ஒண்ணும் தெரியாது. கொஞ்ச நேரம் கழிச்சுத்தானே சுட்டுதுன்னு தெரியுது! நான் ஒரு தடவை ஆத்திலே குளிச்சுக்கிட்டே இருந்தேன். ஆழம் ஜாஸ்தி இல்லே. மணல்லே மண்டிபோட்டுக் குளிச்சேன். எழுந்து நின்று தலைதோட்டிக்கிறப்ப திடீர்னு முழங்கால்லே என்னவோ அரிக்கிறாப்பல இருந்தது. ஏதோ அரிக்குதுன்னு பார்க்காமலே சொறிஞ்சேன். என்னமோ போல இருந்தது. எரிச்சல் மாதிரி இருந்தது. குனிஞ்சு பார்த்தா முழங்கால் சில்லுக்குப் பக்கத்திலே பள்ளமா இருக்குமே, அங்கே இரண்டு விரக்கடை நீளத்துக்கு சதை கிழிஞ்சு கிடந்தது. ஏதோ கண்ணாடியோ என்னமோ தெரியாம கிழிச்சிருக்கு. அரண்டு போயிட்டேன். பார்க்க அப்படி இருந்தது. அது ஆர்றதுக்கு ஒரு மாசம் ஆச்சு. அத்தனை ஆழமா கிழிச்சிக் கிடந்தது. ஆனா கிழிக்கிறப்ப தெரியலெ. அந்த வடுகூட இன்னும் மாறல்லெ" என்று முழங்காலைக் காண்பித்தாள் செங்கம்மாள்.

"அடபாவி!" வாயைப் பொத்திக்கொண்டாள் ரங்கநாயகி. மெதுவாக அவளை இழுத்து மடியில் சாய்த்துக்கொண்டாள். துவண்டு விழுந்தாள் செங்கம்மா.

"சத்தம் போடக்கூடத் தோணலியா உனக்கு?"

"எதுக்கும்மா சத்தம் போடறது? ரண்டு பேருக்குத் தெரிஞ்சது ஊர் முழுக்கத் தெரியறதுக்கா? சத்தம் போடறதுக்குப் பதிலாத் தான் உங்கிட்ட சொல்றேன் – நீங்க யார்கிட்டேயும் சொல்ல மாட்டீங்கன்னு. யார்கிட்டாவது நானும் சொல்லித்தானே ஆகணும். அப்படியே வைச்சிக்கிட்டிருந்தா, எரிச்சு அவிச்சிப்பிடும். இப்ப சொன்னவுடனே தலைவலிகூட நின்று போயிட்டாப்பல இருக்கு..." என்று அவளோடு ஒண்டிக்கொண்டாள்.

"யார்கிட்ட சொல்றது இதைப்போயி நான்? என்ன என்னென்னமோ பேசறே?"

"இல்லேம்மா–எனக்கு யார்கிட்டவாவது சொல்லணும்போல இருந்தாப்பல உங்களுக்கும் வெறி வந்திரிச்சின்னா."

"சொன்னா அவங்ககிட்டதான் சொல்லணும்."

"யம்மா!" என்று அவள் வாயைப் பொத்தினாள் செங்கம்மா. "அப்படின்னா நானும் இவங்ககிட்ட சொல்லியிருப்பேன். இன்னும் இவங்களைப் பார்க்கலே. பார்த்தாலும் சொல்லமாட்டேன்?"

"நானும் அவங்ககிட்ட சொல்லல்லே, அவ்வளவுதானே?"

"ஆமம்மா – அவங்களுக்கு இதெல்லாம் புரியாது."

"அதைக் கேட்டு ரங்கநாயகி சற்று யோசித்துவிட்டு "ஆமாம்" என்று ஒப்புக்கொண்டாள்.

சற்றுப் பேசாமலிருந்துவிட்டு செங்கம்மா தயங்கித் தயங்கிச் சொன்னாள்: "என் மேலே தப்பு இல்லேம்மா. ஆனா கும்பாபிஷேகத்துக்கு நான் ஒண்ணும் செய்ய மாட்டேன். எனக்கு மனசு இடம் கொடுக்கல்லே. உங்க வீட்டுக்கு வந்து சமைச்சுப் போடறதுக்குக்கூட யோசனையா இருக்கு."

"என்னது!"

"ஆமாம்மா. நான் சமைச்சுப் போடறேன். ஆனா அதைக் கொண்டு சாமிக்கு முன்னாலே வைப்பீங்களே, அதை மட்டும் செய்ய வேணாம்!"

"சை – பைத்தியம். என்னல்லாம் பேசற நீ?" என்று அந்தப் பெரிய உடம்பு லேசாகக் குறுங்கச் சிரிக்க ஆரம்பித்தாள் ரங்கநாயகி.

"ஏம்மா சிரிக்கிறீங்க?"

"பின்ன என்ன செய்யறதாம்? உன்னைப் பார்த்தா புத்திசாலி மாதிரியும் இருக்கு. சுத்த அறுதப்பழசு மாதிரியும் இருக்கு – கந்தலும் சிக்குமா. இந்த மாதிரியிருந்தா கட்டாயம் அவங்க கண்ணிலே விழத்தான் செய்யும். ஏன்னு கேக்காம இருக்க மாட்டாங்க. அப்புறம் எனக்குச் சொல்லாமலும் இருக்க முடியாது."

"வாண்டாம்மா! நான் இப்பவே வந்திடறேன்" என்றாள் செங்கம்மா.

ரங்கநாயகிக்குச் சிரிப்பு ஓயவில்லை. செங்கம்மாவைப் பார்த்தால் குழந்தை போலவும் இருந்தது, கிழவி போலவும் இருந்தது. வடிக்கட்டின முட்டாளாகவும் இருந்தது, படு சமர்த்தாக வும் இருந்தது. இப்போதுதான் முளைவிட்ட செடி மாதிரி

தி. ஜானகிராமன்

இருந்தது, வெகுநாள் வளர்ந்து திடீரென்று இடி விழுந்து பட்ட மரமாகவும இருந்தது ... உள்ளூர எழுந்த ஒரு வேதனைதான் கடைசியில் ரங்கநாயகின் சிரிப்பை அடக்கிற்று.

“ஏன் இப்படியாத் தனியாப் போறே அங்கெல்லாம்?” என்று கேட்டாள்.

“வேணும்னுதாம்மா போனேன், அவன் தனியா இருக்கான், மனசிலே பட்டதையெல்லாம் சொல்லி அவனைச் சாய்ச்சு, பணத்துக்கும் கணக்கு புஸ்தகத்துக்கும் வழி பண்ணிக்கலாம்னு போனேன். திடீர்னு என்னமோ ... ஆயிடுச்சு.”

“சரி, அதையே நினைச்சிக்கிட்டிருக்காதே. எழுந்திரு வீட்டுக்குப் போவோம்.”

“இன்னிக்கு சமைக்க முடியாது போலிருக்கும்மா” என்று எழுந்து நின்ற பிறகு சொன்னாள் செங்கம்மா. “காலெல்லாம் இத்துப் போனாப்பல துவளுது.”

“நீ பேசாம வா, சொல்றேன்” என்று ரங்கநாயகி கையைப் பிடித்து இழுத்த பிறகுதான், மனசை ஒருவாறாகப் பிடித்து வைத்துக்கொண்டு கிளம்பினாள் செங்கம்மா.

○ ○ ○

வீட்டுக்குள் வந்ததும் செங்கம்மா பழைய நிலைக்கு வந்துவிட்டாள். விறுவிறுவென்று கிணற்றடிக்குப் போய்க் குளித்து விட்டு வந்து சமையலைத் துவக்கினாள். அரிசியைக் களைந்து போடும்போது வாசலில் கார் நிற்கும் ஓசை கேட்டது.

“அப்பா வந்திட்டாங்க” என்று எதிர் அறையிலிருந்த பையன் வாசலை நோக்கி ஓடுவது கேட்டது. அடுத்த கணம் ஏழெட்டு பீங்கான் கிண்ணங்களைக் கிணுகிணுவென்னு தட்டினாற்போல ஒரு சிரிப்புக் கேட்டது. யார் இப்படிச் சிரிக்கிறார்கள்? இதுவரையில் கேட்ட சிரிப்பாக இல்லை. இவ்வளவு சந்தோஷமாக யார் சிரிக்கிறார்கள்? பெண் சிரிப்பாகக் கேட்கிறது! இத்தனை உரக்க, இத்தனை வாய்விட்டு, இத்தனை சந்தோஷமாக, இத்தனை சுயேச்சையாக, இத்தனை இனிமையாக நம் ஊர்ப் பெண்கள் சிரிப்பார்களா என்ன — என்று ஒரு கணத்தில் ஏகப் பட்ட கேள்விகளாக வந்து செங்கம்மாவைப் பரக்க அடித்தன. ஓடிப்போய் பார்க்க வேண்டும் போலிருந்தது. அரிசியைக் கை கையாக எடுத்துப் போட வேண்டியிருந்தது. இது என்ன சிரிப்பு! கேட்கும்போதே நமக்கும் அந்த மாதிரி சிரிக்க வேண்டும்போல,

குதிக்க வேண்டும் போலிருக்கிறதே என்று அவசர அவசரமாக அரிசியை அள்ளிப் போட்டுவிட்டு, கூடத்தை நோக்கி விரைந்தாள்.

இடைகழி நிலையைக் கடந்து பையனை அணைத்துக் கொஞ்சிக்கொண்டே ஒரு உருவம் வந்துகொண்டிருந்தது. பெண் உருவம்தான்: பையனின் முகவாயில் இரண்டு உள்ளங்கைகளையும் கிண்ணம் போல் குவித்து ஏந்தி உலுக்கிச் சிரித்துக்கொண்டே வந்தது. நேர் முதுகு, மாநிறத்துக்குச் சற்று அதிகப்படியான நிறம். சற்றுச் சதுரமான முகம். முகவாய் கூராக இருந்தது. லேசாக இரட்டை மண்டை மாதிரி சற்று நீளமாக தலை. சட்டென்று எங்கோ கோவில் விளக்கை இரண்டு கைகளால் ஏந்தி நிற்கும் வெண்கலச் சிலை மாதிரி இருந்தது அந்த முகச் சாயலையும், நிமிர்ந்த முதுகையும் பார்த்ததும். அந்த விக்ரகம் நடந்து வந்தால்கூட அப்படித்தான் நடக்கும் என்றுகூட ஒரு கணம் தோன்றிற்று செங்கம்மாவுக்கு. மெல்லிய உதடு, சற்றுக் கூர்ந்த மூக்கு: ஆமாம், ஆமாம், முகம் அந்தச் சிலையின் முகம்தான். சிரித்துக்கொண்டே வந்த உருவம் செங்கம்மாவைப் பார்க்கவில்லை.

"அம்மா எங்கேக்கா?" என்று பையன் குரல் கொடுத்ததும்தான் அந்தப் பெண் நிமிர்ந்து முன்னால் பார்த்தாள். செங்கம்மாவைப் பார்த்துப் புன்முறுவல் செய்தாள். அந்தப் புன்முறுவலைக் கண்டதும் ஓடி அணைத்துக்கொள்ள வேண்டும் போலிருந்தது அவளுக்கு. ஒருவரை ஒருவர் சாப்பிட்டுக்கொண்டே நின்றார்கள்.

"அம்மா எங்கேக்கான்னா?" என்று கத்தினான் பையன்.

"குளிக்கிறாங்க."

"இதுதான் செங்கம்மா. நான் போய் அம்மாட்ட சொல்லிட்டு வந்திடறேன்" என்று அடுக்களை வழியாக ஓடினான் பையன்.

"வாங்க" என்றாள் செங்கம்மா.

"ஹா..." வந்தேன் என்று சொல்லும் பாவனையில் அருகே வந்து செங்கம்மாவை ஏற இறங்கப் பார்த்தாள் அவள்.

"யம்மா – அனு வந்திருக்கும்மா மெட்ராஸ்லேருந்து" என்று பையன் குளிக்கும் அறைக்கு வெளியே நின்று கத்துவது கேட்டது.

"யாரு?"

"அனும்மா – அனு வந்திருக்கு."

"அனுவா! அட, இதோ வந்திட்டேன்" என்று ரங்கநாயகியின் குரல் பூரிப்புத் தாளாமல் உயர்ந்தது.

"அனுசூயாவா?" என்றாள் செங்கம்மா.

"ஹா – அனுசூயா! அம்மா ஸ்நானம் செய்யறாங்க?"

"ஆமாம்."

"கமான்! பார்க்கலாம்" என்று செங்கம்மாவின் கையைப் பிடித்துக்கொண்டே அடுக்களை வழியாக நடந்தாள் அனுசூயா. கிணற்றங்கரைத் தாழ்வாரத்தில் குளிக்கும் அறைக்கு வெளியே நின்று, "அம்மா" – என்று குரல் கொடுத்தாள்.

"சட்டுனு வாம்மா – குளிச்சிட்டு. அனும்மா" என்று பறந்தான் பையன்.

"குளிச்சப்புறம்தான் என்னைப் பார்க்கலாமா? அதனாலே பாத்ரூம்லே போயாச்சா, என்னா!" என்று மீண்டும் பெரிய பீங்கான் சிரிப்பாகச் சிரித்தாள் அனசூயா. கதவு லேசாகத் திறந்தது. எட்டிப் பார்த்தாள் ரங்கநாயகி.

"ஹாம்" என்று அவள் கன்னம் இரண்டையும் உள்ளங்கையால் வழித்தாள் அனசூயா.

"ரொம்ப ஜோரா இருக்கீங்களே. கிராமத்து பூமி, ஜலம் – எல்லாம் நல்லா செய்தாச்சா உடம்பை?"

"குளிச்சப்புறம் பளபளன்னு இருக்காதா? எப்ப வந்தே அனு! என்னாது திடீர்னு!"

"சொல்லிட்டு வரணுமா? சொல்லிட்டு வந்தா, நீயும் சொஜ்ஜி பண்ணிவச்சிருப்பே. அதான் சொல்லாம வந்தேன்."

"அது அப்ப! இப்ப ஜாங்கிரி, பாதுஷா, பேடா, வெல்லச் சீடை எல்லாம் பண்ணத் தெரியும். செங்கம்மா இருக்கு பாரு."

"திரும்பி செங்கம்மாவைப் பார்த்தாள் அனசூயா.

"'ஷீஸ் ஒண்டர் ஃபுல்! யம்மா – நீ ஏன் இத்தினி நாளா சொல்லலே – இத்தினி அளகா ஒரு ப்ரண்ட் இருக்குன்னு. முதல்லே பார்க்கறப்போ எனக்கு சுவாசமே வரலே. வாட் க்ரேஸ்! வாட் பாய்ஸ்! வாட் சார்ம்! நீ சொல்லலே இல்லியே! பூ கூட சொல்லலே" என்று மறுபடியும் உச்சந்தலையிலிருந்து கால் விரல் வரையில் அவளைப் பார்த்தான் அனசூயா.

"யம்மா – இனிமே உன்னைப் பார்க்கமாட்டேன். இதைத்தான் பார்க்கப்போறேன். நீ குளி. எலி மாதிரி தலை மாத்திரம்

காண்பிக்கிறயே. நசுங்கிடப் போறே! தலையை உள்ளே கொண்டு போ, குளி" என்று ரங்கநாயகியின் தலையை மெதுவாக உள்ளே தள்ளி கதவைச் சாத்திவிட்டு நகர்ந்தாள் அனசூயா.

"அப்பா, அனு, அம்மாவை பாத்ரூம்லேயே பார்த்துட்டு வந்துடுத்து" என்று ஓடினான் பையன். இரண்டு மூன்று தடவை கூடத்தில் குட்டிக்கரணம் போட்டான். ஒரு தூணில் தென்னை மரம் ஏறிக் குதித்தான். எதிர் அறைக்கு ஓடிப்போய் ஜமக்காளத்தை எடுத்து வந்தான். பிரித்தான். தொங்கு விசிறியின் புத்தானை முடுக்கினான். ஒரு கூஜாவில் நீர் கொண்டு வைத்தான்.

"அக்கா, அனுவுக்குக் காபி கொடுக்கா. அனு! வாயேன். அங்கே போய் உட்காரலாம்."

அவன் கிடந்து குதிக்கிற குதியைப் பார்த்துக்கொண்டே யிருந்தாள் அனுசூயா.

"மொள்ள! மொள்ள!" என்று கேலி செய்வது போலக் கத்தி னாள் அவள். அதே சமயம் அந்தக் குழந்தை சந்தோஷத்தைக் காட்டப்படுகிற பாட்டைப் பார்த்து, அவள் கண் பளபளத்தது. நீர் ததும்புவது போலிருந்தது.

"ஹா ஹா" என்று சிரித்துப் பையனைக் கட்டிக்கொண்டே அவன் தலை மயிரிலேயே கண்ணைத் தேய்த்து கலக்கத்தை மறைத்துவிட்டாள் அவள்.

செங்கம்மாவுக்கு வியப்புத் தாளவில்லை.

"காபி கொடுக்கா, அனுவுக்கு."

"நானே தான் போட்டுக்கப் போறேன் காபி. பூ! உனக்கும் கொண்டுவரப் போறேன். இப்படி வந்து உட்காரேன்" என்று இங்கிலீஷில் பூவராகனிடம் சொல்லிவிட்டு அடுக்களைக்குள் போனாள் அனசூயா.

குளிக்கும் அறையிலிருந்து வந்த ரங்கநாயகி, "ஆரம்பிச்சாச்சா! நீ பேசாம உட்காரு சொல்றேன்" என்று அவளை நகர்த்தி வந்து கூடத்தில் ஜமக்காளத்தில் உட்காரவைத்தாள்.

"நீங்க ரண்டு பேரும் காபி போடணும். நான் தனியா? வா பூ! நீயும் வா" என்றாள் அனுசூயா. பூவராகன் வந்து உட்கார்ந்தான். பையன் வந்து அவள் மடியில் தலைவைத்துப் படுத்தான்.

காபியைக் கொண்டுவந்த செங்கம்மா மூன்று பேரையும் பார்த்தாள்.

அனசூயாவின் உடலிலிருந்து சந்தோஷமும் இனிமையும் சுற்றிலும் ஓடுவது போலிருந்தது. அவள் இருக்கிற இடத்தில் வேறு ஒன்றும் இருக்க முடியாதுபோல் ஓர் எண்ணம் தோன்றிற்று. ஏன் என்று புரியவில்லை. அந்த முகத்தாலா, பேச்சினாலா, இழுத்து இழுத்து எதையும் அணைத்துக்கொள்ளும் பசையாலா?

"ரொம்ப நேரம் ஸ்டீரிங் பிடிச்சிருக்கியே. கையைக் கொடு, பிடிச்சு தேச்சு விடறேன்" என்று பூவராகனின் கைகளை எடுத்து விரல்களை ஒவ்வொன்றாக இழுத்தும் மடக்கியும் சொடுக்கத் தொடங்கினாள் அனசூயா.

செங்கம்மாவுக்கு வியப்பாக இருந்தது. ஒரு கணம் அவள் பார்த்த பார்வை, எல்லையில்லாத வியப்பைத்தான் காட்டிற்று.

21

அனசூயா வருவதை யாரும் எதிர்பார்க்க வில்லை. ஆமருவியை அழைத்து வருவதற்காக மாயவரத்திற்குக் காரை எடுத்துப் போயிருந்தான் பூவராகன். ஆமருவிக்கு உடல்நிலை சரியில்லையாம். தலைவலியும் காய்ச்சலுமாக இருக்கிறது. வெகு நாளாக அனசூயாவை ஊருக்கு வருமாறு எழுதிக் கொண்டிருந்தான் பூவராகன். இந்தத் தடவை ஆமருவியுடன் புறப்படுவதாக இருந்தவள், அவன் பிரயாணம் தடைப்படவே, தானே கிளம்பிவிட்டாள். எதிர்பாராமல் அவள் வந்ததும், சந்தோஷம் தலை தெறிக்க வீடே குதித்துக்கொண்டிருந்தது.

அவளை முதலில் பார்த்ததே ஒரு அதிர்ச்சி இருந்தது செங்கம்மாவுக்கு. சந்தோஷ அதிர்ச்சி! பூவராகன் அடிக்கடி அவளைப்பற்றி ரங்கநாயகியோடு பேசிக்கொண்டிருப்பதைக் கேட்டிருக்கிறாள் அவள்.

“ஒரு பிடி குள்ளமாயிருக்கட்டும் – அப்படியே அனசூயாதான் ஏன்று செங்கம்மாவைப் பார்த்துப் பார்த்து மனைவியிடம் இரண்டு தடவை அவன் சொன்னது ஞாபகம் இருக்கிறது.

“கொஞ்சம் உரக்கச் சிரிக்கட்டும். அனசூயாவுக் கும் இதுக்கும் வித்தியாசமே தெரியாது” என்றான் ஒரு முறை.

அனசூயாவைப்பற்றி அவன் பேசாத நாளும் கிடையாது, செங்கம்மாவோடு ஒப்பிடாத நேரமும் கிடையாது.

“அனசூயா மாதிரி நல்லாப் படிச்சுக் கிடிச்சு இருந்துது இது . . .” என்று மேலே சொல்லாமல் விட்டுவிடுவான்.

“என்ன?” என்பாள் ரங்கநாயகி.

“என்ன சொல்றதுன்னுதான் பார்க்கறேன். கலெக்டரா இருக்கலாம், மந்திரியா இருக்கலாம், மாதர் சம்மேளனத் தலைவியா இருக்கலாம்.”

“அப்படி ஒண்ணும் இதுக்கு முடை வந்திரலையே இப்ப! நல்ல அடக்கம். குணம்மா ஒரு புருஷன் இருக்குறாரு. சந்தோஷமா, நிம்மதியா இருக்கத் தெரிஞ்சுக்கிட்டிருக்கு. இதெல்லாம் என்னமோ குறைச்சல் மாதிரி நீங்கதான் ஊர்ப் பொதுவை அது தலையிலே தூக்கி வச்சிருக்கீங்க. இது படிச்சுப்பிட்டு எப்படியெல்லாம் இருக்கும், எப்படியெல்லாம் லோல்படும்னு மனசிலேயாவது நினைச்சுப்பார்க்கணும் போல இருக்காக்கும் உங்களுக்கு? படிச்ச பொம்பளைக்கு இது என்ன குறைஞ்சு போயிட்டுது? அனசூயா படிச்சுப்ட்டு உலகத்தைக் காப்பாத்தக் கிளம்பிடலியே! அவளும் வீட்டோடதானே இருக்குறா! அந்த மாதிரிதான் இதுவும் இருக்கணும்னு நினைக்கப்படாதா, படிச்சிட்டு வந்தாலும்?...

இப்படி இரண்டு பேரும் பல சமயம் முடிவில்லாமல், பாதை தெரியாமல் அர்த்தமில்லாமல்கூட பேசிக்கொண்டிருப்பார்கள்.

இந்தப் பேச்சுக்களால்தானோ என்னவோ, அனசூயாவைப் பார்த்ததுமே வெகு நாள் உறவு போல இரண்டு பேரும் ஒட்டிக் கொண்டுவிட்டார்கள்.

“என்னென்னல்லாமோ எழுதிக்கிட்டே இருக்கறே. செங்கம்மாவைப் பத்தி நீ எழுதவே இல்லியே” என்று வந்தது முதல் இருபது தடவையாவது கேட்டிருப்பாள் அனசூயா.

அவள் துருவித் துருவிப் பார்ப்பதையும் கையை இறுக்கி இறுக்கிப் பற்றுவதையும். ஒரு தோளை அணைப்பதையும் பார்த்து செங்கம்மாவுக்கு முதலில் சற்றுக் கூசிற்று. ஒரு அரை நாழிகைக்கெல்லாம் அந்தக் கூச்சம் பறந்துவிட்டது. ஒரு தடவை அவள் புன்னகை செய்வதைப் பார்த்ததும், என்னமோ கண்ணுக்குத் தெரியாத கண்ணாடி ஒன்றை முன்னே வைத்தாற்போல் ஒரு கணம் தோன்றிற்று; ஏதோ பிரமை மாதிரி. அப்போதுதான் உச்சி முதல், மார்பு, வயிறு, தொடை, காலெல்லாம் என்னமோ குளிர்ந்து ஓடுவது போலிருந்தது, நான்தான் இவள் போலிருக்கிறது என்று தனக்குள் சொல்லிக்கொண்டாள் செங்கம்மா. சொல்லவில்லை, உள்ளே அந்த மாதிரி ஒரு வாக்கியம் கேட்டது. அந்தக் கணம் முதல் கொஞ்சநஞ்சம் இருந்த வெற்றுணர்வுகூடப் போய்விட்டது. தாளமுடியாத ஓர் இனிமையும் உவகையும் உள்ளே புகுந்து உடம்பெல்லாம் பரவினமாதிரி ஆகிவிட்டது.

சமையல் சாப்பாடு முடிந்ததும், "உனக்கு வேலையிருக்கா?" என்றாள் அனசூயா.

"இல்லெ" என்றாள் செங்கம்மா.

"மத்யான்னம் தூக்கம் உண்டா?"

"எப்பவாவது தூங்குவேன்."

"இப்ப தூக்கம் வருதா?"

"நீங்க இருக்கிறப்ப எப்படித் தூக்கம் வரும்?"

"நீங்க இல்லெ – 'நீ'ன்னு சொல்லணும்... சொல்லு."

"சரி – நீ இருக்கறப்ப எப்படித் தூக்கம் வரும்?"

"அப்ப – வா – போகலாம்."

"எங்கே?"

"ஊரை எல்லாம் பார்த்து வரலாம் – பூரா – அங்கே இங்கே எல்லாம்!"

"ஊரைப் பார்க்கணுமா – இங்க என்ன என்ன இருக்கு பார்க்க – லைட்அவுஸா, ஆர்ப்பரா, ம்யூசியமா, பீச்சா?"

"ஐயோ, செங்கம்மா!" என்று சிரிக்க ஆரம்பித்தாள் அனசூயா. "வா – போகலாம் –"

வெயில் அவ்வளவாக இல்லை. சற்று மப்பாகவும் இருந்தது. தெருத் திரும்பியதும் முதலில், பூவராகன் கட்டின பாலத்தைக் காண்பித்தாள் செங்கம்மா. அந்தக் கதையையும் சொன்னாள்.

"பூ யாரும் கஷ்டம் பட்டா தாங்கமாட்டாரு. பாரு, கைப் பணத்தைப்போட்டு –"

"பாலம் மட்டுமா?" என்று ஊர்ச் சாகுபடிக்கு அவன் செலவு செய்கிறதையும் சொல்லிக்கொண்டே சாலையில் நடந்தாள் செங்கம்மா.

"நிஜம்மாவான்னு கேக்கலியே நீ?" என்று கேட்டாள் நடுவில் அவள்.

என்னாத்துக்கு கேக்கணும்? அவருக்கு இதெல்லாம் பிடிக்கும். மெட்ராஸ்லே ரண்டு மூணு வருஷமாவே அவரு சாந்தமாயில்லெ.

என்னமோ போல இருந்தாரு. அவரு வர்றப்போவ நினைச்சேன் — இந்த மாதிரி ஏதாச்சும் செய்வார்னு."

பேசிக்கொண்டே வாய்க்காலைக் கடக்கும்போது அனசூயா நின்றுவிட்டாள். சுற்று முற்றும் பார்த்தாள். அப்படியே நின்று கொண்டிருந்தாள்.

"என்ன ?"

"என்ன அளகான ஊரு! எத்தினி மரம்! எத்தினி மரம்! நானும் இப்படியே மரமாயிட்டேன்னா! இந்த ஜலம் என் காலை அலம்பிக்கிட்டே, போய்க்கிட்டே இருக்கும்."

ஒவ்வொரு மரமாக, செடியாக, பூண்டாக, புதராக அவள் பெயர் கேட்டுக்கொண்டே வந்தாள். வரப்பில் முளைத்துள்ள பூண்டின் சிறு நீலமலர்களை மிதித்துவிடாமல் ஒதுங்கி வரும் பொழுது இரண்டு தடவை கால் சறுக்கிவிட்டது. அந்தப் பூண்டு மலர்களை எடுத்து மடியில் கட்டிக்கொண்டே வந்தாள்.

செங்கம்மாவுக்கு, பட்டணத்தான் பட்டிக்காட்டைப் பார்த்த மாதிரி என்று சிரிப்பாக வந்தது. ஆனால் அனசூயா செய்வதையும் பேசுவதையும் கண்டு சிரிக்கத் தோன்றவில்லை: தவறாக அவள் எதையுமே செய்யமாட்டாளோ என்றுகூட சந்தேகம் வந்துவிட்டது. அவள் எது செய்தாலும் அது சரியாகத் தான் இருக்கும், பொருத்தமாகத்தான் இருக்கும் என்று தோன்ற ஆரம்பித்துவிட்டது. பட்டணத்திலிருந்தும், பட்டண வாசங்களிலிருந்தும் எத்தனையோ பேர்களைப் பார்த்திருக்கிறாள் அவள். ஆனால் இது தனிப்பிறவி மாதிரி இருந்தது. பெண் பிறப்பிலேயே தனி வகையாக இருந்தது. காலம் காலமாக யாருக்காவது பயந்துகொண்டு வாய்விட்டு வந்த சிரிப்பைக்கூட மிதித்து மிதித்துப் பழகாமல் இஷ்டப்படி இரைந்து இரைந்து சிரித்துக்கொண்டேயிருந்தது. யாராயிருந்தாலும், எதாயிருந்தாலும் துருவி, உற்றுப் பார்த்தது. அருவருப்புகளைப் பார்த்துக்கூட அழுதுவிடும் போலிருந்தது. எங்கே எதைப் பார்த்தாலும் விழுங்கிவிடுவதுபோல் பார்த்துக்கொண்டே வந்தது. யாருக்கும் கட்டுப்படாமல், அடங்காமல் தன் இஷ்டப்படியே எதையும் சொல்லியும் செய்தும் போவதும் வருவதுமாக இருக்கிற மனுஷக் குதிரைக் குட்டி மாதிரி தோன்றிற்று.

ஆனால் இத்தனையையும் பார்க்கும்பொழுது செங்கம்மா வுக்கு அதனிடம் அலுப்போ அலட்சியமோ வரவில்லை. நடு நடுவே எஜமானனை விட்டு ஓடி, நுகர்ந்து நுகர்ந்து, எதை

எதையோ பார்த்துப் பாய்ந்தும், துரத்தியும் துள்ளியும் விட்டுப் பிறகு வந்து சேர்ந்துகொள்கிற நாய்க்குட்டி மாதிரி நேரத்தைப் பற்றிக் கவலைப்படாமல் வந்துகொண்டிருந்தாள் அனசூயா. செங்கம்மாவும் நின்று நின்று அவளுக்காகக் காத்துக்கொண் டிருந்தாள். அவள் சுபாவமாகவே எல்லாவற்றையும் செய்துகொண் டிருந்ததால், செங்கம்மாவுக்கு அலுப்புத் தட்டவில்லை. மாறாக ஒரு மரியாதைகூடப் பிறந்துவிட்டது. இஷ்டப்படி ஒருவருக்கு இருக்க முடிகிறதென்றால் அதற்கு எத்தனை கொடுத்து வைத்திருக்க வேண்டும்? எத்தனை பயப்படாத்தனம் இருக்க வேண்டும்?

அப்படியேதான் அவள் ஏணியில் ஏறி, ஒவ்வொரு சார்பாக ஏறி, புதிதாகக் கட்டின கோபுரத்தில் ஒவ்வொரு பொம்மையாகப் பார்த்துக்கொண்டே வந்தாள். ஆமருவி செய்த ஒவ்வொன்றையும் பார்த்து முதலில் கண்ணை அகட்டி வியந்துவிட்டு பிறகு ஒன்றுமே பேசாமல் வாய்மூடி மௌனியாக, என்னமோ பிரம்மத்தை நேரே பார்க்கிறாற்போல, தெரிந்தும், தெரியாத ஒரு புன்னகையுடன் அமர்ந்து பார்த்துக்கொண்டே வந்தாள். ஆமருவியிடம் அதற்கு சாதாரண மரியாதை இல்லை என்று அவள் பார்த்த பார்வையி லிருந்து, அடக்க ஒடுக்கமாக நிற்பதிலிருந்து புரிந்துகொள்ள முடிந்தது.

“ஆமருவியை ரொம்ப நாளாத் தெரியுமா உனக்கு?” என்று கேட்டாள் செங்கம்மா.

“தெரியும்!”

“அவருக்குக் கல்யாணம் ஆறதுக்கு முன்னாலேயே?”

“இல்லே, ஒரு ஏழெட்டு வருஷமாத் தெரியும்!”

“அதுதானே பார்த்தேன்!”

“ஏன்?”

“கலியாணம் ஆறதுக்கு முன்னாலே பார்த்திருந்தா நீ அவரைத்தான் கலியாணம் பண்ணிக்கிட்டிருப்பே!”

“வாட்!” என்று வியப்புத் தாங்காமல் கத்தினாள் அனசூயா. “அப்படியா நினைக்கிறே?”

“ஜோடி அவ்வளவு பொருத்தமாக இருக்கிறதனாலே சொன்னேன்.”

“நல்ல வேளை, பார்க்காம இருந்தேன் ... அப்பவே.”

"ஏன்?"

"ஜோடி அவ்வளவு பொருத்தமாக இருந்தா வேற என்ன செய்ய முடியும்? அவன் வேலை செய்யறதை மறந்திருப்பான். நானும் அவன் வேலையைக் கெடுத்து அவன் மடியிலேயே கிடந்திருப்பேன். நல்ல வேளையா அவனும் பிழச்சான், நானும் பிழச்சேன்."

செங்கம்மா அதைக் கேட்டுச் சிறிது நேரம் ஒன்றுமே சொல்லவில்லை.

இருவரும் கீழே இறங்கிக் கோயிலையும் சாலையையும் பார்த்துவிட்டு வெளியே வந்து கொல்லைப் பாதை வழியாக வரும்பொழுது, சட்டென்று செங்கம்மா, அனசூயாவின் புஜத்தைப் பற்றிக்கொண்டாள். ஒரு முறை நடுங்கிற்று. சட்டென்று திரும்பிப் பார்த்தாள் அனசூயா. செங்கம்மாவின் முகத்தைப் பார்த்து அவளுக்கு ஒன்றும் புரியவில்லை. ஆனால் என்னமோ ஏதோ என்று ஒரு கேள்வி மட்டும் சலனமற்றிருந்த நெஞ்சைக் கலைத்தாற் போலிருந்தது.

எதிரே பழனிவேலு வந்துகொண்டிருந்தான். அவன் கடந்து போகிறவரையில் செங்கம்மா பேசவில்லை. அவனைப் பார்க்கவு மில்லை. வேறு எங்கோ முகத்தைத் திருப்பி, தொலைவில் பார்த்துக் கொண்டே வந்தாள். அவள் முகம் சிணுங்குவதும், திடீரென்று வலி குத்துவதுபோல அதில் படர்ந்த ஒரு களைப்பையும் பார்த்தாள் அனசூயா. சிறிது தூரம் நடந்ததும், தன் வீட்டின் பக்கத்து வீட்டின் கொல்லைவழியாக வாசலுக்கு வந்து, வாசல் பூட்டைத் திறந்துகொண்டே "இதுதான் நம்ம வீடு" என்று உள்ளே அவளை அழைத்துச் சென்றாள் செங்கம்மா.

உள்ளே போய் ஒரு டம்ளர் தண்ணீரை எடுத்துக் குடித்தாள். அவளுக்கும் கொடுத்தாள்.

"என்னா, திடீர்னு பேச்சையே நிறுத்திட்டே?" என்றாள் அனசூயா.

"இல்லையே!"

"உடம்புக்கு என்ன?"

"ஒண்ணுமில்லே. என்னமோ கிறுகிறுன்னு வந்திச்சு" என்று கீழே உட்கார்ந்துகொண்டாள் செங்கம்மா.

"எதிரக்கப் போச்சே – அது யார்?"

செங்கம்மாவுக்கு ஒரு கணம் தூக்கிப் போட்டது. அனசூயா வைக் கண்டு அவளால் வியக்காமல் இருக்க முடியவில்லை. அவள் பார்த்த பார்வையையும் சுருட்டிக் கிடந்த நாக்கை இழுத்துப் பிரிப்பது போல் இருந்தது.

"அவனா? உங்க பூவைப் பார்த்துப் பூன்னு லட்சியம் பண்ணாம போற ஒரு ஆளு! உங்க பூ மேலே ரொம்ப ஆத்திரம். பூ இப்ப இருக்கிற வீட்டை அவன் அனுபவிச்சிட்டிருந்தான். அப்புறம், பூ அவனைக் கேட்காம கோயில் கட்றதெல்லாம் அவனுக்குப் பிடிக்கல்லே. நல்லாப் படிச்சவன். அதனாலே இந்த ஊர் ஜன்கள்ளாம் புழு மாதிரி அவனுக்கு. அவன் ஊராருங்களைப் பார்க்கறதே அப்படித்தான் இருக்கும். அப்புறம்... நான் எங்க ஆம்படையான் சொத்தா மாத்திரம் இருக்கிறது அவனுக்கு ரொம்பக் காலமா பிடிக்கல்லே. நான் கல்யாணம் ஆகி இந்த ஊருக்கு வந்ததிலேருந்தே பிடிக்கல்லேன்னு வச்சுக்கவேன். நான் பூ வீட்டுக்கு வேலை செய்ய போனப்பறம் அவனுக்கு வெறியே பிடிச்சுப் போச்சு. நல்லாப் படிச்சவன், பாவம்! ஆனா அவன் படிப்பு அவனை ஒதுக்கி, ஆத்திரம்தான் ஊட்டியிருக்கு. உங்க பூவுக்கு என்ன செய்யறதுன்னே தெரியலே. ஒரு மனுசங்க மேலே பிரியம் விழுந்துதுன்னா அவருக்கு ஒரு எழவும் புரியாது. ஊர்த் தலைமையை ஏத்துக்கணும்னு சொன்னாங்க அவர்கிட்ட வந்து, 'நான் வாண்டாம், இவ இருக்கட்டும்'னு என்னைக் காட்டினாரு. இத்தினி நாளா வாங்கித் தின்னவங்க என்ன செய்வாங்க? இது ஏதடா தர்ம சங்கடம்னு தலையாட்டினாங்க. என்னடா இக்கட்டிலே கொண்டு மாட்ட வைக்கறமேன்னு அவர் யோசிக்கவேயில்லே."

"ஏன் செங்கம்மா இப்படிச் சொல்றே! பூவுக்கு நீ சாமர்த்தியக் காரினு எண்ணம். அதுதான் உன்னைச் சொல்லி இருக்காரு."

"அதெல்லாம் இந்த ஊரிலே புரியுமா?" என்று மேலும் சொன்னாள் செங்கம்மா.

"புரிகிறதோ இல்லையோ? ஏதோ ஒரு நன்னியோட அவங்க சொல்றத்துக்கு சரின்னு தலையாட்டிட்டாங்க. பழனிவேலுதான் எனக்கு முந்தின ராஜா. சித்த முன்னாலே எதிராகப் போனாரே அவரு!" என்று அவன் பணத்தையும் கணக்கையும் கொடுக்க வல்லடி செய்தது, கும்பாபிஷேகத்துக்கு எதிராகப் போலீசில் எழுதிவிட்டு வந்தது, பூவராகன் இன்ஸ்பெக்டரிடம் போய் வந்தது – எல்லாவற்றையும் சொன்னாள் செங்கம்மா.

"பூவை நினைச்சு நேத்து முழுக்க நான் தூங்கல்லே. பணம் இருக்குன்னு காட்டிக்கிறத்துக்காக இதெல்லாம் செய்யல்லே

அவரு. அப்படியிருந்தும் அவரைப் புரிஞ்சுக்காம இப்படி வயித்தெரிச்சல் கொட்றான் பார்த்தியா இவன்னு நினைக்கறப்ப எனக்கு ஆத்திரம் தாங்கல்லே. ஒரு நல்ல காரியம் நடக்கறப்போ மூளி எப்படி இருக்கறது! பலி கொடுக்கறப்ப ஊனத்தையும் சொத்தையும் அழுகலையுமா கொடுக்கறது! அந்த மாதிரிதான் ஊரே சேர்ந்து செய்யற காரியத்துலே ஒரு ஆளு தனியா முறைச்சுக்கிட்டு நிக்கறது எனக்கு என்னமோ போல இருந்துது. கோபத்திலே நின்னாலும் அவன் வயித்தெரிச்சலோடதானே நிப்பான்! தானே ஒதுக்கினாலும் 'ஒதுக்கிட்டான் பாத்தியா'ன்னு தானே துடிச்சுக்கிட்டு நிப்பான். எனக்கு ரண்டு பேரையும் நினைக்கறப்ப கஷ்டமாயிருந்தது. ஏதாவது சொல்லி பயமுறுத்தி அவனைக் கும்பாபிஷேகத்துக்கு வந்து சேர்ந்து நிக்கும்படியாப் பண்ணிடணும்னு ஒரு வெறி வந்தது. போனேன். நான் போனதும் அவனுக்கு ஒண்ணுமே புரியலே. பேச முடியலே. நிக்க முடியலே. குழறினான். மனசிலே வந்ததையெல்லாம் சொல்லிப்போட்டேன். எல்லாத்தையும் கேட்டுக்கிட்டான். ஒரு தடவை விழுந்து கும்பிட்டான். அப்புறம் எழுந்து சட்டுன்னு வந்து என்னை அப்படியே அப்படியே . . . இறுக்கி –"

அவள் தடுமாறுவதைப் பார்த்து அனசூயா விரலால் அவள் வாயைப் பொத்தினாள். "பேசாதே செங்கம்மா, பேசாதே – சந்தோஷமா இரு" என்று மெல்லிய குரலில் ஆழ்ந்து சொன்னாள். அவள் கருவிழி இரண்டும் பளபளவென்று தேய்த்தாற்போல் மிதந்தன. செங்கம்மாவை மேலே பேசவிடாமல் விரல்கள் வாயை இன்னும் பொத்தியிருந்தன. அவள் அடங்கிய பிறகு "அப்புறம்?" என்றாள் அனசூயா.

"இத்தனை நாளா வராத பணம், கணக்கெல்லாம் வந்தது. எடுத்துக்கிட்டு வந்தேன். வந்ததும் இங்கே வந்து படுத்தேன். ஒண்ணுமே சரியாயில்லே. எத்தையாவது சாப்பிட்டு செத்துப் போயிடலாம் போலிருந்தது."

மீண்டும் அந்த வாயை அனசூயாவின் விரல்கள் அடைத்துக் கொண்டன.

"நீ எப்படிச் சொல்லலாம் இந்த மாதிரி? நம்ம உயிரைக் கொல்றது தற்கொலையில்லை – கொலை. நம்ம உயிர் நம்முது இல்லே. சாமியோடதோ, உலகத்தோடதோ எப்படி வேணுமோ வச்சுக்க. அது நம்மது இல்லே. அதனாலே அதை எடுக்கறது கொலை. இந்த மாதிரி பேசாதே. என்னாலே கேக்க முடியலே..." என்றாள் அனசூயா. அவள் குரல் கம்முவதைக் கண்டு திரும்பினாள் செங்கம்மா. "உன்னைப் பார்த்தா ரொம்ப தயவு, கருணை

எல்லாம் இருக்கிற மாதிரி இருக்கு. என்னா இப்படிப் பேசிட்டே?" என்று அவளை மீண்டும் கேட்டாள் அனசூயா. முகத்தில் நோவுக்கிடையில் புன்னகை மட்டும் மறையவில்லை.

"இனிமேல் இப்படிப் பேசப்படாது. நடந்தது நடந்ததுதான். அதைப் பத்தி வருத்தப்படக் கூடாது. எப்பவும் சந்தோஷமா இருக்கணும். நீ என்னா செய்திட்டே? அவன்தான் என்னா செய்திட்டான்? கொஞ்சநேரம் சந்தோஷமாயிருந்தான் – எத்தினி வருடத்துக்கப்புறமோ என்னவோ ... அதோட விடு" என்று அவள் கையைப் பற்றி அழுத்தினாள் அனசூயா.

சிறிது நேரம் கழித்து செங்கம்மா சொன்னாள். "உங்க பூ கிட்ட எந்தப் பொம்பளையையும் தைரியமா விட்டுவைக்கலாம்."

"அது என்னா ஒஸ்தி? மனுஷனைவிட ரொம்பப் பெரிசா இருக்கிறது என்னா ஒஸ்தி? மனுஷன் மனுஷனாயிருக்கணும். ஆடு ஆடா இருக்கணும்... அது சரி. பூவையும் அப்படி மனுஷன் இல்லேன்னு சொல்லாதே. என்னோட இருக்கறப்ப அவன் மனுஷனாத்தான் இருக்குறான்" என்று அனசூயா அவளை இரக்கமாகப் பார்த்தாள்.

செங்கம்மாவுக்குச் சிறிது நேரம் அவள் என்ன சொல்கிறாள் என்றே புரியவில்லை.

தி. ஜானகிராமன்

22

'உன்னோடு இருக்கிறப்ப அவர் மனுஷனாத் தான் இருக்கிறாரா?' என்று மனத்திற்குள் கேட்டுக் கொண்டாள் செங்கம்மா. அதன் அர்த்தம் என்ன என்று வாயைவிட்டு கேட்கப் பயமாயிருந்தது. ஏதாவது பூதம் புறப்பட்டுவிடப் போகிறதே என்று பயப்படுவதுபோல் வாயை இறுக மூடிக்கொண்டாள்.

மனது மட்டும் துருதுருவென்று சந்தேகத்திலும் வேதனையிலும் புரண்டுகொண்டிருந்தது. திடீரென்று அவள் உதட்டில் ஒரு புன்னகை லேசாகத் தவழ்ந்தது. அவள் பார்த்துவிட்டாளோ என்று சந்தேகப்பட்டுத் திரும்பிப் பார்த்தாள். அனசூயா அங்கு இல்லை.

அவள் சமையல் அறையில் நுழைந்து அலமாரி யைத் திறந்து டப்பாக்களையும் ஜாடிகளையும் திறந்து திறந்து குடைந்துகொண்டிருந்தாள். நாலைந்தை அப்படித் திறந்து மூடிவிட்டு, சற்றுத் தள்ளி நின்று அலமாரியை இரண்டு கணம் பார்த்தாள். சமையலறை முழுவதையும் சுற்றி நோட்டம் விட்டாள். பிறகு அவளைப் பார்த்து புருவத்தைத் தூக்கி 'நன்றாக இருக்கிறது' என்பதுபோலப் புன்னகை சூழ்ந்தது.

"என்ன?"

"எல்லாம் நல்லாருக்கு. அளகா வச்சிருக்கு."

"– – –"

"ஆனா எல்லா டப்பாவும் நிறைய இருக்கே!"

"செலவு ஏது? நாங்க ரண்டு பேரும் அங்கதானே சாப்பிடறோம்! ஆனிக்கு ஒருக்க, ஆடிக்கு ஒருக்க சமைச்சாத்தான். தினமும் வந்து மட்டும் எல்லாத்தை யும் தட்டித் துடைச்சு வச்சிருவேன்."

"நீ வச்சிருக்கிறதைப் பார்த்தா ஏதாவது பண்ணிச் சாப்பிடணும் போலல்ல இருக்கு!" என்றாள் அனசூயா.

அதைச் சொன்ன உரிமையையும் குழந்தைத் தன்மையையும் கண்டு, செங்கம்மாவுக்கு ஒரு கணம் சிலிர்த்துப் போயிற்று.

“என்ன செய்யலாம், சொல்லு?”

“நான் செய்யறேனே.”

“எனக்கு வேறே ஒரு ஆசை!”

“பார்—நீ ஒண்ணும் சொல்லாதே. நானே இந்தப் பீரோவிலே இருக்கறதைப் பார்க்கிறேன். எதானும் செய்யறேன். அடுப்பு மட்டும் நீ மூட்டு. இந்த அடுப்பை மூட்டினா என் கை சுட்டுடும்.”

“என்ன செய்வே நீ?”

“எதாச்சும் ...”

சிமினியை ஏற்றி, நாலு தென்னை ஓலையைக் கொளுத்தி கொட்டாங்கச்சிகளையும் புளிய விறகையும் வைத்ததும் அடுப்பு திகுதிகுவென்று எரிந்தது. தலைப்பை வரிந்து கட்டிக்கொண்டு அனசூயா தொடங்கிவிட்டாள்.

அவளாக எடுத்து எல்லாவற்றையும் வறுத்துக் கொட்டி என்னமோ செய்துகொண்டிருந்தாள். ரவா, நெய் எல்லாம் வந்து வந்து மறுபடியும் இருந்த இடத்திற்கே போய்ச் சேர்ந்தன. அவ்வப்போது தேவைப்பட்ட சாமான் மட்டும் வந்துவிட்டுப் போய்விடும்.

திடீரென்று செங்கம்மா கேட்டாள்.

“நீ எங்க படிச்சே இதெல்லாம்?”

நிமிர்ந்து ஒரு புன்னகை பதிலாக வந்தது.

“ம்?”

“பள்ளிக்கூடத்திலேயா?”

“ம்.”

“அதான் பரத்தல் கிரத்தல் இல்லாமல் இப்படி மாலை கோத்தாப்பல செய்யத் தெரியுது.”

“அது சரி, இதை வாயிலே போட்டுப் பாரு—நல்லா இருக்கா சொல்லு.”

“வாங்கி வாயில் போட்டுக்கொண்டு, “அடியம்மா” என்றாள் செங்கம்மா.

“என்ன?”

"எல்லாத்தையும் நானே தின்னுடுவேன் போலிருக்கு. எடுத்து வையி. அப்புறம் உங்க பூ, பூவி, குழந்தை யாருக்குமே மிச்சம் இருக்காது."

"ஏன் இவரை விட்டாச்சு?"

"அவங்களுக்குந்தான்."

"அப்ப அப்புறம் சாப்பிடலாம். நீ எடுத்துக்க."

"நீ ஒண்டியால்ல இருக்கியாம்!"

"ஆமா."

"சமையற்காரி கிடையாதா?"

"நான்தான்."

"உனக்காகவா இவ்வளவும் தெரிஞ்சு வச்சிருக்கே?"

"எனக்காகத் தெரிஞ்சுக்கக் கூடாதா?"

"– – –"

"நான் ஒண்டி. அதனாலே கூட்டம் ரொம்ப ஜாஸ்தி எனக்கு."

"அப்படீன்னா?"

"நான் பொம்பிளே. தனியா இருந்தாக் கூட்டம் இருக்காதா?"

"சிநேகிதங்களா?"

"சிநேகிதிங்கதான்."

"சிநேகிதங்களா?"

அனசூயா அதைக் கேட்டுச் சிரித்தாள்.

"ஏன் சிரிக்கிறே?"

"சிநேகிதி, சிநேகிதன் – எல்லாம்தான்."

"நீ கலியாணம் பண்ணிக்கலியாமே."

"இல்லே."

"ஏன்?"

"என் இஷ்டம்!"

"அப்படின்னா சிநேகிதனுங்க வேறே வருவாங்கிறயே?"

"வந்தா என்ன?"

"நீ ஒண்டியா இருக்கே. ஒரு சிநேகிதன் வந்தா..."

உயிர்த் தேன்

"ம். சொல்லு."

"– – –"

"சொல்லேன்."

"அது எப்படி?"

"எது எப்படி?"

"ஒண்டியா இருக்கே. சிநேகிதனுங்களும் வருவாங்கங்கறே. பூவு மாதிரியா இருப்பாங்க எல்லாரும்."

"இருக்க மாட்டாங்க."

"பின்னே?"

"என்ன செய்யறது?"

"ஏன் நீ கல்யாணம் பண்ணிக்கப்படாது?"

"என்னாத்துக்குப் பண்ணிக்கணும்?"

"என்னாத்துக்குன்னா?"

"என்னாத்துக்கு சொல்லேன்."

"கெட்டுப் போகாம இருக்கிறதுக்கு."

அனசூயா பெரிய சிரிப்பாச் சிரித்தாள்.

"கெட்டுப் போகாம இருக்க, கலியாணம்! சந்தோஷமா இருக்கிறதுக்கு இல்லே!"

"அதுக்கும் தான்!"

"நான் எப்படி இருப்பேன்னு நினைச்சே?"

"அதைத்தான் கேக்கறேன் நான்."

அனசூயா மீண்டும் சிரித்தாள். "என்னை யாரும் கட்டுப் படுத்த முடியாது. கலியாணம் பண்ணிகிட்டு யார்கிட்டவும் கட்டுப்பட்டு இருக்க மாட்டேன். எந்தக் கூட்டிலேயும் அடைய மாட்டேன்."

"பின்னே எப்படி இருக்கிறதாம்?"

"என் இஷ்டப்படி இருப்பேன்."

"எனக்குப் புரியல்லியே!"

"உனக்குப் புரிஞ்சும் பிரயோசனமில்லே. நீ ஒருத்தரைப் சந்தோஷப்படுத்திக்கிட்டிருக்கணும், அது போதும். உனக்குத்தான் கல்யாணம் ஆயிருக்கே!"

செங்கம்மாவுக்கு இப்போதும் ஏதும் புரியவில்லை. ஆனால் ஏதோ புரிவதுபோல் இருந்தது. சற்று அருவருப்பாக இருந்தது. ஆனால் அவளைப் பார்க்கும்போது காட்டில் தவம் செய்யும் முனிகளின் புதல்வி மாதிரி இருந்தது. குழந்தை போலிருந்தது. தோற்றத்திற்கும் பேச்சுக்குமிடையே இருந்த வேற்றுமை அவளைத் திணற அடித்தது.

"உங்கப்பா அம்மா எல்லாம் எங்கே இருக்கிறாங்க?" என்று கேட்டாள்.

விரலால் உத்தரத்தைக் காட்டினாள் அனசூயா.

"ரண்டு பேரும் இல்லையா?"

"ம்ஹ்ம்?"

"எங்க இருந்தாங்க?"

"மைசூரிலே!"

"உங்களுக்கு மைசூரா?"

"ஆமாம்."

"அதான் என்னமோ போல பேசறே, எப்படிச் சாப்பிடறே?"

கையைக் காட்டினாள் அனசூயா.

"இல்லே சாப்பாட்டுக்கு என்ன பண்றே?"

"கைதான். விளையாட்டுப் பொம்மை எல்லாம் பண்ணுவேன், துணி பொம்மை, காகித பொம்மை; விளையாட்டு சாமான்லாம் பண்ணுவேன்."

"அதான் எல்லாம் விளையாட்டா இருக்காப் போலிருக்கு உனக்கு."

"ஹா! ரொம்ப சரி! எல்லாம் விளையாட்டுதான். எல்லாரும் எனக்கு விளையாட்டு பொம்மைதான். நீ, நான், பூ, சிநேகிதங்க, இல்லாதவங்க எல்லாம் விளையாட்டு பொம்மைதான்."

"பூவை உனக்கு எப்படித் தெரியும்?"

"விளையாட்டுச் சாமான் ஆர்டர் பண்ண வந்தாரு பையனுக்கு அப்ப தெரியும்."

"பூவும் உனக்கு விளையாட்டுப் பொம்மைதானா?"

அதைக் கேட்டு மறுபடியும் பெரிய சிரிப்பாகச் சிரித்தாள் அனசூயா.

அந்தச் சிரிப்பைக் கேட்டதும் செங்கம்மாவுக்கு மேலே கிண்டிக் கிண்டிக் கேட்க மனமில்லை. அவ்வளவு தானாக, அவ்வளவு குழந்தைத்தனமாக வந்தது அது. ஓர் ஆழ்ந்த இரக்கமும் பரிவும் உள்ளுக்குள் அவளை உலுக்கின. அடுப்பு வேலை முடிந்துவிட்டது. டப்பாவில் பட்சணத்தைப் போட்டு மூடிக்கொண்டிருந்தாள் அனசூயா.

கதவைப் பூட்டிக்கொண்டு வெளியே வரும்போது செங்கம்மாவுக்கு ஏதோ புரியாத சந்தோஷக் கனவாக இருந்தது. அத்தனையும் அவள் காலையில் வந்தது, வருவதற்கு முன்பே அவளுடைய சிரிப்பைக் கேட்டது. திடீரென்று பார்த்த மாத்திரத்தில் நெஞ்சு அவளிடம் காரணமில்லாமல் இடுப்பில் உள்ள குழந்தை புது ஆசாமியிடம் தாவுவது போல் பாய்ந்தது. குளிக்கும் அறையிலேயே அவள் ரங்கநாயகியைப் பார்த்து கன்னத்தை வழித்தது, பையன் அவளைக் கண்டுவிட்டு நிலைகொள்ளாமல் குதித்தது, சாப்பிட்டுவிட்டு வெளியே வரும்போது ஒவ்வொரு மரமாகப் பார்த்துக்கொண்டு அவள் நின்றது. கோவிலுக்குப் போனது, பழனியைப் பார்த்தது, அவள் தன் வாயைப் பொத்தினது, எல்லாமே கனவு மாதிரி இருந்தது. இந்தச் சின்ன வீட்டில் எதிர்பாராதவிதமாக அவளை அழைத்து வந்தது, அவள் இஷ்டம் போல அலமாரியைக் குடைந்து, பட்சணம் செய்தது— ஒவ்வொன்றாக நினைக்க நினைக்க, அவளுக்கு ஒரு புது சிலிர்ப்பாக உடம்பெல்லாம் ஓடி நிரம்பிற்று. அவளுடைய நடையில் ஒரு பரபரப்பு. குரலில் எங்கும் கேட்காத ஒரு பரிவு, பக்கத்தில் இருப்பவர்களையெல்லாம் தொற்றிக்கொள்ளும் உவகை—

நடு நடுவே ஒரு கோபமும் வந்துகொண்டிருந்தது. பூவைப் பற்றி இன்னது என்று புரியாமல் அவள் என்னமோ சொன்னது தான் அவளுக்குக் கோபம் மூட்டியது. 'கல்யாணம் பண்ணிக்கொள்ள மாட்டேன். இஷ்டப்படி இருப்பேன். சிநேகிதர்களை வரவேற்று ஒன்றியாக இருப்பேன்' என்று சொன்னதையெல்லாம் நினைத்தால், சற்று அருவருப்பாக இருந்தது. ஆனால், ஆனால்... அப்படி முழு அருவருப்பாகவும் இல்லை. தண்ணீரைக் கொட்டுகிற குழந்தை யிடம் வரும் கோபமாகத்தான் இருந்ததே தவிர, அப்படி வேர் வரையில் போகும் கோபமோ, அருவருப்போ இல்லை. நினைத்தால் ஆச்சரியமாக இருந்தது.

வாசல் திண்ணையில் படுத்து அடித்துப் போட்டாற்போல உறங்கிக்கொண்டிருந்தான் பூவராகனின் மகன்.

தி. ஜானகிராமன்

“என்ன அளகாத் தூங்குது பாரு” என்று அதையே பார்த்து ஒரு நிமிஷம் நின்றுகொண்டிருந்தாள் அனசூயா. அதில் லயித்துக் கிடந்த செங்கம்மா திடீரென்று காதை உயர்த்தும் கன்று மாதிரி நின்றாள்.

“கொஞ்சம் கழிச்சு வருவோம். வா, திரும்பிப் போவோம்” என்றாள் – அனசூயாவின் காதில்.

“என்னா?”

உள்ளே கையைக் காட்டி சமிக்ஞை செய்தாள் செங்கம்மா.

“யாரு!”

“வர்றப்ப பார்த்தமே அந்த ஆளு. வா போகலாம்.”

‘மாட்டேன்’ என்ற பாவனையில் தலையை அசைத்தாள் அனசூயா. “என்ன பயம்? இப்படியே ஓடிக்கிட்டே இருந்தா? வா சொல்றேன்” என்று அவளை இழுத்துக்கொண்டே உள்ளே நுழைந்தாள். முற்றத்து பெஞ்சு மீது பழனிவேலுவும் பூவராகனும் உட்கார்ந்து பேசிக்கொண்டிருந்தார்கள்.

“எங்க போயிட்டு வரீங்க ரண்டு பேரும்?” என்றான் பூவராகன்.

“ஊர் சுத்தினோம். செங்கம்மா வீட்டுக்குப் போனோம். பட்சணம் பண்ணினோம்” என்று டப்பாவைத் திறந்து பூவராகனிடம் நீட்டினாள் அனசூயா. பழனிவேலுவிடமும் நீட்டினாள்.

“பரவாயில்லே!”

“பரவாயில்லே. எடுத்துக்குங்க.”

பழனி ஒரு வில்லையை எடுத்துக்கொண்டான்.

“இவர்தான் பழனி.”

“நமஸ்காரம். நாங்க வழியிலே உங்களைப் பார்த்தமே, கோவிலுக்குப் போய் வர்றப்ப.”

“ஆமாம், ஆமாம்.”

“செங்கம்மாகூட சொன்னாங்க. நீங்க அவளுக்கு முன்னாலே ஊருக்கு ஹெட்டா இருந்தீங்கன்னு.”

“ஆமா. இன்னிக்கிக் காலமேதான் பணம், அக்கௌண்ட் எல்லாம் கொடுத்தேன் அவங்ககிட்டே.”

“ஆமா, எல்லாம் சொன்னாங்க அவங்க...” என்று அனசூயா சொல்லிக்கொண்டே அவனைப் பார்த்தாள்.

“ஆனா அதெல்லாம் விட கும்பாபிஷேகத்துக்கு இல்லாமப் போறதுதான் பெரிய தவறு. அதுவும் நீங்களே சொல்லி இருக்கீங்க. எல்லாத்துக்குமா சேர்த்து மன்னிப்பு கேட்டு சொல்லிட்டுப் போகணும்னுதான் வந்தேன்.”

“என்னா இவர் ஏன் இப்படி நொந்துக்கிறாரு? நீங்க இருக்க வேண்டாமா? அதுவும் உங்க வாரிசு சொல்யிருக்குறாரு” என்று பூவராகனையும் பழனியையும் மாறி மாறிப் பார்த்து ஆங்கிலத்தில் சொன்னாள் அனசூயா.

“நான் இவங்களுக்கெல்லாம் ரொம்ப இடைஞ்சல் பண்ணியிருக்கேன். ஆனா ஒரு தடவை சொல்லி மன்னிப்பு கேட்டா எல்லாம் சரியாயிடும். ஆயிடுத்து. இருந்தாலும் எனக்கு இருக்க முடியாது போலிருக்கு. அப்படி முக்கியமான வேலை” என்று ஆங்கிலத்திலேயே பதில் சொன்னான் பழனி.

பூவராகனுக்கே வியப்பு தாங்கவில்லை. எத்தனை அழகாகப் பேசுகிறான்? அவனுக்கு சபாபதி முதலியாரின் – பழைய ஆசிரியரின் ஞாபகம் வந்தது. வாக்கியங்களிலும், குரலிலும் அதே போல ஒரு அழுத்தம், தீர்மானம், மரியாதை, நயம்–அவன் நினைவு வேறு எங்கோ ஓடிவிட்டது. ‘இத்தனை அழகாகப் பேசுகிறவன் நிறையத்தான் படித்திருப்பான். இவனா கிரகப்பிரவேசத்தன்று அப்படி வாசலில் நின்று கத்தினான்! இவனா இத்தனை மூர்க்கப் பிடிவாதம் எல்லாம் பிடித்தான்?’ பூவராகனுக்குக் குழப்பமும் புதிருமாகவே இருந்தது.

“எல்லாருக்கும் எப்பவும் எல்லாம் கிடைத்துவிடுமா? நல்ல காரியத்திலே கலந்துக்கக்கூட தகுதி வேண்டாமா?” என்று சிரித்துக் கொண்டே அனசூயாவைப் பார்த்து ஆங்கிலத்தில் சொன்னான் பழனி.

“நோ நோ நோ! நீங்க அப்படியெல்லாம் சொல்லக் கூடாது. உங்க வேலையை இரண்டு நாள் ஒத்திப் போட முடியாதா?”

“முடியாதும்மா. நான் அவசியம் போயாகணும். நான் வரேம்மா?” என்று செங்கம்மாவிடம் சொல்லிக்கொண்டாள் பழனி.

செஙகம்மா குனிந்து தரையைப் பார்த்தாள்.

“நீங்க இல்லாதது வருத்தமாத்தான் இருக்கும். ஆனா நீங்க என்ன செய்வீங்க! காரியம் அவசரமா இருக்குங்கிறீங்க” என்று அவன் கையை இழுத்துக் குலுக்கினாள் அனசூயா.

பழனிக்குக் கொஞ்சம் திகைப்பாக இருந்தது. மறுகணம் உதடு அகன்ற சிரிப்புடன் விடைபெற்றுக்கொண்டு வெளியேறினான்.

சிறிது நேரம் யாரும் பேசவில்லை.

"ரொம்ப நல்ல மனுஷன்" என்றாள் அனசூயா.

"உனக்கு யார்தான் நல்லவன் இல்லே?" என்றான் பூவராகன்.

"என்னா அப்படிச் சொல்றே பூ? நான் என்னா, மனிதர்களை அவ்வளவு தப்பாவா மதிப்புப் போடுவேன்?"

"கெட்டவன்னு நீ யாரைச் சொல்லியிருக்கே – இவனும் கெட்டவன் இல்லே. ஏதோ கோபம், நருக்கு நருக்குன்னு இடைஞ்சல் பண்ணிட்டான்."

"ஹா... எப்படியிருந்தா என்ன? இப்ப வந்து வருத்தப்பட்டாரா இல்லியா..." என்று அவள் சட்டென்று திரும்பினாள் செங்கம்மா வின் பக்கம். "எல்லாம் இவங்களாலேதான்... அப்படிப் பேசி யிருக்கு பிரியமா. இல்லாட்டி இத்தனை கோபக்காரன் வந்து சொல்லிவிட்டுப் போவானா?"

"அதுவும் உன்னாலேதான். நீ வந்த அன்னிக்கு இதெல்லாம் நடந்திருக்கு பாரு – நடக்காத அதிசயம். இவன் பணத்தைக் கொடுப்பான், கணக்கைக் கொடுப்பான்னு யாரு நெனச்சாங்க? அத்தோடவா? கும்பாபிஷேகத்துக்கு வர முடியல்லே, மன்னிக்க ணும்னு சொல்லிட்டுப் போனானே. எல்லாம் நீ வந்த வேளை தான்."

"இருக்கட்டுமே ... ஆனா செங்கம்மா நினைச்சது நடக்கல்லியே!"

"ஒரு ஆளுக்குப் பதிலாத்தான் நீ வந்திட்டியே. நீ வந்தா கந்தர்வலோகமே வந்தாப்போல, கும்பாபிஷேகத்தையா பார்க்கப் போறாங்க எல்லாரும்? உன்னைத்தான் வெறிச்சு வெறிச்சுப் பார்த்துட்டு நிக்கப் போவுது."

"பார்க்கட்டுமே. ஸ்வாமி என்னைப் பார்த்துக் கொஞ்ச நேரம் பொறாமைப்படட்டுமே. நான் அப்ப சொல்லுவேன். நான் மனுஷி, அனசூயாவா இருக்கேன். நீ பெரிய்யசாமி, இப்படி அசூயைப்படறியே என்னைப் பார்த்துன்னு குறும்பா சிரிச்சுக்கிட்டே நிப்பேன்" என்று உள்ளே எழுந்து போனாள் அனசூயா.

23

இரண்டு நாள் கழித்து வீடு நிறைந்து வழிவது போலாகிவிட்டது. ஆமருவி வந்தான். அவன் வந்த மறுநாளே பூவராகனின் இரு பெண்களும் படிக்கும் இரண்டு தோழிகளையும் அழைத்துக்கொண்டு வந்தார்கள். அவ்வப்போது அடுக்களையைக் கவனித்துக்கொள்ள நரசிம்மனின் மனைவி லக்ஷ்மியும் வேளாவேளைக்கு வந்து போய்க்கொண்டிருந்தாள். கோவிலில் கும்பாபிஷேகத்திற்குப் பூர்வாங்கச் சடங்குகள் தொடங்கிவிட்டன. ஆணும் பெண்ணும் ஆட்களும் குழந்தைகளுமாக வீட்டுக்கும் கோவிலுக் கும் நடமாட்டம் பரபரத்துக் கொண்டிருந்தது. ஊர்த் திண்ணைகளில் தென்னங் குருத்தோலை களையும் மாவிலைகளையும் போட்டுக்கொண்டு, பெரியவர்களும் சின்னவர்களும் தோரணமும் தொங்கியுமாகப் பின்னிப் புனைந்துகொண் டிருந்தார்கள்.

இத்தனைக்கும் நடுவில் பூவராகனின் பெண் களும் அனசூயாவின் சிரிப்பும் இரண்டு மூன்று சுருதிகளில் கூட்டின ஜலதரங்கங்கள் போல, நினைத்து நினைத்துக்கொண்டு கிளம்பும், அடங்கும். கூடைப் பூவை நடுவே போட்டுக்கொண்டு மூன்று பேரும் தொடுத்துக் கொண்டிருந்தார்கள். சட்டென்று அனசூயா, லக்ஷ்மி எதையோ எடுத்துக்கொண்டு போவதைப் பார்ப்பாள். அவள் கையிலிருப்பதைப் பிடுங்கி, இரண்டாம் கட்டுக்குப் போய் அம்மியில் அரைத்துக் கொடுப்பாள். இல்லாவிட்டால் கல்லுரல் முன் உட்கார்ந்து ஆட்டுவாள். வெகுகாலமாகப் புருஷனும் பெண்டாட்டியுமாக, குலை குலையாகப் பிள்ளையும் பெண்ணும் பெற்று குடித்தனத்தில் அதர்ப்பட்டவளைப் போல அவள் நடக்கிற நடையும் கையின் தீர்மானமும் பேச்சின் நிச்சய மும் செங்கம்மாவைக் கிறங்க அடித்தன. அவளையே

தி. ஜானகிராமன்

தான் பார்த்துக்கொண்டிருந்தாள் அவள். வேலை செய்கையில் அவள் புடவையை இழுத்துச் செருகிக்கொண்டிருந்தது அவளுடைய உடலழகைப் பெருக்கிக் காட்டிற்று. இத்தனை பேருக்கும் நடுவில் அவள் தனியாக நின்றாள். அவளுடைய பார்வை, பேச்சின் கனிவு, மாறாத மரியாதை, மறையாத சிரிப்பு— அப்பா! அப்பா! எப்படி இருக்கிறாள்? எப்படி இருக்கிறாள்?

செங்கம்மாவும் எப்படியோ தனித்துத்தான் நின்றாள். அவள் நின்றது, கைவிரலில் எல்லாம் சிலாம்பு ஏறினாற்போலிருந்தது. அவள் காரியங்களில் ஈடுபட்டது, தொட்டும் தொடாததுமாகத் தோன்றிற்று. கோவிலுக்கு எந்தச் சாமானாவது போக வேண்டும் என்றாலும் அடுப்பிலிருந்தோ, அலமாரியிலிருந்தோ அவள் தொடுவதில்லை. எடுத்துக் கொடுப்பதில்லை. சாமர்த்தியமாக, ஏதோ தற்செயலாகச் சொல்லுவது போல் லக்ஷ்மியை ஏவி விடுவாள். நாலைந்து தடவைக்குப் பிறகு ரங்கநாயகியின் கண்ணில் பட்டுவிட்டது இது. சற்று கண்கொட்டாமல் செங்கம்மாவைப் பார்த்தாள் அவள். ஆனால் ஒன்றும் சொல்லவில்லை.

பகல் சாப்பாட்டுக்குப் பிறகு ஆமருவி, கோபுரத்தைத் தன்னுடன் பார்க்க வேண்டும் என்று அனசூயாவை அழைத்துக் கொண்டு கிளம்பினான். கூடவே பூவராகனின் பெண்களும் தோழிகளும் பிள்ளையும் ஓடின. வழக்கம் போல அடுக்களை யைத் தாண்டியிருந்த இரண்டாம் கட்டில் பாத்திரங்கள் தேய்த்துக் கொண்டிருந்தவர்களை மேற்பார்வை பார்த்து உட்கார்ந்துகொண்டிருந்த ரங்கநாயகி, அங்கேயே கண்ணயர்ந்து விட்டாள். கணேசபிள்ளையும் பொன்னுச்சாமியும் காலையிலேயே அக்கரைக்குப் போய்விட்டார்கள்.

வேலையெல்லாம் முடிந்து திண்ணையின் ஓரத்தைப் பிடித்து நின்றவாறு வாசல் கொட்டகையில் பிள்ளையார்ப் பந்து ஆடிக்கொண்டிருந்த பையன்களின் கும்பலையும் இரைச்சலையும் வேடிக்கை பார்த்துக்கொண்டிருந்தாள் செங்கம்மா. பூவராகன் புகையிலையை நடைச்சாக்கடையில் துப்பும் சத்தம் கேட்டு, உள்ளே வந்து ஒரு கூஜாவில் தண்ணீரை எடுத்து பெஞ்சில் வைத்துவிட்டு வாசலைப் பார்க்க நகர்ந்தாள் அவள்.

“பிள்ளையார் பந்தா? இரைச்சல் தாங்கலியே!” என்றான் பூவராகன்.

“ஆமா. கும்பாபிஷேகம் முடியறவரைக்கும் இதுங்க கொட்டத்தைச் சகிச்சுக்க வேண்டியதுதான்” என்று சிரிப்போடு சிரிப்பாகச் சொன்னாள் செங்கம்மா. சொல்லிவிட்டு, அவன் ஏதோ பேசப்போவதுபோல் தோன்றவே அங்கேயே நின்றாள்.

“உட்காருங்களேன்” என்றான் அவன்.

அவள் முற்றத்தில் காலைத் தொங்கவிட்டு உட்கார்ந்தாள்.

“நான் சுவாமிகிட்ட ஒண்ணையுமே கேக்கறதில்லே. பகவானுக்கு நமக்கு எதை, எப்பக் கொடுக்கறதுன்னு தெரியும், நமக்கு எதுக்குத் தகுதி உண்டு, அந்தத் தகுதி எப்ப ஏற்படுதுன்னு அவனுக்குத் தெரியும்” என்று நிறுத்தினான்.

செங்கம்மாவுக்கு ஒன்றும் புரியவில்லை. எதற்காக இதைச் சொல்கிறான் என்று யோசித்துக்கொண்டே பேசாமல் உட்கார்ந் திருந்தாள்.

“அவனோட பேரைச் சொல்றதுக்குக்கூட நமக்கு யோக்யதை இல்லை. அவனோட சக்திகளையும் நம்மால் நினைச்சுப் பார்க்கறதுக்கும் இல்லெ. அதனாலெதான் நான் அவன் பேரைக்கூட சொல்றதில்லை. அப்படியே மனசிலே ஒன்றுமே இல்லாம துடைச்சு வச்சுக்கிட்டிருப்பேன். ஒண்ணும் இல்லாத மனசிலேதான் அவன் வருவான், வந்து உட்கார்ந்திருப்பான்னு நம்பிக்கை. ஆனா இந்த மாதிரி ஒரு திவ்யமான மனுஷ ரூபத்தை இந்த வீட்டிலே கொண்டு விட்டு எனக்கு வழி காட்டுவான்னு நான் இங்க வர்றபோது நினைச்சுக்கூடப் பார்க்கலே. முதல்லெ சிங்கு வீட்டிலே பார்க்கறப்ப எனக்கு ஒண்ணும் புரியலே. அப்புறம் ரங்கம் சொல்லி கணேசபிள்ளை ஒத்துக்கிட்டு இங்கே அனுப்ப சம்மதிச்சு வந்தப்புறமும் நான் குழம்பிக்கிட்டுத்தான் இருந்தேன். அன்னிக்கு ராத்திரி நான் எப்படியிருந்தேன்னு ஒரு போக்கிரி பார்த்தாச் சொல்லியிருப்பான். திருடனுக்குத்தானே திருடனைக் கண்டுபிடிக்க முடியும்! நான் நினைச்சபடி எதிர்பார்த்தபடி நடந்திருந்ததுன்னா ...” என்று தலையை லேசாக உதறுகிறாற் போல அசைத்தான் பூவராகன். “கணேசபிள்ளையை நிமிர்ந்து பார்த்திருக்க முடியாது. திருடனிலேயும் ரொம்ப மட்டமான திருடனா ஆயிருக்கணும் நான். இந்த மாதிரி ஏதாவது வந்து நிரந்தரமா கண்ணிலே ஒட்டிக்கிச்சோ, அவ்வளவுதான். ஒரு மனுஷ ரூபத்திலே என்னென்ன ஆச்சரியங்கள் இருக்கு, என்னென்ன அதிசயமெல்லாம் இருக்குன்னு ஒண்ணும் பார்க்கறதுக்கு வழியே இராது. கண்ணிலே தாரைப் பூசி அப்பினாப்போல ஆயிடும். அன்னிக்கு ராத்திரி அப்படித்தான் என் கண்ணு அப்பிக் கிடந்தது. மறுநாள் காலமே, ராத்திரிக்கு நீங்க வீட்டுக்குப் போயிட்டு, விடியக்காலமே திரும்பி வர்றப்ப, என்னமோ வாசல்லெ நின்னு பார்த்துக்கிட்டிருந்தேன். சூரியோதயம் ஆகலே. காத்து லேசா குளிர்ந்து வீசிக்கிட்டிருந்தது. அன்னிக்கு நீலப் புடவை கட்டிட்டு வந்துது எனக்கு நல்லா ஞாபகம் இருக்கு.

வெளிர் நீலத்தைப் பார்த்தா, கண்ணு தானா மூடிக்கும். ஸ்வாமிக்கு வர்ணம் கிடையாது. ஆனால் வர்ணம் கொடுத்தா இப்படித்தான் கொடுக்கணும்னு எனக்குத் தோணும். என் கண்ணிலே அப்பியிருந்த தாரை வழிச்சுப் போடறதுக்காகத்தான் நீலமாகக் கட்டிட்டு வரணும்னு தோணிச்சோ என்னமோ? எனக்கு ஒரு க்ஷணம் நறுக்குனு கண்ணைக் குத்தறாப்பல இருந்தது. தலையைக் குனிஞ்சுக்கிட்டேன். பகவானே, இப்படியே காலை வேளையாகவே எப்பவும் இருக்கணும்னு வேண்டிக்கிட்டேன்.

“நான் ஒண்ணும் வேண்டிக்கிறது வழக்கம் இல்லெ. ஆனா அன்னிக்கு என்னைக் காப்பாத்திக்கிறதுக்காக அப்படி வேண்டிக் கிட்டேன். பகல், சாயங்காலம், கறுப்பு ராத்திரி எல்லாமே அதே மாதிரி குளுந்த காலைப் போதா இருக்கணும். மனசிலே இருட்டும், வாடை ஊதலும் அடிக்காம, புழுக்கி இறுகாம, இந்தக் குளுந்த காத்தே வீசிட்டிருக்கணும்னு நெனச்சேன். என்ன வந்தாலும், எது வந்தாலும் அப்படியே காலைப் போதாவே வச்சுக்கறேன்னு சாஷ்டாங்கமா எனக்குள்ளாறவே விழுந்துக்கிட்டேன். வேலைக்கு வரச் சொல்ல வாண்டாம்னு ஒரு நொடி நினைச்சதுண்டு. அந்த நொடி அந்த நொடியிலே மறைஞ்சு போச்சு. அப்புறம் நான் கஷ்டப்படவே இல்லெ. மனசிலே போராடவும் இல்லெ. பிசகா வந்தாத்தானே போராடணும்? அப்ப இருட்டுப் பிரிஞ்ச வேளை அப்படியே படம் போட்டாப்பல உள்ள நின்னுடுத்து. எனக்குச் சந்தோஷம் தாங்கலெ. அப்புறம்தான் இது ரொம்ப அதிசயமான பிறவி என்கிறதெல்லாம் தெரிய ஆரம்பிச்சுது. இது அப்படியே உலகத்தையே பிரியத்தாலேயே வாரி அணைச்சுக்க வந்த பிறவிங்கறதெல்லாம் புரிய ஆரம்பிச்சுது. ஒவ்வொரு நாளும் பார்க்கறப்பல்லாம், என் மனசு மேலே நீலமா ஆயிட்டேயிருந்தது. அதனாலெதான் எது சொன்னாலும் தட்டப்படாதுன்னு தோணிச்சு. எதுக்கும் இங்கேயே கேட்டுக்கணும்னு தோணிச்சு. கேட்க ஆரமிச்சேன். நான் இதை சாதாரண பாக்கியமா நினைக்கலெ.”

பேச்சு நின்றது. நாலைந்து விநாடி கழித்து மீண்டும் எழுந்தது. “சொல்லாம இருக்க முடியாது போலிருந்தது. சொல்லிட்டேன் கும்பாபிஷேகம், கோவில் இதிலெல்லாம் எனக்கு நம்பிக்கை கிடையாது. ஊருக்காகத்தான் செய்யறேன். ஆனா அதுவும் பகவானுக்காகச் செய்யற காரியம் – ஊருக்குச் செஞ்சாலும், சொல்ப நம்பிக்கையோட செஞ்சாலும், பகவான் காரியம். நான் செய்யற மாதிரி ஒரு பேரும் இருக்கு. அதனாலெ இதை ஒரு தடவை சொல்ல வேண்டியதுன்னு முடிவு பண்ணிட்டேன். சொன்னாத்தான் மனசு முழு நீலமா இருக்கும். ஒரு பிசிறு

மேகம்கூட இல்லாத முழு நீலமா ஆகும். இப்ப முழு நீலமாகவே ஆயிடுத்து" என்று பேச முடியாமல் தவித்தான் அவன்.

"பேசாதே. பேசாதே – சந்தோஷமாயிரு" என்று சொல்லி விரலால் அவன் வாயைப் பொத்த வேண்டும போலிருந்தது அவளுக்கு. இதை எங்கோ கேட்டமாதிரி இருக்கிறதே என்று தோன்றிற்று. "பேசாதே – பேசாதே – சந்தோஷமா இரு –" ஆமாம், அனசூயா சொன்னதுதான்.

ஆனால் அவள் அதைச் சொல்லவுமில்லை. விரலால் அவனுடைய வாயைப் பொத்தவுமில்லை. தன் வாயையே உதட்டை அழுத்தி இறுகப் பொத்திக்கொண்டாள். சட்டென்று எழுந்தாள். பக்கத்திலிருந்த முன் அறையில் நுழைந்தாள். சுவரைப் பார்த்துக்கொண்டு வாயைத் திறந்து அழுகைச் சத்தம் கேட்காமல் அடக்கி அழுதாள்.

இரண்டாம் கட்டிலிருந்து பாத்திரங்களை இரண்டு வேலைக்காரிகளும் தேய்க்கும் ஓசை இன்னும் கேட்டுக் கொண்டிருந்தது.

கண்ணைத் துடைத்து, முகத்தைத் தெளிவு பண்ணிக்கொண்டு அவள் வெளியே வர அரை நாழிகை ஆயிற்று ஜன்னலுக்கப்பால் பிள்ளையார்ப் பந்து இரைச்சல் இன்னும் கேட்கிறது. சவுக்கைத் தோப்புக் காற்று மாதிரி வந்த அவள் அழுகையைக்கூட முற்றிலும் கேட்காமல் முழுக்கினது அந்த இரைச்சல்தான்.

அறையைவிட்டு வெளியே வந்து அடுக்களையை நோக்கி அவள் நடக்கும்போது, "ரங்கம் இன்னும் எழுந்திருக்கலியா?" என்று பூவராகன் குரல் கேட்டது.

"இல்லே."

"ம்?"

"காபி போடணும்."

"இப்பத்தானே சாப்பாடாச்சு."

"கோவிலுக்குப் போனவங்கல்லாம் வரத்துக்குள்ளாற டிகாஷனாவது போட்டு வச்சிறலாம்.

"அனசூயாவுக்குக் காபின்னா உசிரு. மைசூர்க்காரி. கொட்டையை வறுத்த மணத்தோட சாப்பிட்டுப் பழக்கம். இருந்தாலும் கோபுரத்தைப் பார்க்க ஆரமிச்சா காபியெல்லாம்

ஞாபகமிருக்காது. அது ஒரு பேய்—எந்த வேலைக்குப் போனாலும் பேய் மாதிரி செய்யாட்டா அதுக்கு நிம்மதி வராது."

"அதுக்காகப் பேய்னு சொல்லலாமா?"

"அவ்வளவு அந்தரங்க சிநேகமாயாச்சாக்கும்?"

"மனுஷியைப் போய் பேய்னா சொல்றது? சாதாரண மனுஷியில்லேன்னு சொல்லலாம்."

"அதையும் கண்டுபிடிச்சாச்சா?"

"பார்த்தவுடனே புரியுமே" என்று அவளே எதிரே இருப்பது போல் இரக்கமும் வியப்புமாகப் பார்த்தாள் செங்கம்மா.

"புரியறவுகளுக்குத்தான் புரியும்."

செங்கம்மா என்ன என்று கேட்கிறாற் போல் சற்று நிமிர்ந்து மீண்டும் தலையைத் திரும்பிக்கொண்டாள்.

"அவளை ஏதோ சாதாரண தாசின்னு நினைக்கிற முட்டாள் கள் தானே ஜாஸ்தி" என்றான் பூவராகன்.

"கலியாணம் ஏன் பண்ணிக்கலே அது?"

"பண்ணிக்கலேன்னு யார் சொன்னாங்க? கலியாணம் பண்ணிண்டவங்க இருக்கறாப்பலதான் அது இருக்கு. தனக்குப் பிடிச்சவங்களோடே அப்படி இருந்திருக்கு. ஆனா அதைப்போல நிர்மலமான ஆத்மாவை யார் பார்க்க முடியும்? அந்த மாதிரி சுத்தமான ஆத்மாவை எங்கே பார்க்க முடியும்?"

"விசித்திரமான ஆத்மாவா? சுத்தமான ஆத்மாவா?"

"அப்படியா? ரண்டுமே வச்சுக்கலாம், ரண்டும் சரிதான். அதுக்குக் கல்யாணத்திலே நம்பிக்கையில்லே. சுயேச்சையா பட்சி மாதிரி இருக்கு. கல்யாணம் ஆனாப்பலவே இருக்கு. ஆனா சுத்தமான புடம்போட்ட தங்கம். பொய்யே அது வாயிலேருந்து வராது. கடுமையா ஒரு சொல் வராது. வெசாக்கூடத் திருப்பி வையத் தெரியாது. அழகில்லாமல் இருக்கத் தெரியாது. அதுக்காக அழகில்லாம, அசுத்தமா வாழறவங்களைக்கூட கோபிச்சுக்காது. அழும்; இல்லே அழாது. மலர்ந்த மூஞ்சியோட அவங்களை அழகா, சுத்தமாப் பண்ணப் பார்க்கும். கலியாணம் பண்ணிக்காம கலியாணமாய் இருக்குதேன்னு நினைச்சுக்கிட்டு அதைப்போய்ச் சீண்டிட முடியாது. பத்து ஜன்மத்துக்கு நாக்கை பிடுங்கிற மாதிரி சிரிச்சுக்கிட்டு ஏதாவது ஒண்ணைச் சொல்லி விரட்டி

விட்டிடும். விசித்திரமாக ஆத்மாதான். சுயேச்சையா இருக்கறதை நோம்பு மாதிரி செஞ்சுக்கிட்டு வருது.

"ஆனா ஒரு மூட்டைப் பூச்சியைக்கூட கொல்ல மனசு வராது அதுக்கு. தேளு, நட்டுவாக்காலி வந்தாக்கூட அடிக்க மனசு வராது. ஒரு நாளைக்கு ஒரு பாம்புக்குட்டி தோட்டத்திலிருந்து பாத்ரூம்குள்ளே பூந்துட்டுது அது வீட்டிலே. அதை அடிக்கக் கிடிக்க இல்லை. நாலு ஆளைக் குரல் கொடுத்துக் கூப்பிட்டு மெதுவாகப் பிடிச்சு ஒரு பப்புரமுட்டு டப்பாவிலே போடச் சொல்லி மூடியிலே, காத்துப் போறாப்பலே ஒரு சின்ன ஓட்டை பண்ணச் சொல்லி அதை மெனக்கட்டுத் தூக்கிட்டுப் போயி அடையாத்துக் காட்டிலே கொண்டு விட்டுட்டு வந்தது.

"வேலை செய்யற பொம்பளை ஒரு பதக்கத்தைத் திருடிக்கிட்டு போய், புருசன்கிட்ட கொடுத்து அடகு வச்சிட்டுது. கண்டுபிடிச்சு இது, போய் ஒண்ணும் செய்யல்லே. பாவம்னு பேசாம இருந்திடிச்சு. அது வீட்டு வாசல்லே எப்பப் பார்த்தாலும் தெருப் பசங்கள்ளாம் வந்து விளையாடிக்கிட்டிருக்கும். வேறு எங்கேயும் விளையாடத் தோணாது. தெருவிலே போற ஆட்டுக்குட்டி, நாயி, கன்னுக்குட்டி எல்லாம் மெனக்கட்டு இது வீட்டு வாசல்லேதான் வந்து வழியை அடைச்சுப் படுத்துக்கிடக்கும். பாவம், மனுசங்க மாதிரி அதுகளுக்குத் தெரியலை போலிருக்கு – இவ கலியாணம் பண்ணிக்காம சுயேச்சையா இருக்கறவன்னு. அதுகளுக்கு ஒண்ணே ஒண்ணுதான் தெரியும். இங்கே நம்மை யாரும் போகச் சொல்ல மாட்டாங்க. கொஞ்ச நேரம் சௌக்கியமா கண்ணை மூடிக்கிட்டு இருந்திட்டுப் போகலாம்னு ஒண்ணே ஒண்ணுதான் தெரியும் போலிருக்கு" என்று ஒரு வரட்டுச் சிரிப்புச் சிரித்தான் பூவராகன்.

ரங்கநாயகி எழுந்துகொண்டு நிற்பது தெரிந்தது.

"அம்மா எழுந்துக்கிட்டாங்க..." என்று கொண்டே செங்கம்மா உள்ளே நகர்ந்தாள், காப்பிக்கு அடுப்பை மூட்டி வெந்நீர் போடத் தொடங்கினாள். முகத்தைத் துடைத்தவாறு, "நீ தூங்கவே யில்லையா?" என்று கேட்டுக்கொண்டே உள்ளே நுழைந்தாள் ரங்கநாயகி.

"இந்த இரைச்சல்லே எப்படித் தூக்கம் வரும்? தூக்கம் வரல்லே. பேசிக்கிட்டேயிருந்தோம்."

"அவங்க வல்லியா – கோவிலுக்குப் போனவங்க?"

"இன்னும் வரக்காணுமே?"

"லட்சுமி எப்போ வரப்போவுதோ?"

“எதுக்கு?”

“சுண்டலுக்கு ஊறப்போடணும். பலகாரம் பண்ணணும், கோவில்லே இருக்கிறவங்களுக்கு.”

“நான் செய்யறேன்.”

“நீயா!” என்றாள் ரங்கநாயகி.

“ஏம்மா?”

“நிஜமாவா?”

“ஏன்?”

“காலமே எல்லாம் உன்னைப் பார்த்தா அப்படித்தான் தோணலியே.”

“இனிமே நான்தாம்மா எல்லாம் செய்யப்போறேன், கும்பாபிஷேகத்துக்கு ...” என்று எழுந்து வந்து ரங்கநாயகியை அணைத்துக்கொண்டாள் செங்கம்மா. அணைத்த கணமே கண்ணில் நீர் ததும்பிக் கன்னத்தில் வழிந்தது.

“என்ன செங்கம்மா?”

“ஒண்ணுமில்லேம்மா!”

“பின்னே?”

“அனசூயாவை நெனைச்சுக்கிட்டு இருந்தேன், அதுதான்.”

ரங்கநாயகி பேசாமல் இருந்தாள். சற்றுக் கழித்து “அவளைப் பத்தித்தான் பேசிக்கிட்டிருந்தீங்களோ?”

“க்கும் ...”

“அது எங்கியோ காட்டிலே ரிஷி வயித்திலே பொறந்திருக்க வேண்டியது. இல்லாட்டி மானா, முயலாப் பிறந்திருக்கவேண்டியது. தப்பிப்போய் டாப்பு டுப்பா இருக்கிற மனுஷங்க மத்தியிலே வந்து பிறந்து வச்சிருக்கு. அது மாதிரி யாராலும் இருக்க முடியாது. அதுக்குத் தனித் தைரியம், தனி மனசு – எல்லாம் வேணும். காத்திலே போற புகை காத்தோட கலந்து மறைஞ்சு போறாப்பல அது கரைஞ்சு போன பிறப்பு. உங்க முதலியாருக்கு உன் மாதிரிதான் அதுவும். அது கீறின கோட்டைத் தாண்டமாட்டாரு.”

“நான் கோடா கீறிட்டிருக்கேன்?” என்று உதட்டைப் பிதுக்கினாள் செங்கம்மா.

“நீ எல்லாருக்கும்தான் கீறிக்கிட்டிருக்கே. எனக்கு, முதலியாருக்கு, என் வயத்திலே பொறந்ததுகளுக்கு, ஊருக்கு – இந்தப் பழனிவேலுதான் தாண்டிக்கிட்டிருந்தான். இப்ப அவனும் இனிமே தாண்டலேன்னு கன்னத்திலே போட்டுக்கிட்டுப் போய்ச் சேர்ந்திட்டான். போதாதா?” என்று செங்கம்மாவை வயிற்றில் விளையாட்டாகக் குத்தினாள் ரங்கநாயகி.

கோவிலுக்குப் போனவர்கள் நான்கு மணிக்குப் பிறகுதான் திரும்பி வந்தார்கள்.

“கோபுரத்து மேலே ஏறினீங்களா?” என்று அவர்கள் உள்ளே நுழையும்போதே விசாரித்தாள் ரங்கநாயகி.

“பார்த்தோம் அப்பா. கும்பாபிஷேகத்துக்கு புதைபொருள் இலாகா அதிகாரிங்களுக்கெல்லாம் கடுதாசி போட்டிருக்கீங்களா வரச்சொல்லி?” என்று கேட்டாள் மூத்த பெண்.

“இல்லியே. ரொம்பத் தெரிஞ்சவங்க சில பேருக்குத்தான் எழுதியிருக்கேன்.”

“புதைபொருளுக்கும் போட்டுடுங்க அப்பா.”

“அவங்களுக்கு இப்ப என்ன அவசரம் குழந்தே?”

“புதைஞ்சு போனப்பறம்தான் வந்து பார்க்கணும்னு ஒரு சமயம் நினைச்சுகிட்டிருந்தாங்கன்னா? அந்தக் காலம் மாதிரியே இந்தக் காலத்திலேயும் செய்யறவங்க இருக்காங்கன்னு… இப்ப வந்து பார்த்தாத்தானே புரியும்?”

அனசூயா அதைக் கேட்டு அருகே வந்து அந்தப் பெண்ணை இறுகக் கட்டிக்கொண்டு சிரித்தாள். “பூ, எனக்கு இந்த மாதிரி சொல்லத் தோணவே இல்லை பாரு. ஆமருவி எப்படியெல்லாம் செஞ்சிருக்கான்! எனக்கு என்னென்னவெல்லாமோ சொல்லணும் போல இருக்கு. ஆனா என் மனசிலே இருக்கிறதையெல்லாம் சேர்த்து ஒழுங்காகச் சொல்ல முடியல்லே. தவளைங்களைத் தராசிலே நிறுக்கறாப்பல எல்லாம் போயிடுது. ஆனா இதைப்பாரு உள்ள வரதுக்கு முன்னாலே என்னமோ சுருக்குன்னு சொல்லிட்டு நிக்கறதை.”

“குழந்தைகளுக்கு மனசிலே படுது. சொல்லிடுது.”

“அது சரி, தவளைன்னு என்னமோ சொன்னியே, எனக்குச் சரியாக் காதிலே விழல்லே” என்றான் ஆமருவி.

“அதுவா? ஒரு பத்து தவளைங்களை உசிரோட தராசிலே போட்டு நிறுக்க முடியுமா? ஒண்ணை எடுத்து வச்சா இன்னொண்ணு கீழே குதிக்கும். அதைப் பிடிச்சு எடுத்து வைக்கறதுக்குள்ளே இன்னொரு தவளை குதிச்சிடும். எங்க ஊர்லே இது ஒரு பழமொழி” என்றாள் அனசூயா.

எல்லோருக்கும் அவள் கையையும் கண்ணையும் காட்டி அதைச் சொல்கிற விதத்தைப் பார்க்கும்போது கூடம் முழுவதும் தவளைகள் குதித்துக் குதித்து ஓடுவது போலிருந்ததோ என்னவோ? ஒரு தடவை பெரிதாகச் சிரித்துவிட்டு, ஓய்ந்தார்கள். சின்னப் பெண்கள் நினைத்து நினைத்துச் சிரித்தார்கள்.

“ரொம்ப நல்லா இருக்கு பழமொழி. ரண்டு மாசம் முன்னாலே சொல்லியிருந்தா கோபுரத்திலே ஒரு தவளைத் தராசு பண்ணியிருக்கலாம்” என்றான் ஆமருவி.

“எங்க ஊரிலே ஏதாவது கட்டுறப்ப வந்து செய்யி, எங்க ஊர் ஜனங்களுக்குச் சுலபமாய்ப் புரியும்” என்றாள் அனசூயா.

“இந்த ஊர்லே இன்னும் நல்லாப் புரியும். ஏன்னா இந்த ஊர் ஜனங்களை எல்லாம் அப்படித்தானே ஒண்ணாகச் சேர்க்கணும்னு ரொம்ப நாளா படாத பாடுபட்டப் பார்த்திருக்காரு உங்க—பூ.”

“கடைசியிலே அவரும் ஜெயிக்கல்லியே! செங்கம்மாதானே ஜெயிச்சா” என்றாள் ரங்கநாயகி.

“முடியல்லியே. ஒரு தவளை தப்பிச்சுக்கிட்டுப் போயிடுத்தே. நாட்டுத் தவளையா இருக்கமாட்டேன், பட்டணத்துத் தவளையா இருக்கப் போறேன்னு தத்தித் தத்திக்கிட்டு போயிரிச்சே” என்றாள் செங்கம்மா.

“அன்னிக்கு வந்தாரே, அவரைச் சொல்றியா?” என்றாள் அனசூயா.

“ம்...”

“நாம என்னதான் செய்ய முடியும்?” என்றான் பூவராகன்.

“அது சரி, ஆனா ஒரு ஊருன்னா எல்லாரும் சேர்ந்து ஒரு காரியத்தை நடத்தினா, எவ்வளவு நல்லா இருக்கும்?” என்றாள் செங்கம்மா.

அவளுக்குச் சிறிது நேரம் முன்பு ரங்கநாயகி சொன்னதும் ஞாபகம் வந்தது. அப்புறம் நினைவுகள் வந்து அவளைக்

குழப்பின. பழைய கலகலப்பை அவளால் தருவித்துக்கொள்ள முடியவில்லை.

அனசூயாவும் ரங்கநாயகியும் அதை மனத்தில் போட்டுக் கொண்டார்கள்.

அதனால்தான் அன்று இரவு சாப்பாடு முடிந்து, பேச்சுக் கச்சேரி முடிந்ததும் அனசூயா, தான் படுத்துக்கொள்ளச் செங்கம்மா வீட்டுக்குப் போவதாகத் தெரிவித்தாள்.

"இந்த எலெக்டிரிக் லைட்டு இல்லாத வீட்டிலே ஒரு நாளைக்காவது படுத்துப் பார்க்கணும் போலிருக்கு எனக்கு. நான் வீட்டைவிட்டு வந்தப்பறம், கிராமத்து வீட்டிலே படுத்ததே இல்லே" என்று கணேசபிள்ளையையும் செங்கம்மாவையும் தொடர்ந்து சென்றாள் அவள்.

"காலமே பார்க்கறேன். குட்நைட்!" என்று அவள் விடை பெற்றுப் போவதைப் பூவும் ஆவும் பார்த்துச் சிரித்துக் கொண்டிருந்தார்கள். பெண்கள் எல்லாம் முகத்தைத் தூக்கிக்கொண்டு அவளைத் தடுக்கவும் முடியாமல் சிரிப்பை வரவழைக்கப் பாடுபட்டன. திடீரென்று சிரிப்பு ஓய்ந்து இரவின் நிசப்தம் வீட்டைக் கவ்விக்கொண்டது.

"அது புகை! யாரும் கையிலே புடிச்சு வைச்சுக்க முடியாது" என்று ஆமருவி வாசலின் பாதி இருளைப்பார்த்துக்கொண்டிருந்தாள்.

"தராசுத் தவளை" என்று அழாத குறையாகச் சொல்லிற்று பூவராகனின் மூத்த பெண்.

24

கும்பாபிஷேகத்திற்கு முதல் நாள் இரவு, அந்தச் சின்ன வீட்டின் தாழ்வாரத்தில் அனசூயாவும் செங்கம்மாவும் படுத்து, சின்னக் குரலில் பேசிக்கொண்டேயிருந்தார்கள். கூடத்தில் பூஜை அலமாரிக்கு முன்னால் கணேசபிள்ளை நெடிய உடலைச் சுருட்டி வளைத்துத் துயின்றுகொண்டிருந்தார். கண்டு முதல் ஏக அமளி. ஒன்றரை மடங்கும் இரட்டை மடங்குமாக ஊர் நிலங்கள் விளைந்து தள்ளியிருந்தன. நெல்லை அளந்து மாளவில்லை. வண்டியிலும் லாரியிலுமாக ஏற்றி ஏற்றிக் காலை முதல் பொழுது சாய்கிற வரையில் விற்பனையைக் கண்காணிப்பதும், பணத்தை எண்ணுவதுமாக அவர் பொழுது போயிற்று. என்னமோ அத்தனை விளைச்சலின் பயனுக்கும் தாமே உரியவர்போல், அவருக்கு எக்களித்தது. முதலாளியின் நிலம் மட்டுமில்லை, ஊர் நிலம் முழுவதுமே அப்படித்தான் வாரிக் கொட்டியிருந்தது. ஊர் இதுவரை காணாத திளைப்பாகப் பொங்கிப் பெருகிக் கிடந்தது. அத்தனைக்கும் முதலாளிதான் காரணம். பொன்னுசாமிதான் காரணம். தானும் துளி காரணம் என்று அவர் அடக்கமாக நினைத்துக் கொண்டார்.

அனசூயா இந்தச் சின்ன வீட்டைத் தேடிவந்து நாலைந்து நாளாகப் படுத்துக்கொண்டிருப்பதே அவருக்குத் தாங்க முடியாத பெருமையும் சந்தோஷமுமாக இருந்தது. தனக்கு யாரோ தங்கை முளைத்துவிட்டது போல் அவர் மனது விம்மிக் கிடந்தது. அந்தத் தங்கைக்கு எந்த உபசாரமும் செய்யவும் முடியவில்லை. எல்லாம் முதலாளி வீட்டிலேயே நடந்துவிடுகிறது. படுக்கவாவது வந்தாளே என்று மனசுக்குள் துள்ளிக் குதித்தார். வெளிப்படையாக அவருக்குக் குதித்துப் பழக்கமில்லை. அதனால் நடுநிசி கடக்கிறவரையில் பேசித் தீர்த்தார்.

உயிர்த் தேன்

ஊரைப்பற்றி, முதலாளியைப் பற்றி, பழனிவேலுவைப் பற்றி, செங்கம்மாவைப்பற்றி – ஒன்றையும் விடவில்லை.

ஊரின் தற்போதைய ஒற்றுமைக்கெல்லாம் காரணம் செங்கம்மாதான் என்பதையும் அவர் குறிப்பிடத் தவறவில்லை. அனசூயாவிற்குத் தெரிந்த கதைதான். அதையே ஆதியோடந்தமாகச் சொன்னார். எல்லாவற்றையும் சொல்லிவிட்டு கடைசியில் “என்ன செய்யறது?” என்று பரிவும் இரக்கமுமாக எப்படியோ நொந்துகொண்டார்.

“அப்படீன்னா?” என்று புரியாமல் கேட்டாள் அனசூயா.

“ஒண்ணுமில்லேம்மா. இது எங்கியோ இருக்க வேண்டியது. இங்க வந்து இருக்கணும்னு அதுக்கு லிபி. நானும் எத்தனையோ பொம்பளையெல்லாம் பார்க்கிறேன். இது மாதிரி எங்கேயும் பார்க்க முடியலே. நூறு வேலி, ஐந்நூறு வேலி பண்ணையிலெல்லாம் பார்த்தாச்சு! அன்னாடம் காய்ச்சிலேயும் பார்த்தாச்சு. இந்த மாதிரி பார்த்ததில்லே! என்னால இதுக்கு ஒரு பிரயோசனமுமில்லே. எனக்குப் படிப்புக் கிடையாது. சொத்தும் கிடையாது. நாலு வார்த்தை நல்லாப் பேசவும் தெரியாது. அருமையா வச்சுக்கவும் தெரியாது. முதலாளிதான் அதைக் கண்டுபிடிச்சு, அது தெரியறதுக்கும் வகை பண்ணினாரு. எனக்குத் தெரியறதுக்குக்கூட! வேறே மாதிரியா மத்தவங்க மாதிரி சந்தோஷமாக இருக்கணும்னா, அதுவுமில்லே! வந்த நாளா ஒருத்தருக்கொருத்தர் பார்த்துக்கிட்டிருக்கிறதுதான். காசிக்குப் போ, ராமேஸ்வரம் போ, அரச மரத்தைச் சுத்து, நாகபூஜை, கன்னிப் பூஜைன்னு ஏதாவது செய்யின்னு சொல்றதுக்கும் யாருமில்லே. இதுதான் கேக்கப்படாதா. ம்ஹ்ம்... நானும் யோசிச்சு யோசிச்சுப் பார்க்கிறேன் – அது ஏன் இந்த வீட்டுக்கு வந்ததுன்னு விளங்கல்லே. சாமியைக் கேட்டா அது பதிலா சொல்லுது?” என்று தட்டுத் தடுமாறி மெதுவாகச் சொல்லிக்கொண்டிருந்தார் கணேசபிள்ளை.

அனசூயா இருவரையும் மாறி மாறிப் பார்த்துக்கொண்டிருந்தாள். செங்கம்மா முதலில் புன்னகை புரிந்து நாணப்படுவது போலிருந்தது. பிறகு புருவம் சிணுங்கிற்று. கடைசியில் உதட்டைக் கடித்துக்கொண்டு முகத்தைத் திருப்பிக்கொள்கிற மாதிரி இருந்தது. அவள் அனசூயாவைப் பார்த்தாள். கெஞ்சுகிற மாதிரி கண் மல்கிக் கிடந்தது.

“என்னதுக்கு இதெல்லாம் சொல்லணும்? எனக்கு இவங்களைப் பார்த்துக்கிட்டிருக்கிறதே போதும்” என்று மேலே பேச முடியாமல் நிறுத்திக்கொண்டாள்.

"ஹ்ம்" என்று சூடாகப் பெருமூச்சு விட்டார் கணேசபிள்ளை.

சப்பணம் கட்டி உட்கார்ந்திருந்த அனசூயா அப்படியே மடக்கின காலைப் பிரிக்காமல் இரண்டு முழங்கால் மீதும் எழுந்து முன்னால் தாவுவது போல் சாய்ந்து, எழுந்து சற்றுத் தள்ளி தூணோரமாக உட்கார்ந்திருந்த கணேசபிள்ளையின் கையை இழுத்தாள். "இப்படியெல்லாம் பேசக்கூடாது" என்று அவருடைய முன் கையைத் தடவிக்கொடுத்தாள். அவள் தொடுவாள் என்று அவர் எதிர்பார்க்கவில்லை. கை கூசிற்று. ஆனால் அதை இழுத்துக்கொள்ளவும் தோன்றவில்லை அவருக்கு. உட்கார்ந்தபடியே நகர்ந்து அவருக்கருகில் வந்தாள் அனசூயா.

"நீங்க இப்படிப் பேசினா, இவங்க எத்தனை கஷ்டப்படறாங்க பார்த்தீங்களா?" என்று அவர் கையை இறுக்கினாள்.

"நான் என் மனசிலே இருக்கிறதைச் சொல்றேன்."

"உங்க மனசிலே இருக்கிறதோட நான் சொல்றதையும் கொஞ்சம் சேர்த்துக்கணும். இந்த மாதிரி ஒருத்தரைப் படைச்சா, அவங்களைப் பணக்காரங்களுக்குத்தான் கொடுக்கணுமா சாமி? புத்திசாலிங்களுக்குத்தான் கொடுக்கணுமா? வாழ்க்கையிலே சொத்தும் சுகமுமா, அந்தஸ்தும் அதிகாரமுமா இருக்கிறவங் களுக்குத்தான் கொடுக்கணுமா? நாமதான் அப்படி நினைச்சிக் கிட்டிருக்கோம். சாமிக்கு அப்படிக் கிடையாது. அவரு எதையோ மனசிலே வச்சிக்கிட்டுத்தான் இதையெல்லாம் நமக்குக் கொடுக்கறாருன்னு இருக்கணும். நாம இதுக்கெல்லாம் தகுதியில்லேன்னு நினைக்கிறதே தப்பு. நினைச்சா பகவானோட விருப்பத்திற்கு மாறாச் சொல்றதாக அர்த்தமாயிடும். அவர் எண்ணத்தை நிறைவேத்த நாம தயங்கறோம்னு ஆயிடும். நீங்க ஏன் இப்படியெல்லாம் உங்களைப் பத்தி நினைக்கணும்? சொத்து இருக்கிறவங்கதான், அறிவு இருக்கிறவங்கதான், அதிகாரம் அந்தஸ்து இருக்கிறவங்கதான் மனுஷங்களா? நாமெல்லாம் மனுஷங்க இல்லியா?"

"நீங்க என்னத்துக்கு உங்களைச் சேத்துக்கறீங்க?" என்றார் கணேசபிள்ளை, குனிந்துகொண்டே.

"உங்களையும்னா!"

"உங்க படிப்பு என்ன? உங்க அறிவு என்ன? கவர்னர் என்ன, மந்திரிங்க என்ன? இன்னும் உங்களுக்குத் தெரியாத பெரிய மனுஷங்களே கிடையாது. முதலியாருதான் சொல்லிக்கிட்டே இருக்காரே!"

அனசூயா வாயைத் திறக்காமலேயே சிரித்தாள். "அத்தனை பேரும் தெரிஞ்சிருந்தா என்னாவாம்! அப்படின்னா எனக்கு இங்கெல்லாம் வரதுக்கு, பேசறதுக்கெல்லாம் தகுதி கிடையாதா? மனுஷன்லெ, பெரிசு சின்னதுன்னு ஏது? எல்லாரும் மனுஷங்க தானே! எனக்கு எல்லாரையும் அணைச்சுக்கணும் போலத் தானிருக்கு. எல்லாருகிட்டவும் அப்படி இருக்கிறதுக்காகத்தான் நாம பொறந்திருக்கோம்!" என்று அவரை அப்படியே அணைத்துக் கொண்டே, செங்கம்மாவைப் பார்த்தாள் அனசூயா. அவர் அந்த அணைப்புக்குள் நெருங்கி கூச்சமும் நாச்சமுமாக நெளிந்தார். அனசூயா விட்டுவிட்டாள்.

"இந்த மாதிரி நீங்க, செங்கம்மா, எங்க வீட்டுக்கு வர்ற வேலைக்காரி, அவ குழந்தை, உங்க பூ, அவரு சம்சாரம், குழந்தைங்க—எல்லாரையும் அணைச்சுக்கணும்போல இருக்கு எனக்கு... ஸ்வாமி நமக்கு ஒண்ணே ஒண்ணுதான் கொடுத்திருக்கு. அன்பாயிருக்கச் சொல்லிக் கொடுத்திருக்கு. இது எல்லாருக்கும் எங்கேயும் முடியும்... அதனாலே நீங்க சந்தோஷமாயிருக்கணும். இந்த மாதிரியெல்லாம் பேசினா செங்கம்மாவுக்கு எப்படியிருக்கும் பார்த்தீங்களா?"

"குழந்தை, குட்டியில்லேன்னு யாராவது வருத்தப்பட்டாங்களா இப்ப?" என்று அனசூயாவை, அழாத குறையாகப் பார்த்தாள் செங்கம்மா.

"பிறந்தாப் பிறக்கட்டும், பிறக்காட்டியும் போகட்டும், எல்லாரும் குழந்தைங்கதான். குழந்தை பிறக்கலேன்னா டாக்டர்கிட்டே காமிக்கிறது. அதுக்காக இப்படியெல்லாம் பேசக்கூடாது" என்று செங்கம்மாவை அணைத்துக்கொண்டு கணேசபிள்ளையைக் கடிந்துகொள்வதைப் போல் பார்த்தாள் அனசூயா.

பிள்ளையின் முகம் சட்டென்று தெளிவாகிவிட்டது. "நீங்க எப்படிச் சொன்னீங்க அதை? எனக்கு என்னமோ பண்ணுதே" என்றார் வியப்புடன், இத்தனை நேரமும் காணாத மலர்ச்சியுடன்.

"எதை?"

"இதுக்கெல்லாம் தகுதியில்லேன்னு நெனைக்கிறதே தப்பு. அப்படி நெனைச்சா, ஆண்டவனோட விருப்பத்துக்கு மாறா நினைக்கிறதா அர்த்தம்னு சொன்னீங்களே. எப்படிச் சொன்னீங்க? இந்த மாதிரி யாருமே சொன்னதில்லையே. லட்சம் படிகட்டி, ஒண்ணொண்ணிலேயும் இருக்கிறதுக்குன்னு சில பேரைப் படைச்சு வச்சிருக்கான் கடவுள்னுல்ல நினைச்சிக்கிட்டிருக்காங்க

எல்லாரும்! அப்படித்தானே அவங்க நடந்துக்கிறத்தைப் பார்த்தாத் தோணுது!" என்று நிறுத்தினார் அவர்.

"அவர் ஒரு படிதான் கட்டிக்கொடுத்திருக்காரு. நமக்கு என்னமோ லட்சம் படி மாதிரி இருக்கு. ஒரே படியை ஒடிச்சு ஒடிச்சு நாமதான் மேலேயும் கீழேயுமா ஆயிரம், லட்சம் படின்னு பண்ணிக்கிறோம்."

"நான் உங்க மாதிரி பார்த்ததில்லே அம்மா" என்றார் கணேசபிள்ளை.

"பொய்!... இதோ இருக்கே" என்று செங்கம்மாவைப் பார்த்தாள் அனசூயா. பிறகு ஒரு கொட்டாவியும் விட்டாள்.

"உங்களுக்குத் தூக்கம் வந்திட்டாப்பல இருக்கு."

"சும்மா கொட்டாவிதான்."

"இல்லே" என்று கணேசபிள்ளை எழுந்தார். கூடத்தில் பூஜை அலமாரி முன் படுக்கையைப் போட்டுக்கொண்டார். படுத்தவுடன் குழந்தை மாதிரி தூங்கியும்விட்டார்.

O O O

அனசூயா முற்றத்து ஓரமாக உட்கார்ந்து மேலே தெரிந்த தென்னையில் சலசலப்பைப் பார்த்துக்கொண்டே உட்கார்ந்திருந்தாள்.

"தூங்கலே?" என்று அருகே வந்து உட்கார்ந்தாள் செங்கம்மா.

"இத்தனை மௌனமா, அமைதியா இருக்குதே... எப்படித் தூங்கறது?"

"தினமும் இப்படித்தான் உட்கார்ந்திருக்கே."

"எனக்குத் தூக்கம் வரதில்லே – இப்படி இருந்தா."

"பின்னே எப்பத் தூங்கறதாம்?"

"மத்தியானம் கொஞ்சம் தூங்கிடுவேன். ஊர் எல்லாம் சத்தமாயிருக்கிறப்ப கொஞ்சம் தூங்கிடுவேன். ராத்திரி தூக்கமே வரமாட்டேங்குது. இருட்டிலே முழிச்சிக்கிட்டே. சத்தமில்லாம இருக்கிறதைக் கேட்டுக்கிட்டு இருக்கணும் போலிருக்கு. அப்படியே பழக்கமாயிடுச்சு."

நட்சத்திரங்களின் சிமிட்டலில், ஆங்காங்கு வெண்மேகங்கள் வெள்ளை வெளேரென்று நின்றுகொண்டு தந்த அந்தச் சிறு வெளிச்சத்தில் அனசூயாவின் முகத்தைப் பார்த்தாள் செங்கம்மா. எல்லையில்லாத அழகும் அமைதியுமாக அது தனித்து, வானோடும் முகிலோடும் உறவாடுவது போலிருந்தது.

"ஒருத்தனுக்குக் கட்டுப்பட்டு, ஒருத்தனே எல்லாமா இருக்கற பொம்பளைங்கதான் சுத்தமான ஆத்மாங்கன்னு நினைச்சிட்டிருந்தேன் ஆனா பூ அன்னிக்கு மத்தியானம் சொன்னப்புறம் நீதான் ஸ்படிகம் மாதிரி சுத்தமான ஆத்மான்னு எனக்கு உணர்க்கை வந்தது" என்றாள் செங்கம்மா.

"பூ ரொம்ப நல்லவன். என்னைப் பத்தின வரைக்கும் ரொம்பத் தாராளமா, ரொம்பப் பரிவோட, ரொம்பப் புரிஞ்சுக்கிட்டுத்தான் இருக்கான். எல்லாரும் அப்படியிருக்க மாட்டாங்க. ஆனா அவன் தாராளமா இருக்கிறதுக்காகவோ, மத்தவங்க என்னை ஏதோ விலைப்பண்டம்னு நினைக்கிறதுக்காகவோ நான் என்னை மாத்திக்கிட்டிருக்கணும்னு நினைச்சதில்லை. எனக்கு என் இஷ்டப்படி இருக்கணும். சரீர உறவு ரொம்ப சாதாரண விஷயம். வித்தியாசம் பாராட்டாம எல்லார்கிட்டவும் அன்பா யிருக்கிறதுதான் சிரமம்! எனக்கு உலகம் முழுக்க அணைச்சுத் தழுவி பிரவாகமா ஓடணும் போலிருக்கு. ஒருத்தர்கிட்டக்கூட கசப்பில்லாம இருந்துக்கிட்டுப் போகணும்னு ஆசை எனக்கு."

"நீ இப்ப அழகாயிருக்கே. இளமையாய் இருக்கே. எல்லோரும் பிரியமா இருக்காங்க. வயசாகி, தோல் சுருங்கி, உடம்பு தளர்ந்துதுன்னா?"

"எனக்குப் பயமில்லை. நான் எனக்காக யாருகிட்டவும் ஒண்ணும் கேக்கல்லே. சுயநலம் பாராட்டினாத்தான் கஷ்டம். அதில்லாம இருந்தா, நான் கிழவியாகப் போனாலும் என்னை முத்தம் கொடுக்க ஆயிரம் கிழவன் இருப்பான்" என்று நமுட்டுச் சிரிப்புச் சிரித்தாள் அனசூயா.

செங்கம்மாவுக்குத் தொண்டையை அடைத்துக்கொண்டது.

"நீ எப்படி இத்தனை தெரிஞ்சுக்கிட்டிருக்கே?" என்று வியப்புத் தாளாமல் கேட்டாள்.

"நான் என் வீட்டிலே தனியாத்தான் இருக்கேன். ஒரு சின்னப் பூச்சிகூட எனக்குத் தெரியாம நெளிய முடியாது. மேஜைத் துணிகூட நான் பார்க்காம காத்துலே ஆட முடியாது. குழாய் ஜலம்கூட நான் பார்க்காம சொட்ட முடியாது. ஒரு

நிழல்கூட நான் பார்க்காம அசைய முடியாது. தனியா இருந்தா, காது, கை, கண்ணு, மனசு எல்லாம், கன்னுக்குட்டி காதைத் தூக்கிக்கிறாப்பல, முழிச்சிக்கிட்டுத்தான் நிக்கும். இதெல்லாம் தெரிஞ்சுக்கறது என்ன பிரமாதம்? தானே தெரியுது — நாம சிரமப்படாமலே."

வாசலில் ஆட்கள் யாரோ பேசிக்கொண்டு போனார்கள். பூவராகனின் ஆட்கள்தான். அப்போதும் இப்போதுமாக கோவிலுக்கும் வீட்டுக்கும் அவர்கள் போய்வரும் நடமாட்டம் கேட்கத் தொடங்கிற்று.

"ரொம்ப நேரமாயிட்டாப்பல இருக்கே. நீ படுத்துக்கவேன், விடியக்காலமே எழுந்துக்கணுமே" என்றாள் அனசூயா.

"எனக்கு மட்டும் என்ன தூக்கம்?"

"உனக்குப் பழக்கமில்லையே. காலையிலே கண் எரியும்."

"இப்பவே அப்படித்தான் இருக்கு."

"என்னா?"

"கண்ணு எரியலே, உள்ளேதான். எரிச்சலாவும் இல்லே. என்னமோ அரிச்சுக்கிட்டே இருக்கு."

"என்னா?"

"உங்க பூ, ஊர்த் தலையிலே என்னைத் தூக்கி வச்சாரு. இந்தக் கும்பாபிஷேகத்துக்கு எல்லாருமாச் சேர்ந்து நடத்தி வைக்கணும்னு ஆசைப்பட்டேன். அது நடக்கலே."

"இன்னும் அதையேவா நினைச்சிட்டிருக்கே?"

"ஆமாம். எனக்கு மனசு சரியில்லே. பெண்டாட்டியையும் அழைச்சிட்டு ஊரைவிட்டே இந்தச் சமயத்துக்குக் கிளம்பிப் போயிட்டான் பாரு."

"ஏன் எப்பப் பாத்தாலும் அவனை நினைச்சே கவலைப் பட்டுக்கிட்டிருக்கே? அவன் மேலே உனக்கு ரொம்ப —"

செங்கம்மாவே அவளைக் கன்னத்தில் கிள்ளினாள்.

"சும்மாச் சொன்னேன். வேடிக்கைக்கு" என்றாள் அனசூயா. "நீ சொல்றதும் புரியுது. அவன் போனதும் புரியுது எனக்கு. உன் மாதிரிதான் அவன் மனசிலே அடிச்சுக்கிட்டேயிருப்பான், நீ

உயிர்த் தேன்

கோவில் காரியம்னா தொடமாட்டேன்னு சொல்லிட்டிருந்தே, அவன் உன்னைத் தொட்டுட்டான் என்கிறதுக்காக. வேணும்னே தொட்டவனுக்கு மனசு கேக்குமா? இந்தச் சமயத்திலே இருக்கவே வேண்டாம்னு போய்ட்டான்."

"சரி, எப்படியிருந்தா என்ன? என் மனசு மட்டும் என்னமோ கலைஞ்சாப்பல இருக்கு. ஏன்னே சொல்லத் தெரியலே."

"நான்கூட சொன்னேன். கேட்கலியே அவன். என்ன செய்யறதாம்?"

"என்னத்தைச் செய்யறது?"

"பேசாமத் தூங்கறது" என்று அனசூயா அவளை மெதுவாகப் பாயில் தள்ளி, கண்ணிமைகளை விரலால் அழுத்தி, மெதுவாகத் தடவ ஆரம்பித்தாள். "தூங்கு. தூங்கு. எனக்குப் பாடத் தெரியாது. நான் பாடினா, ஓடிப் போயிடுவே. அவரும் பயந்துக்கிட்டு எழுந்திடுவாரு. விரலாலேயே தாலாட்டறேன்" என்று மூடிய இமைகளைச் சுற்றி விரலால் வருடிக்கொண்டேயிருந்தாள்.

தூக்கம் வருகிற மாதிரிதான் இருந்தது. மிருதுவாக அந்த விரல்கள் தடவியபோது, ஏதோ எண்ணெயை மெதுவாகக் கண்ணுக்குள் இறக்குவது போலிருந்தது. அவள் அயர்வதுபோல் தோன்றியதும், அனசூயா மெள்ள நகர்ந்து தூணோரமாகச் சாய்ந்துகொண்டாள்.

ஆனால் செங்கம்மா தூங்கவில்லை. விரல் நகர்ந்ததும், கண்ணைக் குவித்த மயக்கமும் போய்விட்டது. அனசூயாவைப் பார்த்துக்கொண்டே படுத்திருந்தாள். இந்த உலகத்தில் தன்னந் தனியாக நின்ற அவளைப் பார்த்து, இதயம் பரிவும் இரக்கமுமாகக் கசிந்தது. 'இந்த உலகத்தையே அணைத்துக்கொண்டு கரைந்து விடவேண்டும் என்கிறாளே, முடிகிற காரியமா?' என்று பயமாக இருந்தது.

அந்த நிசப்தத்தில் தெரு நாய் ஒன்று குரைத்தது. 'டொக்கு டொக்'கென்று ஒரு பார வண்டி தெருவோடு போகிற ஓசை கேட்டது. அடுத்த வீட்டுப் பசு 'அம்மா' என்று கனமாகக் குரல் கொடுத்தது. 'கிர்கிர்'ரென்று ஏதோ பூச்சி மோசனத்தில் காய்ந்து ஓலை கிழிகிறதுபோல பலவீமாகக் கத்திற்று. எதற்காக இப்படி யார் காதிலும் விழாமல் கத்துகிறது? யார் காதில் விழப்போகிறது? காதில் விழவேண்டும் என்று நினைத்தா கத்துகிறது அது? இல்லை போலிருக்கிறதே!

பழனிவேலு, பெண்டாட்டியையும் அழைத்துக்கொண்டு முந்தாநாள் வீட்டைப் பூட்டிக்கொண்டு பயணமானான். எங்கே போயிருப்பான்? மாமனார் வீட்டுக்கா? இவ்வளவு வர்மமா? வர்மமாகவும் தோன்றவில்லை. கடைசியில் அன்று வந்து சொல்லும்போது என்னமோ அழாக்குறையாக, தான் போகவேண்டிய அவசியத்தைப் பற்றிச் சொல்லி விடை பெற்றுக்கொண்டான். காது கேட்டாலும் கேட்காவிட்டாலும் நான் கத்தத்தான் செய்வேன் என்று கத்துகிற மோசனத்துப் பாச்சையைப்போல, நான் போகத்தான் போவேன் என்று கிளம்பினானா?

எப்படி வந்து அணைத்தான்? இறுக உயிரையே பிழிந்து எடுத்துக்கொள்வது போலல்லவா ஒரு பிழிபிழிந்தான்! ஐந்து விநாடி? பத்து விநாடியா? இப்போது நினைத்தால் ஒரு மாதம், வருடம் போல இருக்கிறது. ஒரு நொடி போலவும் இருந்தது. அதை நினைக்கும்போது இப்போதும் அந்தக் கை அமுக்கிற்று. முதலில் அவள் திமிறிப் பார்த்தாள். பிறகு அப்படியே ஒடுங்கித் துவண்டுவிட்டாள். அந்தக் கை பிரிந்து நகர்ந்து போனதுகூட உடனே தெரியவில்லை. அடுக்களை நிலையைக் கடந்து அவன் சென்ற பிறகுதான் புரிந்தது. என்ன இது? இந்த ஒரு போதுக்காக ஊரின் வர்மம், வயிற்றெரிச்சல், கோபத்தை எல்லாம் ஏற்றுக்கொண்டு..!

செங்கம்மாள் ஒரு முறை உலுப்பிக்கொண்டாள்.

சற்று எழுந்து பார்த்தாள். அனசூயா தாழ்வாரத்தின் ஓரமாக தரையில் கன்னத்தை வைத்து, அப்பால் பார்த்த வண்ணம் குப்புறப் படுத்திருப்பது தெரிந்தது.

பழனிவேலுவின் அணைப்பு இன்னும் இறுகிற்று. செங்கம்மா கண்ணை மூடியும் திறந்தும் அதை அசைத்து உதறப் பார்த்தாள். முடியவில்லை. உடல் நொந்து ஒடுங்கிற்று. ஓசைப்படாமல் எழுந்து, அடிமேல் அடி வைத்து நடந்து கணவனின் பக்கத்தில் உட்கார்ந்து, அவன் மார்பில் கன்னத்தை வைத்துச் சாய்ந்துகொண்டாள். "ஹரே, ராமா, ஷண்முகா, கோபாலா!" என்று தூக்கத்திலேயே சொல்லிக்கொண்டு அவருடைய கை அவள் முதுகை அணைத்துக் கொண்டது. உடல் வாகாகப் புரண்டு ஒருக்களித்தது. ஆழ்ந்த தூக்கத்தில் புரண்டு படுக்கிறபோதுகூட "ஹரே ராமா ஷண்முகா, கோபாலா" என்று சொல்லிக்கொண்டுதான் அந்த உடல் புரளும். அப்படிச் சொல்லிக்கொண்டுதான் கோடை வாய் வழிகிற உதட்டையும் துடைத்துக்கொள்ளும்.

உயிர்த் தேன்

விளக்கு எரிவது அப்போதுதான் ஞாபகம் வந்தது. மெதுவாக நகர்ந்து அதை ஊதி அணைத்துவிட்டு வந்து மீண்டும் அவர் பக்கத்திலேயே உட்கார்ந்துகொண்டு செங்கம்மா படுத்தாள். அவர் உடலைத் தடவினாள்.

“டடடும் டடடும் டடடும் டும்டும்” என்று திடீரென்று தவுல் சத்தம் கேட்டது. நாகஸ்வர இசை கிளம்பிற்று. கோவிலின் உள்ளே வாசிக்கிறார்கள் போலிருக்கிறது. மண்டபத்து எதிர் முழக்கமும் சேர்ந்து, காற்றில் வந்துகொண்டிருந்தது.

பக்கத்தில் படுத்திருந்த உடல் ஒரு முறை விறைத்தது. முறித்தது. சட்டென்று எழுந்து உட்கார்ந்தார் கணேசபிள்ளை.

“நாயனம் கேக்குதே” என்றார்.

எழுந்தார். பூஜை அலமாரியை அவர் தடவி நெருப்புப் பெட்டியை எடுக்கும் சத்தம் கேட்டது. அடுத்த நிமிஷம் பெட்ரூம் விளக்கு எரிந்தது.

“நாயனச் சத்தம் கேக்கறாப்பல இருக்கே” என்றார் அவர் மீண்டும், செங்கம்மா எழுந்துகொண்டாள்.

அந்த மலயமாருதத்தை வாங்கி, தானும் இழுத்துக்கொண் டிருந்தாள் அனசூயா – தொண்டைக்குள்.

செங்கம்மா எழுந்ததைப் பார்த்து எழுந்தாள். சொல்லைப் பக்கம் போகும் கதவைத் திறந்துகொண்டு கணேசபிள்ளை “கல்லார்க்கும் கற்றவர்க்கும் களிப்பருளும் களிப்பே” என்று, ஒரு சுருதியிலும் சேராமல் முனகிக்கொண்டு கிணற்றண்டை போனார். பல்லைத் தேய்த்துவிட்டு, கிணற்றிலிருந்து தண்ணீரை மொண்டு மொண்டு தலையில் விட்டுக்கொண்டார். பூஜை அலமாரியிலிருந்த வெண்கல அகலை ஏற்றித் திரியைத் தூண்டிவிட்டு, கீழே குனிந்து வணங்கிவிட்டு, எழுந்து நின்றாள் செங்கம்மா.

“தினமும் நமஸ்காரம் செய்வியா இப்படி? எத்தனை அழகா யிருந்துது நீ பண்றப்ப? எனக்குக்கூட பண்ணணும் போலிருக்கே” என்று அனசூயா அதே மாதிரி விழுந்து வணங்கினாள். “இந்தா உனக்கு” என்று சொல்லிவிட்டு சற்று லேசாகத் திரும்பி, செங்கம்மா வுக்கும் ஒருமுறை தலையைத் தரையில் தாழ்த்தி வணங்கினாள்.

“சேச்சேச்சே. நீ எம்புட்டுப் பெரியவ!” என்று ஒதுங்கினாள் செங்கம்மா.

"சேச்சே. பேசாம நில்லு" என்று வணங்கிவிட்டு எழுந்தாள் அனசூயா.

"என்னது! இப்படிப் பண்ணலாமா?" என்று அரண்டாற் போல குரல் கொடுத்தாள் செங்கம்மா.

"என்ன பண்ணிட்டேன்! வயசிலே சின்னவங்களா இருந்தாத் தான் பண்ணணுமா!"

"பின்னே?"

"எனக்கு என்னமோ இந்தச் சமயம் உன்னைப் பார்த்த வுடனேயே பண்ணணும்போல தோணிச்சு. அப்படித் தோணிச் சுன்னா அந்தச் சமயம் நீதான் பெரியவள்னு அர்த்தம்" என்று அவள் கன்னத்தை ஒரு முறை தன் கன்னத்தின் மீது வைத்து அழுத்திவிட்டு நகர்ந்தாள் அனசூயா.

கணேசபிள்ளை வந்ததும் இருவரும் கிணற்றண்டை போய் பல்லைத் தேய்த்துவிட்டு வாளி வாளியாகத் தண்ணீரை இழுத்து தலையில் விட்டுக்கொண்டார்கள்.

கணேசபிள்ளை ஒரு வெண் பட்டைத் தார்பாய்ச்சிக் கட்டிக்கொண்டார். வெள்ளைக் கட்டம் போட்ட சிவப்பு உருமாலையை அதன் மேல் கட்டிக்கொண்டார். திருநீற்றைப் பட்டை பட்டையாக இட்டுக்கொண்டார்.

கொல்லைக் கதவை லேசாகத் திறந்து, "நான் போய்ட்டு வரேன்" என்று சொல்லிக் கதவைச் சாத்திக்கொண்டு வாசல் பக்கம் போனார்.

நாகஸ்வரம் கேட்டுக்கொண்டிருந்தது. டமாரம் மடமட வென்று ஒலித்தது. செங்கம்மாவைப் பார்த்துவிட்டு, பசு கத்திற்று. கன்றுக்குட்டியும் கத்திக் கத்தி முளைக் கயிற்றை இழுத்து இழுத்துத் துள்ளிற்று.

"இதோ, இதோ வந்திட்டேன்" என்றாள் அவள்.

குளித்துக்கொண்டேயிருந்த அனசூயா ஓடிப் போய் கன்றுக் குட்டியை அவிழ்த்துவிட்டாள். அவள் காலை மிதித்துக்கொண்டே ஓடிற்று அது.

"அப்பப்பா!"

உயிர்த் தேன்   253

"காலை மிதிச்சுதா! உனக்கென்னத்துக்கு இதெல்லாம்! காயம் பட்டிருக்கா – குளம்பு பட்டு!" என்று ஓடிவந்து அவள் காலைப் பார்த்தாள் செங்கம்மா.

"இல்லே இல்லே" என்று ஒரு காலால் மிதிபட்ட காலை அழுத்திக்கொண்டே நின்றாள் அனசூயா.

"உலகம் முழுக்க அணைச்சுக்கிற ஆளைப் பாரு!" என்றாள் செங்கம்மா.

"பாரேன். ஊருக்குப் போறதுக்கு முன்னாலெ உன் கன்னுக் குட்டி கால்லெ ரப்பர் வச்சுத் தைச்சிட்டுப் போறேனா இல்லையா பாரு" என்று, கன்றுக்குட்டி முட்டி ஊட்டுவதைப் பார்த்தாள் அனசூயா. அரிக்கேன் விளக்கை அதனருகில் எடுத்துச் சென்று உற்றுப் பார்த்தாள். புன்னகை பூத்துக்கொண்டே நின்றாள். "ஓ! லவ்லி, லவ்லி!" என்று கத்தினாள்.

"சரி, சரி, போய் அது கழுத்தை இப்ப கட்டிக்காதே. அம்மாக்காரிக்கு ரோசம் ஜாஸ்தி. தாடையைப் பார்க்க ஒரு உதை விட்டிருவா" என்று எச்சரித்தாள் செங்கம்மா.

அதைக் காதில் வாங்கிக்கொள்ளவேயில்லை அவள். "லவ்லி, லவ்லி – பட்டு மாதிரி என்னா சேப்பு! என்னா சேப்பு! குடி! குடி!" என்று உற்சாகமூட்டிக் கொண்டேயிருந்தது அவள் புன்னகை.

தி. ஜானகிராமன்

25

கோவிலுக்குப் பின்புறமுள்ள சிறிய தெருவுக்குப் பின்னால் ஒரு பெரிய தோப்பு. வளர்த்து விட்ட தோப்பில்லை. பூவரசு நாலைந்து, பெரிய வாகை இரண்டு, நாலு தென்னை, அதையும் மிஞ்சி நெடிது வளர்ந்த ஒரு சவுக்கை – எல்லாம் கோவில் கோபுரத்தின் மீது நிழலையும் ஒளியையும் வீசியிருந்தன. உதயமாகி மூன்று நாழிகையாகியும் சூரியனுக்கு அந்த மரங்களைக் கடந்து இன்னும் எழ முடியவில்லை. கரும் பச்சையூடே வெள்ளி வெள்ளியாக ஒளிக் கம்பிகள் வந்துகொண்டிருந்தன. நாகஸ்வரமும், டமாரமும், வேதமும், பிரபந்தமும் கலந்தும் கலவாமல் முழங்கிக்கொண்டிருந்தன. கோபுரத்தின் அடிவாரத்தில் பையனுடனும் பெண்களுடனும் நின்றுகொண்டிருந்த பூவராகன், சுற்று முற்றும் பார்த்தான். அவனோடு ஆமருவியும், பொன்னுச்சாமியும், அம்பாகடாட்சமும், சுவேதாரண்யமும், ஐயாறு முதலியும், கடம்பங்குடி மிராசுதாரர்கள் ஏழெட்டுப்பேரும் நின்றுகொண்டிருந்தார்கள்.

அந்த முழக்கத்துக்கும் இரைச்சலுக்குமிடையே கோபுரத்தில் கட்டியிருந்த சாரத்தில் நின்றுகொண்டிருந்த வரதன், பெரிய உடம்பும் கழுத்தும் புடைக்க பூவராகனிடம் என்னமோ கத்திக் கேட்டுக்கொண்டிருந்தார். காலை வெயிலில் அவர் காதில் இருந்த வைரச் சங்கு – சக்கரக் கடுக்கன்கள் 'பளிச் பளிச்' என்று மின்னிக்கொண்டிருந்தன. அவர் குனியும் பொழுது உச்சந் தலைக்கு முன்பு இட்டிருந்த சின்ன வாசுதேவ நாமம் வழுக்கையும் வெயிலும் பட்டுப் பளிச்சிட்டது. கழுகுக்கு மூக்கில் வேர்த்தாற்போல ஊதல்காரர்களும் பலூன்காரர்களும் எங்கிருந்தோ வந்து காலுக்குக் கீழ் இரைச்சலைக் கிளப்பிக் கொண்டிருந்தார்கள்.

பூவராகன் சற்று ஒதுங்கி நின்று சுற்றிலும் பார்த்தான். எதிரே குளப்படிவரையிலும் தெருமுனைவரையிலும் கூட்டம் திரண்டு கிடந்தது. அறுவடையான வயல்களில் கண்ணுக்கெட்டியவரையில் நாலு பக்கமும் குட்டை குட்டையாக அறுத்த மிச்சமான அடித் தாள்கள் நீட்டிக்கொண்டிருந்தன. அவனுக்கிருந்த திளைப்பிலும் நிறைவேறலிலும் வயல் காடே உடம்பில் முள் படர்ந்து புல்லரிப்பதுபோல் தோன்றிற்று அவனுக்கு. அந்த இசைக்கும் இரைச்சலுக்கும் ஓதலுக்குமிடையே நினைவுகள் கலந்த கட்டியாக உருக்குழம்பிப் புரண்டுகொண்டிருந்தன. சென்னையிலிருந்து பெயர்ந்து வந்ததற்குத் துளி பொருள் கண்டுவிட்டாற்போல் அவனுக்குத் தோன்றிற்று. அவனுக்கே ஒரு தடவை தோலில் முள் படர்ந்தது. மறு கணம் சட்டென்று அடங்கினான். தனிப்பட்ட முறையில் இதிலெல்லாம் அவனுக்கு நம்பிக்கை இல்லை. ஸ்வாமி கல்லிலும் கோபுரத்திலும் இல்லை என்று நினைத்து, அந்த உற்சாகத்திலிருந்து சற்று விடுபடுவதும், ஊர்க்காரர்களின் சிநேகிதத்தையும் பரவசத்தையும் பார்க்கும்போது தன்னறியாமல் அந்த உற்சாகத்தில் புகுந்துகொள்வதுமாக மாறி மாறித் தவித்துக் கொண்டிருந்தன அவன் நெஞ்சும் உடம்பும்.

"பூ வூ!" என்ற அந்த இரைச்சலுக்கிடையே வரதனின் கூப்பாடு கேட்டது.

நிமிர்ந்து பார்த்தான் அவன்.

"லக்னம்—லக்னம்" என்று அவனைப் பார்த்துக் கத்திவிட்டு, குடத்தைப் பக்கத்திலிருப்பவரிடம் வாங்கிக்கொண்டு மேல் படி ஏறினார் அவர். ஸ்தூபியின் மீது கவிழ்ப்பதற்கு முன் மீண்டும் பூவுவைப் பார்த்தார், கவிழ்த்தார். 'ஹோ ஹோ'வென்ற கோஷமும் கெட்டி மேளமும் டமாரமும் கலந்து உயர்ந்தன. வரதனின் கண்ணிலிருந்து தாரையாக வழிந்தது. "என்னை எங்கிருந்தோ கூப்பிட்டு, இந்த பாக்கியத்தைக் கொடுத்தாயே அப்பா" என்று சொல்வது போல, பூவராகனை அங்கிருந்து ஒரு பார்வை பார்த்தார். அங்கிருந்தே அவர் தன்னை அணைத்துக்கொள்வது போலிருந்தது அவனுக்கு.

சாரத்தின் பாதியில் கீழே இருந்த இரண்டாம் படியில் நின்றிருந்த ஆதிமூலம், மேலே அபிஷேகத்தைப் பார்த்துக்கொண்டே சுற்றிலும் பார்த்தவர் தொளதொளவென்று கீழே இறங்கி பூவராக னிடம் ஓடி வந்தார்.

"என்னாங்க இது!" என்றார்.

பூவராகன் அவரை ஒன்றும் புரியாமல் பார்த்தான்.

“பொண்ணில்லாமயே கலியாணம் நடக்கிறாப்பலல்ல இருக்கு... எங்கியோ போய் நிக்கிறாங்களே” என்று கோவில் மதிலுக்கு வெளியே பார்த்துத் தலையை அசைத்தார். பூவராகன் அவர் பார்க்கிற திசைப் பக்கம் பார்த்தான். மதிலுக்கு வெளியே உள்ள சந்தில் ஒரு வேலியோரமாக மேலத் தெருப் பெண்பிள்ளைகள் சிலரோடு செங்கம்மாவும் அனசூயாவும் நின்று அபிஷேகத்தைப் பார்த்துக்கொண்டிருந்தார்கள்.

“அங்கே எதுக்குப் போறாங்க? இங்கதானே நின்னிட்டிருந்தாங்க கீழே.”

“அது என்னாது!” என்று தொங்கு சதைகளை ஆட்டிக் கொண்டு கவலையைக் கிளப்பிக்கொண்டே ஏணி வழியாகக் கீழே இறங்கினார் ஆதிமூலம். கூட்டத்தைத் தள்ளியடித்துக்கொண்டு வெளியே விரைந்தார். செங்கம்மாவின் முன்னால் போய் நின்றார்.

“யம்மா, இப்படிச் செய்யலாமா... வாங்க—மேலே வாங்க, மேலே வாங்க” என்று பரபரத்தார். “முதலியாருக்கு அலமலப்பிலே கவனிக்க முடியலே. நாங்கல்ல கவனிச்சு உங்களை மேலே அழச்சுக்கிட்டுப் போயிருக்கணும். பொம்மை பண்ணுவாரே, அவரு மேல நிக்கிறாங்க. அவங்களுக்குமா அலமலப்பு வந்திருக்கும்? பேசாம மேலே போய் நிக்கிறாரே... நீங்க போட்ட பிச்சைதாம்மா, இந்த ஊருக்கு இப்படி ஒரு காலம் பொறந்திருக்கு. அதுக்கு எத்தினி அழகா பர்த்தி பண்ணியிருக்கோம் பாருங்க. உங்களை சந்திலே நிக்க வச்சுப்பட்டு நாங்க என்னமோ குடுகுடுன்னு ஓடி கிளவியைத் தூக்கி மணையிலே வச்சாப்பல, மேலே போய் நிக்கிறோம். கவனிக்கவே இல்லை. உங்க மனசிலே ‘இப்படி செஞ்சுட்டானுக பாத்தியா’ன்னு ஒரு துளி நிழலாடிச்சின்னா, இத்தனையும் பொக்குனு போயிடாது? நீங்க நினைக்க மாட்டீங்க. ரொம்பப் பெரிய ஆத்மா. இருந்தாலும் நாங்க இந்த மாதிரி செஞ்சிருக்கப்படாது” என்று அழ ஆரம்பித்துவிட்டார் ஆதிமூலம்.

“என்ன இது?” என்று லஜ்ஜையில் முகம் சிணுங்கக் கேட்டாள் செங்கம்மா.

“நீங்க வாங்கம்மா—அப்பறம் பேசலாம். பட்டணத்தம்மா—நீங்க சொல்லுங்களேன். பேசாம நிக்கிறீங்களே. இவங்க இல்லாம எங்களுக்கெல்லாம் என்னம்மா கொட்டி வச்சிருக்கு அங்கே? இதுதான் நாங்க பார்க்கற சாமி.”

“அச்...சோ” என்று செங்கம்மாவின் உடல் குன்றிற்று.

“இங்கிருந்து பார்த்தா எல்லாத்தையும் நல்லாப் பார்க்கலாம்னு வந்தோம். நாங்களேதான் வந்தோம்” என்றாள் அனசூயா.

“உங்களை அப்படி விரட்டிருக்கப்படாதும்மா நாங்க. நல்லாவாவது பார்க்கவாவது! பார்க்க முடியுதோ இல்லியோ – நீங்க அங்கேதானே இருக்கணும்... வாங்க...”

இருவரும அவரைத் தொடர்ந்தார்கள். “வழி வழி” என்று கத்திக்கொண்டே போனார் ஆதிமூலம். வெட்கம் பிடுங்க, பேசாமல் செங்கம்மா நடந்தாள். அவர்கள் மேலே ஏறி நின்ற பிறகும் ஆதிமூலம் ஓயவில்லை அம்பாகடாட்சம், ஐயாறு என்று ஒவ்வொருவராகப் போய்ப் புலம்பிக்கொண்டிருந்தார்.

“அப்பவே நினைச்சேன். தாலி கட்ட மறந்து போறாப்பல ஏதாச்சும் நடக்கும்னு” என்று சுவேதாரண்யம் வந்து அருகே நின்றார். பூவராகனை விட்டுவிட்டு அவளைச் சூழ்ந்துகொண்டு ஒவ்வொருவராகப் பிரலாபிப்பதைக் கேட்டு, அவளுக்கு உடல் ஊவா முட்களில் நெளிந்து தவித்தது. அழ வேண்டும் போலிருந்தது.

“தலைமையா இருக்கறவங்கள்ளாம் தூரத்தான் நிக்கணும்னு போயிட்டாப்பல இருக்கு” என்ற ஆமருவி வேறு வந்து சிரித்துக் கொண்டே சொல்லிவிட்டு, “நானும் இந்த இரச்சலிலேயும் அமர்க்களத்திலேயும் கவனிக்காம இருந்திட்டேன்” என்று சிரிப்பு மாறி தானும் குற்றம செய்துவிட்டாற் போல முகத்தை வைத்துக்கொண்டே சொன்னான்.

“முதல்லே பேசினாப்பலவே பேசுங்களேன்” என்றாள் செங்கம்மா.

“நீ உன் பொம்மைகளையே பார்த்துக்கிட்டு நின்னிருப்பே. உனக்கு எது ஞாபகமிருந்திருக்கும்?” என்று அனசூயா லேசாகக் குத்தினாள்.

“பார்த்தியா பார்த்தியா!” என்று வாயில் விரலால் தட்டிக் கொண்டே சிரித்தான் ஆமருவி.

“இந்த மாதிரி சிரிச்சிட்டே பேசு. இருக்கறவங்க சொல்றது போதும். நீயும் கூண்டிலே ஏறி நிக்க வாண்டாம்” என்றாள் அனசூயா.

பூவராகனும் ஏதாவது புலம்பத் தொடங்கிவிடப் போகிறானே என்று சற்றுக் கழித்து கீழே இறங்கிவிட்டாள் செங்கம்மா.

கூட்டம் உடனே கலைகிற கூட்டமாக இல்லை. அன்று பிற்பகல் மூன்று மணிவரை சாப்பாட்டுக் கடை அமளிப்பட்டது. ஊரில் யாரும் அடுப்பு மூட்டவில்லை. பெரிய கூடம் உள்ள நாலைந்து வீடாகப் பொறுக்கி, சாப்பாட்டுக்கு ஏற்பாடு

செய்திருந்தான் பூவராகன். சுற்று வட்ட ஊர்க்காரர்கள் சாப்பிட்டு, கூட்டம் கலைய நாலு மணி ஆகிவிட்டது. வழக்கம்போல செங்கம்மா, வீடு வீடாக எதையாவது தூக்கிக்கொண்டு அலைவது நிற்கவில்லை. பந்தி விசாரித்துக்கொண்டு இருந்த ஆதிமூலமோ, அப்பூதியோ அவளைக் கண்டதும் ஓடி ஓடிக் குழைந்து குழைந்து எஜமானுக்கு எதிரே நிற்பதுபோல் குறுகிக் குறுகி நின்றார்கள். அதைக் கண்டதும் நெய்ப் பாத்திரத்தையோ ஊறுகாயையோ வைத்துவிட்டு சட்டென்று திரும்பி தெருவைப் பார்க்க வருவாள் அவள்.

போதாக் குறைக்கு மாலையில் கோவிலில் வரதன் பாசுரம் பாடும்போது வேறு ஆரம்பித்துவிட்டார். "நான் என்னமோ பூவராகன் தான் செய்யறாராக்கும்னு நினைச்சிண்டிருந்தேன். ஆனா என் தாயார் செங்கமலத் தாயாரே அவதாரம் பண்ணினாப்பல, இங்கே ஒரு அபாரமான வியக்தி செங்கம்மான்னு ஒரு திவ்யஸ்வரூபத் தோட எல்லாரையும் முயற்சி உள்ளவாளா, திரு உள்ளவாளா, வினையுள்ளவாளாப் பண்ணிண்டிருக்குன்னு தெரிஞ்சுது நீங்கள்ளாம பேசற நவீன பாஷையிலே புரட்சி புரட்சின்னு சொல்றேளே, அது மாதிரி ஆயிட்டுதுன்னார் ஆதிமூலம் பிள்ளைவாள், சுவேதாரண்யம் எல்லாரும்! எனக்கு அந்த வியக்தியைப் பார்க்கற போதெல்லாம் உறங்காவில்லியை தாஸானுதாசனாப் பண்ணினாளே அவன் சம்சாரம் ஹேமாம்பா– அந்தப் பரம பாகவதையோட ஞாபகம் வரது. எம்பெருமான் இந்த மாதிரி பல உத்தமிகளுக்கெல்லாம் பகவானை சரணாகதி அடையச் சொல்லிக் கொடுத்து நித்திய ஸுரிகள் மாதிரி பிரகாசிக்கப் பண்ணினார். அப்பேர்க்கொத்த உத்தமோத்தமிகளை நினைக்கத் தோண்றது இந்த அம்மாவைப் பார்க்கறபோதெல்லாம்.

"பூவு கூடச் சொன்னார் – பகவானைவிட இந்த அம்மாளுக்கு மனுஷாள்கிட்ட பக்தி ஜாஸ்தின்னு. அப்பேற்பட்ட கருணாமூர்த்தின்னு சொன்னார். உயிர்கள்மேல் தயை, விச்வ கருணை – இது இருந்தா பகவானைத் தனியா சேவிக்கணுமா என்ன? பூச்சி புழுவைக்கூட பகவானா பாவனை பண்ணி, அதுகளுடைய சிரமத்தைக்கூட ஒரு ஜன்மா பாராட்டிக் கண்ணீர் விட்டுதுன்னா, அதைவிட பக்தி ஏது, தர்மம் ஏது? அந்த செங்கம்மாத் தாயாருக்கு மேலும் மேலும் கருணையைக் கொடுத்து வழி நடத்திக் கொடுக்கணும் பரந்தாமன். அந்த அம்மா சொன்னதுக்கப்புறம்தான் பூவு இப்படி கிராமத்துடைய விவகாரங்கள், விவசாயம் எல்லாத்தையும் தன்னுதா பாவிச்சு நடத்தினதாகவும் கேள்விப்பட்டேன். கொஞ்ச நாழி நினைச்சுப் பார்த்தேன். எனக்குத் தேகமெல்லாம் சிலுத்துப் போச்சு. நாராயணனுக்கு இத்தனை கருணை எப்படி வந்தது?

பிராட்டியாரோட கடாட்சம்தானே அவனை இப்படி கருணா மூர்த்தியா பண்றது? அந்த மாதிரி பூவுக்கு சேவகி என்கிற வியாஜத்திலே அவருக்கு இந்த மாதிரி மனசிலே ஒரு கருணாப் பிரவாகமா ஓடப் பண்ணிவிட்டாரே இந்த செங்கம்மாத் தாயாரும்..."

இதைக் கேட்டுக்கொண்டிருந்த செங்கம்மாவுக்கு முஷ்டியை மடக்கி நீட்டி உரக்கக் கத்திக்கொண்டு எழுந்து ஓட வேண்டும் போலிருந்தது. அவள் நெளிவதையும் தொண்டைக்குள் முனகுவதை யும் இருப்புக்கொள்ளாமல் அசைந்து கொடுக்கிறதையும் பார்த்த அனசூயா, அவள் காலை விரலால் உள்ளங்கையால் அழுத்தினாள். அவளைப் பார்த்து, குழந்தையைப் பார்த்துப் புன்சிரிப்பது போல் சிரித்தாள்.

"நெஞ்சிலே குத்திக்கணும் போலிருக்கா?" என்று ரகசியமாகக் கேட்டாள்.

"இந்த ஆம்பிளைகளே இப்படித்தான்" என்றாள் செங்கம்மா.

"நீ ஏன் இப்படி அழகாயிருக்கே? அதுதான். பல்லும் பனங்காயுமா இருந்து, நீ இதெல்லாம் செஞ்சிருந்தா திரும்பிக்கூடப் பார்த்திருக்க மாட்டாங்க." அதைக் கேட்டு செங்கம்மாவின் மனம் எங்கோ ஆழ்ந்துவிட்டது.

"கோபிகா ஜீவன ஸ்மரணம்!" என்று உரத்த குரலில் புண்டரீகம் போட்டார் வரதன். கோவிந்த கோஷம் தொடர்ந்து மண்டபத்தில் முட்டி முட்டி எதிரொலித்தது. கைமணி அடித்தது. கூட்டம் எழுந்தது.

படையல் ஆனதும் சுண்டலை எடுத்துக் கொடுப்பதற்காக அவிழ்த்து விட்டாற்போல் ஓடினாள் அவள். கூட்டம் மீண்டும் உட்கார்ந்தது.

செங்கம்மா திரும்பிப் பார்க்கிற போதெல்லாம் எல்லாக் கண்களும் அவளைத்தான் பார்த்துக்கொண்டிருந்தன. எல்லாம் படித்த இந்த வரதன்கூடவா இப்படி முகமனில் இறங்கிக் கூச அடிக்க வேண்டும் என்று சொல்ல முடியாத வேதனையோடு தனக்குள்ளேயே கேட்டுக்கொண்டாள் அவள். சட்டென்று அவரைத் திரும்பிப் பார்த்தபொழுது அந்தப் பெரும் உடலைப் பார்த்தாள். முகத்தில் பொழிந்த அந்தக் கருணையைப் பார்த்தாள். பார்த்தும் பார்க்காத அந்தக் கண்ணைப் பார்த்தாள். எல்லாவற்றை யும் யாரிடமோ கொடுத்துவிட்டு பளபளவென்ற அந்த வடிவம் சற்றுத் தலையைக் குனிந்து நெக்குருகி உட்கார்ந்திருந்தது. திடீரென்று அவளுக்கு வெட்கம், கூச்சம் எல்லாம் தன் உடலை

தி. ஜானகிராமன்

விட்டு ஓடிவிட்டாற் போலிருந்தது. சதையை இதயத்தை அழுத்திப் பிடித்த கட்டுகள் சட்டென்று தளர்ந்து விழுந்தாற் போலிருந்தது. பரந்துகொண்டிருந்த நெஞ்சு அடங்கிற்று. அகம் நிறைந்தது. கிளுகிளுத்தது. குறக்களிப்பிடிப்பு நீங்கினாற்போல ஒரு விடுதலையில் நெஞ்சு மிதந்தது. முகம் தெளிந்தது. சிரித்துக்கொண்டே ஒவ்வொருவருக்காகக் கொடுத்துவந்தாள். பூவராகனுக்குப் பொங்கலையும் சுண்டலையும் வைத்துவிட்டு, வரதனின் முன்பு ஒன்றுமில்லாததைப் பார்த்து, இலையை வைத்துக்கொண்டு ஓரத்தில் நின்ற நரசிம்மனிடம் ஒரு இலையை வாங்கிவந்தாள். அவள் வரதனின் முன்பு வைத்தாள்.

பூவராகன் "வேண்டாம்" என்கிற பாவனையில் ஜாடை செய்தான்.

அதையும் கவனித்துவிட்டார் வரதன்.

"பாதகமில்லை. என் தாயாருக்கு முன்னாலே இதெல்லாம் பார்க்கப்படாது. இங்கே எனக்கு என்னமோ இந்தச் சின்னதெல் லாத்தையும் விட்டுட்டு இருக்கணும்போலிருக்கு. வையுங்கோ அம்மா" என்று, பிறர் மனையில் தண்ணீர்கூட அருந்தாத ஆசாரத்தை வீசி எறிந்துவிட்டு, "அச்சுதா, ஆனந்தா, கோவிந்தா! எங்கேர்ந்து வந்தா, என்னடா! அப்பனே!" என்று பொங்கலை எடுத்து வாயில் போட்டுக்கொண்டார். "கருணை எங்கே இருந்தா லும் அது பகவத் ஸ்வரூபம்" என்று அவருடைய முரட்டுக் குரல் மெலிந்து தழதழத்தது.

பூவு அவரை வியப்பும் விழிப்புமாகப் பார்த்துக்கொண்டே சமைந்துபோய் உட்கார்ந்திருந்தான்.

26

வந்த விருந்தினர்களில் இரண்டு மூன்று பேர் இரவு தங்கியிருந்தார்கள். சாப்பாடு முடிந்ததும் வாசலில் உட்கார்ந்து அவர்களோடு பேசிக்கொண்டே யிருந்தான் பூவு. வெளியூர்களிலிருந்து வந்திருந்த உறவுக்காரப் பெண்டுகள் ஏழெட்டுப் பேர் கூடத்தில் ஒன்பதரை மணிக்கே கண் சுழலச் சுழல, மல்லாந்தும், அரைக்கண் மூடலும், திறந்த உதடுமாகப் படுத்து உறங்கிவிட்டார்கள்.

கணேசபிள்ளை, செங்கம்மாவையும் அனசூயா வையும் அழைத்துக்கொண்டு கிளம்பினார்.

"சரி – நீ இந்த வீட்டுக்கு வந்திருக்கிறாயா? செங்கம்மா வீட்டுக்கு வந்திருக்கிறாயா?" என்று கேட்டாள் ரங்கநாயகி.

"இங்கேதான். கும்பாபிஷேம் முடிஞ்சு போச்சு. நாளையிலேந்து இங்கேதான் ஊருக்குப் போற வரைக்கும் படுக்கை."

"இன்னிக்கு என்னவாம்?"

"இன்னிக்கி உங்க பூவு பேரா கொடி கட்டிப் பறந்துது? இது பேருல்ல? இத்தனை பெரியவங்களை விட்டுட்டு உங்களோட என்னத்துக்கு இருக்கிறது?..." என்று அருகே வந்து, "இன்னிக்கு எல்லாரும் அதைக் குத்திக் குதறியிருக்காங்க. நீதான் லக்ஷ்மி, சரஸ்வதி, பார்வதின்னெல்லாம் சொல்லி, நான் போய் அதைக் கொஞ்சம் மனுஷியாப் பண்ணிட்டு வரேன்" என்று மெதுவாகச் சொல்லி, ரங்கநாயகியின் கையை அழுத்திவிட்டு, புறப்பட்டுவிட்டாள் அனசூயா.

வீட்டுக்குப் போனதும் பெட்ரூம் விளக்கிலிருந்து அரிக்கேன் விளக்கை ஏற்றினார் கணேசபிள்ளை.

"அப்பாடா!" என்று களைப்புடன் உட்கார்ந்தார்.

அனசூயாவும், செங்கம்மாவும் சற்றுத் தள்ளி உட்கார்ந்து கொண்டார்கள். ஆதிமூலம், பூவு, சுவேதாரண்யம், வரதன் – இப்படி ஒவ்வொருவராக எடுத்துக்கொண்டு அவர்கள் மாதிரியே பேசிக் காட்டினாள் அனசூயா. நடந்து காட்டினாள். செங்கம்மா வுக்கு வயிறு வலித்தது.

கணேசபிள்ளை மட்டும் வாய்விட்டுச் சிரிக்கவில்லை. ஒப்புக்காக சிரிப்பது போலிருந்தது. அனசூயா அவரைப் பார்த்தாள். பேச்சை மாற்றினாள். கடைசியில் அந்தப் பேச்சும் நின்றுவிட்டது. இருவரும் பேசவில்லை.

என்னமோ நினைத்துக்கொண்டு கணேசபிள்ளை எழுந்து மரப் பீரோவைத்திறந்து ஒரு கவரை எடுத்து வந்து மீண்டும் உட்கார்ந்துகொண்டார். கவருக்குள் இருந்த கடுதாசுகளை எடுத்தார். கண்ணாடியை மாட்டிக்கொண்டு மனத்திற்குள் படிக்க ஆரம்பித்தார். படித்துக்கொண்டேயிருந்தார். ஒரு பக்கம் ஆயிற்று, இரண்டு பக்கம் ஆயிற்று, மூன்று பக்கம் ஆயிற்று.

“என்னது?” என்றாள் செங்கம்மா.

“ம் . . . கடுதாசி.”

“யார் போட்டிருக்காங்க?”

“படிச்சுப் பாரேன்.”

“செங்கம்மா அருகே வந்தாள். முதல் பக்கத்திலிருந்து படிக்கத் தொடங்கினாள்.

“உயர்திரு கார்வார் கணேசபிள்ளை அவர்களுக்கு பழனிவேலு எழுதிக்கொண்டது: இதை நீங்களும் உங்கள் சம்சாரமும் மட்டும் வாசிக்க வேண்டும் என்றுதான் ரிஜிஸ்தர் தபாலில் அனுப்பினேன்.

உங்களுக்கே இந்தக் கடிதம் எழுதத் துணிந்தேனே என்று உங்களுக்கு கோபம் வந்தாலும் வரலாம். ஆனால் என்வரையில் அது வந்து சேர முடியாது. உங்கள் கோபம் என்னைத் தொடாத தூரத்துக்கு நான் போயிருப்பேன்.

நீங்கள் தொட்டுத் தாலி கட்டிக்கொண்ட கணவர். ஆனால் அது என்னை எப்படிக் காப்பாற்றும்? எப்படி தடுக்கும்? உங்கள் இடத்தில் நான் இல்லையே என்று நான் ஏங்கினதையெல்லாம் ‘கூடாது’ என்று எப்படிச் சொல்ல முடியும்? சாதாரணமாக இது பிதற்றலாகத்தான் உலகத்துக்குத் தோன்றக்கூடிய சங்கதி.

கலியாணம் பண்ணி அன்பும் கௌரவமும் தோழமையுமாக இருவர் வாழும்போது, வேறு ஒருவனுக்கு அங்கு என்ன

இடமிருக்கிறது? இடம் இருக்கிறதாக நினைப்பதே அசட்டுத்தனம், போக்கிரித்தனம் என்றுதான் எல்லாரும் நினைக்கிறார்கள். இருக்கிறது என்று நான் நினைக்கத் தொடங்கிவிட்டேனே! அதை என்னால் மறைக்கவோ புறக்கணிக்கவோ முடியவில்லையே. ஆறுகட்டியில் ஒரு மனித ஜன்மத்தைக்கூட நான் நேசிக்கவில்லை. அவர்கள் மனித ஜன்மமே இல்லை. புழுக்கள், ஜடங்கள் என்று கர்வத்தாலோ, மடமையினாலோ நான் நினைக்கத் தொடங்கியது வெகுகாலச் சேதி. நாங்களும் கூடி நிற்க முடியும், எங்களுக்கும் வயதாகும், வளர முடியும்; ஏதோ மனிதத் தனத்துடன் செய்ய முடியும் என்று அவர்கள் காண்பித்துவிட்ட இன்றைக்குக்கூட, என்னுடைய வெறுப்பும் அசட்டையும் நீங்கவில்லை. அது வெகு காலமாக வேரூன்றியது. வேப்ப மரத்து வேர். மேலே செடி சின்னதாகத் தோன்றினால்கூட ஆணிவேர் போய்க்கொண்டேயிருக்கும். அதலபாதாளத்திற்குப் போனால்தான் அதைக் கெல்லி எறிய முடியும். இத்தகைய ஒரு வெறுப்பு தவறாக இருக்கலாம். தவறுதான். ஆனால் தவறு என்று தெரிந்துகொள்வது மட்டும் திருந்துவதாகிவிடாது. வெறுப்பு ஒழிகிற வரையில் அந்த மாதிரி தெரிந்துகொண்டு என்ன பயன்..? எனக்கு அந்த வெறுப்புப் போக மறுக்கிறது. அத்தனை வெறுப்புக்குத் தகுதியான ஓர் ஊரில் நான் இத்தனை காலமாக ஏன் இருக்கவேண்டும்? நான் பொழுதன்றும் புகலே என்று கிடக்கிற கடம்பங்குடிக்குக் குடிபெயர்ந்திருக்கக் கூடாதா? அல்லது வேறு விரும்பத்தக்க மனிதர்கள் வாழ்கிற ஊராகத்தான் பார்த்துத் தொலைத்திருக்கக் கூடாதா? தொலைய வேண்டுமென்று நினைத்தாலும் முடியவில்லை. நீங்களும் உங்கள் துணைவியும் இருக்கிற இடத்தைவிட்டுத் தொலைய வேண்டும் என்று எனக்கு எப்படித் தோன்றும்?

நான் தூர இருந்தே அவர்களைப் பார்த்துப் பார்த்து வியந்திருக்கிறேன். இத்தனை அழகில் இத்தனை தயவை, இத்தனை கள்ளமற்ற குழந்தைத் தன்மையை எப்படிப் படைத்தான் என்று வியந்துகொண்டே இருப்பேன். அந்த வியப்பும் மலைப்பும் அப்படியே நின்றிருக்க வேண்டும். ஆனால் என்னிடத்தில் அது தீராத பிணியாக வளர்ந்துவிட்டது. பிணி என்றே சொல்கிறேன். பிறரை வாட்டுவது, தொந்தரவு செய்வது பிணியாக, பாபமாகத்தானே இருக்க வேண்டும்!

அந்தப் பிணியை, பரவசத்தை எப்படிச் சொல்லுகிறது? கலியாணம் ஆன ஒரு பெண்ணிடம் அதைச் சொல்வது எப்படி முடியும்? மற்றவர்கள் சொல்வார்கள். என்னால் முடியவில்லை.

பூவராகன் வந்து உங்களை நியமித்துக்கொண்டதும் என் மூளி ஆசை கோபமாக மாறிவிட்டது. பூவராகன் மீது எனக்குக்

கோபமில்லை. எதன் மீதோ வந்த கோபத்தை அவர்மேல் தள்ள வேண்டியிருந்தது. அதனால்தான் வசமிழந்து அவரை வசை பாட ஆரம்பித்தேன். உங்களிருவரையும், முக்கியமாக உங்கள் துணைவியை வசை பாட ஆரம்பித்தேன்.

சுற்றிச் சுற்றி ஏன் பிதற்ற வேண்டும்? எனக்குச் சொல்லவும் தெம்பில்லை. ஒழுங்காகச் சொல்கிற நிதானமும் இல்லை. அமைதியும் இல்லை. உங்கள் மனைவி ஊர்க் கணக்கையும் பணத்தையும் கேட்க வந்தபோது எனக்குத் தூக்கி வாரிப் போட்டது. அப்பொழுது என் மனைவியும் வீட்டில் இல்லை. என்னுடைய ஓயாத நினைவும், ஏக்கமுமே அந்தத் தனிமையாக வடிவெடுத்து வந்துவிட்டாற்போல் இருந்தது. 'தொலைந்து போ' என்று என்னை ஒரு கணம் நிறைவேற்றுவதற்காக அப்படி ஒரு தனிமையைப் படைத்துக் கொடுத்தாற்போல் இருந்தது.

என் கண்ணிலும் உடலிலும் அழுந்தி முனகிய நெடுநாள் சுமை, அவர்கள் கண்ணில் பட்டிருக்க வேண்டும் என்று தோன்றிற்று. அவர்களைப் பார்த்தால் சூடில்லாமல் குளிர்ந்து கனன்று எரிந்து சாம்பலாக்கும் தீக்கொழுந்து போலிருந்தது. அதைத் தாங்க முடியாமல் நின்றேன். நாலைந்து விநாடி கழித்து அதிலேயே எரிந்து சாம்பலாகிவிட வேண்டும்போல் இருந்தது. காலில் விழுந்து வணங்க வேண்டும் போலவும் இருந்தது. முதலில் வணங்கத்தான் செய்தேன். எழுந்தவுடன் எனக்குப் பரவாகப் பரந்தது. அரவம் போல காலின் கீழ் மிதிபட்டுத் தவித்த மனது துள்ளிற்று. என்னை மீறி எழுந்தது. கைகளை வீசி எதிரே நின்ற வடிவைத் தழுவிக்கொண்டேன். நெடுங்காலக் கனவும் தவிப்பும் அந்த ஒரு நொடியாகப் புலர்ந்துவிட்டது. புதை மணலில் போன கால் மாதிரிதான் அவர்களுக்கு இருந்திருக்க வேண்டும். அவர்களால் என்ன முயன்றும் அதிலிருந்து விடுபட முடியவில்லை. திடீர் என்று எனக்கு என்னமோ நான் சிலந்தியாக மாறிவிட்டாற்போல் இருந்தது. என்னைக் கண்டே அருவருப்பாக இருந்தது. ஒரு நொடி உங்கள் நினைவு வந்தது. வெகு கால முடவன் திடீரென்று நடக்க ஆரம்பித்து ஆச்சர்யத்துடன் காலைப் பார்ப்பதற்குள் அந்தக் கால் மீண்டும் மடங்கி ஒடிந்து அவனைக் கீழே தள்ளி வீழ்த்துகிற மாதிரி இருந்தது. விடுபட்டுவிட்டேன்.

கும்பாபிஷேகம், ஊர்க் கணக்கு எல்லாம் ஞாபகம் வந்தது. கணக்குகளையும் பணத்தையும் கொடுத்தேன்.

எனக்கு ஒன்றும் தோன்றவில்லை. கும்பாபிஷேகம் ஆறுகட்டி கோவிலுக்கு. எனக்கும் ஆறுகட்டிக்கும் என்ன தொடர்பு? ஒரே ஒரு பிணைப்புதான் இருந்தது. அதுவும் அந்த நொடியோடு அறுந்து

போய்விட்டது. ஆறுகட்டியோடு மாத்திரமில்லை, இனிமேல் உயிர் வாழ்வதற்கும் எனக்கும் கூடப் பிணைப்பு இல்லை என்று தோன்றுகிறது. அந்த நொடியில் அதுவும் அறுந்துவிட்டது. அந்த ஒரு நிமிஷத்தில் என் ஏக்கம் பலித்தும் விட்டது. பொய்த்தும் விட்டது. நான் நிறையப் படித்திருக்கிறேன். நினைத்தும் இருக்கிறேன். பெரிய மகான்களின் சிந்தனைகளையெல்லாம் பற்றி எண்ணி எண்ணித் திளைத்திருக்கிறேன். ஆனால் அத்தனையும் அந்த நொடிக்கு ஈடாகத் தோன்றவில்லை. அத்தனை படிப்பும் இதற்குக் காரணம் சொல்லத் தெரியாமல் ஜடமாக, அழுக்குத் துணிக் குப்பல்போல மூலையில் கிடக்கிறது. அந்த அனுபவத்தின் நிறைவையும் ஒளியையும் கண்டு கண் கூசி வெட்குவதுபோல் மூலையில் கிடக்கிறது.

அந்த அழுக்கு மூட்டையைத் தோய்த்து வெளுத்தாவது மறுபடியும் அணிந்துகொள்ள வேண்டும் என்று எனக்கு விருப்பமில்லை. தெம்பும் இல்லை. இதோடு எல்லாவற்றையும் முடித்துக்கொள்ள வேண்டும் போலிருக்கிறது. எப்படி முடித்துக் கொள்வது? சன்யாசியாக மொட்டை அடித்துக்கொண்டு உடை மாற்றி எங்காவது மடத்தில் புகலாம். எங்கேயாவது கண் காணாத இடத்திற்கு, நம் சூழ்நிலைக்கு முற்றும் புதிதான இடத்திற்கு ஓடிப்போகலாம். ஆனால் என் மனதில் உள்ள வேகத்தைப் பார்த்தால் அத்தனை நாள் இந்த உடம்பைத் தாங்கிக்கொண்டு பாரம் சுமக்க முடியாது போலிருக்கிறது. எல்லாம் நிறைவேறின பிறகு சுயேச்சையாகத் திரிய வேண்டும். உடம்பை வைத்துக்கொண்டு அப்படித் திரிய முடியாது.

நான் இதை சிதம்பரத்திலிருந்து எழுதிக்கொண்டிருக்கிறேன். நாளைக்கு ஞாயிற்றுக்கிழமை. நாளை மறுநாள் உங்களுக்கு இது கிடைக்கும். அதற்குள் இந்த உடம்பைச் சுமப்பதா, இல்லையா என்று முடிவுக்கு வந்திருப்பேன். கும்பாபிஷேகத்தன்று காலை நான் இருந்தால், 'விழா வெற்றியுடன் நடக்க என் வாழ்த்துக்கள்' என்று ஒரு தந்தி கொடுப்பேன். அது வராவிட்டால், சிதம்பரத்தில் ஒரு சத்திரத்தில் நாளை இரவு அருமையான நெடுந் தூக்கமாகத் தூங்கியிருப்பேன் என்று அர்த்தம். அநேகமாக இரண்டாவது சொன்னதுதான் நடக்கும். அப்போது யாரையும் பாதிக்காமல் போலீசுக்கு ஒரு கடிதம் இருக்கும். என் மைத்துனன்மார்களின் விலாசம் இருக்கும். என் மனைவியையும் சீர்காழியில் அவர்கள் வீட்டில்தான் விட்டு வந்திருக்கிறேன். யாருக்கும் எந்தத் தொந்தரவுமில்லாமல் எல்லாம் முடியும். ஆறுகட்டியில் உள்ள வீடு, நிலங்களையெல்லாம் விற்க என் மனைவி விரும்பலாம். அதற்கு நீங்கள் இருவரும், பூவும் உதவி செய்ய வேண்டும்.

தி. ஜானகிராமன்

நான் போகிறது ஊரெல்லாம் தெரியப்போகிறது, காரணம் மட்டும் உங்களோடு இருக்கட்டும் என்று எனக்கு விருப்பம்.

அந்தப் பெயரைச் சொல்லக்கூட எனக்கு பயமாக இருக்கிறது. அவலமாகத் தோன்றுகிறது. இருந்தாலும் சொல்ல வேண்டும் போலிருக்கிறது. 'செங்கம்மா!' – அவர்களால் எந்தப் பிராணிக்கும் ஒரு துளி துன்பம் ஏற்பட்டதில்லை. நான் துன்பப் படுத்தியிருப்பேனோ என்று பயமாயிருக்கிறது. படுத்திவிட்டு பச்சாதாபப்படுவதில் என்ன இருக்கிறது?

நான் இப்போது பஞ்சைவிட லேசாக இருக்கிறேன். காற்றில் மிதக்கிறேன். வானத்தில் மிதக்கிறேன். செங்கம்மாவை எத்தனை நாள், எத்தனை மாதம், எத்தனை வருடம் எத்தனை முறை பார்க்க முடிந்தது!

எத்தகைய பேறு! உண்மையான ஒரு மனித வடிவத்தைப் பார்ப்பதுதான் எத்தனை அரிய பேறு!

உங்களிடம் மன்னிப்புக் கேட்கவில்லை நான். நான் இவ்வளவு அமைதியாக இருக்கும்போது, மன்னிக்க என்ன இருக்கிறது? நான் விம்மிக்கொண்டிருக்கிறேன். சத்திரத்தில் வரப்போகிற நொடிக்குத்தான் ஆவலாகக் காத்திருக்கிறேன். மனித ஜன்மம் எத்தனை சந்தோஷம் நிறைந்திருக்கிறது! ஏன் எல்லோருக்கும் இது கிடைக்கவில்லை?

அன்று கிடைத்த அந்த நொடியை நினைக்கும்போது, தேனை எதுவும் கலக்காமல் ஒரு கை குடிப்பதுபோல் இருந்தது. தேன் சாப்பிடும்போது இனிக்கிறது. ஆனால் பிறகு வெகு நேரம் நெஞ்சின் சுவர்களில் தீயைத் தடவினாற்போல் காய்ச்சிக்கொண்டே இருக்கும். உயிரின் முழுமை அத்தனையையும் ஒரு கணத்தில் குடித்துவிட்ட எனக்கு இப்பொழுது அப்படித்தான் இருக்கிறது. தீயாகக் காய்கிறது. ஆனால் அந்தத் தீயில் அழுக்குத் துணி மூட்டை எரிந்துபோய்விட்டது. இனிமேல் எடுத்து அணிந்துகொள்ளக்கூட ஒன்றுமில்லை. இந்தத் தீதான் இனிக்கிறது. சுட்டுச் சுட்டு இனிக்கிறது.

இன்னும் ஒரு தடவை சொல்லிவிடுகிறேன். நீங்கள் வருத்தப் படாதீர்கள். 'செங்கம்மா!'

என்னை நினைத்துப் பலபேர் சிரிப்பார்கள். ஆனால் யாரோ சிரிப்பார்கள் என்பதற்காக, பக்தர்கள் அழாமலும், சிரிக்காமலும், கூத்தாடாமலும் இருந்ததில்லை. நான் அத்தனையும் மனத்துக்குள் செய்கிறேன். இந்த உடம்பையும் மரியாதைகளையும் கடந்து

விட்டால்தான் அதையெல்லாம் வெளிப்படையாக, வெட்க மின்றிச் செய்ய முடியும்.

இநத்தனை சந்தோஷத்தைக் கொடுத்த உங்களுக்கு என்ன தான் செய்ய முடியும்! தர முடியும்?

பழனிவேலு

மூன்று தடவை வாசித்தாள் செங்கம்மா. அதுவரையில் பொறுமையாக இருந்த கணேசபிள்ளை, அவள் படித்த பிறகு கடுதாசிகளை உறையில் போட்டு பீரோவில் வைத்துவிட்டு வந்து, மறுபடியும் மல்லாந்து படுத்தார். முழங்காலை மடக்கி கையைத் தலைக்குப் பின்னால் வைத்து இருள் படர்ந்த ஓட்டுக் கூரையையும் கோணல் வளைகளையும் பார்த்துப் படுத்திருந்தார்.

சற்றுக் கழித்து, "வாழ்த்துத் தந்தி –" என்று ஆரம்பித்தார். அதற்கு மேல் பேச முடியவில்லை. வரவில்லை என்று கையாலேயே சொன்னார். மேல் துண்டை வாயில் திணித்துக்கொண்டார்.

செங்கம்மா வாயைத் திறந்து குரல் வராமல் அழுவதைக் கேட்டு, கையைக் காண்பித்தார் கணேசபிள்ளை. செங்கம்மா திரும்பிப் பார்த்தபோது, அனசூயா முற்றத்தில் முழங்காலைக் கட்டிக்கொண்டு ஓட்டுக் கூரைக்கு மேல் தெரியும் தென்னையின் சலசலப்பைப் பார்த்துக் கொண்டிருந்தாள். பக்கத்தில் போய் உட்கார்ந்தாள் செங்கம்மா. அவள் தோளை இறுக அழுத்தினாள்.

"என்ன சேதி?"

"..."

"ம்?"

"..."

"யார் லெட்டர்?"

செங்கம்மா மௌனமாக அழுவதுதான் கேட்டது.

"ப்ளீஸ்... ப்ளீஸ்!"

"பழனிவேலு –"

"என்ன ஆச்சு?"

"..."

"தன்னையே –?

"ஆமாம்!" என்ற பாவனையில் தலையை ஆட்டினாள் செங்கம்மா.

இருவரும் பேசவில்லை. கொல்லைக் கதவு திறக்கிற ஓசைகூடக் கேட்கவில்லை அவர்களுக்கு.

செங்கம்மாவை மடியில் போட்டுக்கொண்டாள் அனசூயா. மடி நனைந்து கசிந்தது. கிணற்று வாளி இடித்தது. தும் தும் என்று நீர் அதிர்ந்தது. பல்லி கத்திற்று. பாச்சை சிர்ரிட்டது. நட்சத்திரங்கள் கண்ணீர்ப் பொட்டுகளாக மின்னுவது போலிருந்தது...

மறுபடியும் கொல்லைக் கதவு திறந்து மூடும் சப்தம். கணேசபிள்ளை ஈரத் துண்டைக் கட்டிக்கொண்டு, கூடத்தைப் பார்க்கப் போய்க்கொண்டிருந்தார்.

செங்கம்மா எழுந்து போனாள்.

அவரைப் பார்த்து என்ன என்று கேட்க முடியாமல் விழித்தாள். நிற்கும் தரையை நனைத்துக்கொண்டு தலை சொட்டச் சொட்ட நின்ற அவரிடம் துண்டை எடுத்துக் கொடுத்தாள். வேட்டியை எடுத்துக் கொடுத்தாள். அவரோடு அடுக்களைக்குள் போனாள்.

அவர் என்னமோ சொல்லத் தொடங்கினார், விழித்தார். வேட்டியைச் செருகப் போன கை ஓய்ந்தது. "நானும்... நானும்..." என்று அவர் வாய் இடறி இடறி விழுந்தது.

"நானும் இத்தனை காலமா உன்னோட இருக்கேனே... இப்படி ஒரு க்ஷணம் நினைக்கத் தெரியலையே. என் ஊனைத் தீச்சுக்கத் தெரியலையே" என்று குளறிக் குழறித் துவண்டார். நிற்கிறவர் சரிந்து அவளுடைய முழங்காலைக் கட்டிக்கொண்டார்.

இருளில் அவர் வாயைப் பொத்திக்கொண்டு சிறிது நேரம் நின்றாள் செங்கம்மா. அவருடைய இரைப்பு அடங்கியதும் வெளியே வந்தாள். திருநீற்றை இட்டுக்கொண்டு, பூஜை அலமாரி யில் ஓர் அகலை ஏற்றிவிட்டு, எதிரே தூணில் சாய்ந்து உட்கார்ந்து கண்ணை மூடிக்கொண்டார் அவர்.

அனசூயா அவரை வந்து பார்த்தாள். சிறிது நேரம் நின்று கொண்டே பார்த்தாள்.

மல்கிய கண்ணுடன் திரும்பி, முற்றத்தில் போய் பழைய நிலையில் உட்கார்ந்துகொண்டாள்.

செங்கம்மா வந்து பக்கத்தில் உட்கார்ந்ததைப் பார்த்து, "என்ன நான்... என்ன நான்!" என்று இரண்டு தடவை அரற்றினாள்.

"வரதன் உனக்கு ஒரு முழு ஆசாரத்தையே நைவேத்தியம் பண்ணினாரு. சாயங்காலம் அதைப் பார்த்து உடம்பெல்லாம்

ஆடிச்சு எனக்கு. இவன் ஊரையே நைவேத்தியம் பண்ணிவிட்டானே!"

செங்கம்மா ஒன்றும் சொல்லவில்லை.

வெகு நேரம் கழித்து அனஸூயா பேசினாள். "பதினைஞ்சு வருஷம் இருக்கும் செங்கம்மா. எங்க ஊர்லே ஒருத்தன் இருந்தான். எங்க குடும்ப சினேகிதன். அவனுக்கு சம்சாரம் இருந்தா. நாலு குழந்தை இருந்துது. எனக்குப் பதினாலு பதினைஞ்சு வயசிருக்கும். அந்தக் குழந்தைகளோட விளையாடப் போவேன். அவன் என்னைக் கண்டு வேடிக்கையாப் பேசுவான். ஆனா மனசை விட்டு சின்னப் பொண்ணோட விளையாடறப்பலவும் விளையாட மாட்டான். என்னமோ அவனைத் தடுக்கறாப்பல இருக்கும். எனக்கு என்னன்னு தெரியாது. ஆனா அவனை அப்படிப் பார்க்கறப்ப சிரிப்பா வரும். எப்ப நான் போனாலும் விளையாடுவான். ஆனா கொஞ்ச நேரத்திலே எல்லாம் விறைச்சாப்பல, மரத்தாப்பல ஆயிடும் அவனுக்கு.

"ஒரு நாளைக்கு குழந்தைகள்ளாம் வாசல்லே விளையாடிக்கிட்டிருந்தது. அந்த அம்மா கொல்லையிலே துணி தோய்ச்சுக்கிட்டிருந்தா. எங்கிட்ட வந்து நின்னான் அவன். வருத்தமாயிருந்தது. என்னமோ போல பார்த்துக்கிட்டு இருந்தான். திடீர்னு 'நீ என்னைக் கல்யாணம் பண்ணிப்பியா?' என்று வேடிக்கையாக் கேட்கிறாப் போல கேட்டான். நான் விழுந்து விழுந்து சிரிச்சேன். திடீர்னு 'நீ இனிமே போயிடு. போயிடு... இங்க நிக்காதே, நிக்காதே' என்று என்னமோ தாங்க முடியாத வலி வந்து அடச்சாப்பல கத்தினான். நான் பயந்துபோய் வீட்டுக்கு ஓடிப்போயிட்டேன். போன கொஞ்ச நேரத்துக்கெல்லாம் அதுவும் மறந்து போச்சு. சாயங்காலம் எதிர் வீட்டிலேருந்து எங்க சித்தப்பா ஓடி வந்தாரு. 'சிவப்பாவுக்கு உடம்பு ஜாஸ்தியாயிருக்காம். உடனே வரச் சொல்லிவிட்டு ஓடுது அவன் பொண்ணு'ன்னு பரபரன்னு பையைத் தூக்கிட்டு ஓடினாரு.

"எங்க சித்தப்பா ஒரு டாக்டர். எதிர் வீட்டிலேதான் இருந்தார். நானும் அப்பாவும் ஓடினோம். போறதுக்குள்ளாவே உசிர் இல்லை. விஷ மாத்திரை முழுக்க பலிச்சுப் போச்சு."

அனஸூயாவுக்கு மேலே பேச முடியவில்லை. இரண்டு நிமிஷ மவுனத்திற்குப் பிறகு மறுபடியும் கரகரவென்று அவள் குரல் கேட்டது.

"எனக்கு ஒண்ணுமே புரியலே. அவனைப் பத்தி நான் அதிகமா நினைச்சதுகூட இல்லை. ரண்டு வருஷம் கழிச்சுத்தான் புரிஞ்சுது. அவன் சம்சாரம் மட்டும் என்னைக் கண்டா

விடமாட்டா. 'உன்னை நினைச்சுக்கிட்டுத்தான் போனார் அவர். அதனாலேதான் நீ வந்தா எனக்கு எல்லாம் மறந்து போகுது. ஆடிப் போகுது'ன்னு என்னைக் கட்டிக்கிட்டே உட்கார்ந்திருப்பா. எதையாவது திங்கறதுக்கு, உடுக்கறதுக்கு, பண்ணிக் கொடுத்துக் கிட்டேயிருப்பா. எனக்குக் கொஞ்சம் கொஞ்சமாத்தான் புரிஞ்சுது. அப்புறம் வீட்டிலே இருக்கப் பிடிக்கலே. கிளம்பிட்டேன். கல்யாணம் பண்ணிக்கிறதில்லேன்னு தீர்மானம் பண்ணிக்கிட்டேன். எனக்கு அவன் ஞாபகம் எல்லாம் ஒண்ணொண்ணா வர ஆரம்பிச்சுது. அவன் மாதிரி யாரும் அப்படி எனக்காகத் தவிச்சிருக்க முடியாது. கலியாணம் பண்ணிட்டா, உடம்புக்கு ஏதோ கிடைக்கும். அதைக் கல்யாணம் பண்ணிக்காமலே நான் அடைய முடியும். ஆனால் அவன் மாதிரி அப்படி எல்லாத்தையும் விட்டுத் தவிச்ச ஒரு தவிப்பை எப்படிப் பார்க்க முடியும்? எனக்குத் திடீர்னு சுயேச்சையா இருக்கணும் போலிருந்தது, ஒரு கட்டுத்தான் முடியும். அதுவும் கட்டாமலே தெறிச்சுப் போச்சு. அப்புறம் என்ன இருக்கு... ம்... இதை எப்படி நான் புரிய வைப்பேன் உனக்கு? நான் இத்தனை நாளா யார்கிட்டவும் சொன்னதுகூட இல்லை."

அனசூயா மரப் பொம்மை மாதிரி உட்கார்ந்திருந்தாள். வெள்ளை வெளேர்ன்னு ஒரு பூக்குவியல் உறைந்துவிட்டாற் போலிருந்தது. அவள் தலையை வருடினாள் செங்கம்மா. அந்த முக்கால் இருளில் அவள் புன்னகை செய்தது தெரிந்தது.

காற்றுக்கூட நின்றுவிட்டது. தென்னை மரம் சலசலக்கவில்லை. இரண்டாம் கட்டில் கட்டியிருந்த கன்றுக்குட்டி வைக்கோலை உதறிச் சலசலவென்று லேசாக ஓசையிட்டது.

கணேசபிள்ளை மடக்கின காலை நீட்டாமல் இன்னும் தூணில் சாய்ந்து உட்கார்ந்திருந்தார்.

செங்கம்மாவும், அனசூயாவும் தாழ்வாரத்தில் சந்தடி செய்யாமல் தரைமீது படுத்துக்கொண்டார்கள். இருவர் உள்ளங் கைகளும் ஒன்றை ஒன்று தொட்டு, பிடிப்புத் தேடிக்கொண்டிருந்தன.

●